சந்தியா
பதிப்பகம்

தாத்தா, அப்பாவின் அப்பா, ஒரு அழகான உயில்எழுதி வைத்திருக்கிறார். தாத்தா தமிழ், ஆங்கிலப் புலமைமிக்கவர். உயிலை சமீபமாகத்தான் படித்தேன். எல்லா சொத்துகளும் கரைந்துபோன பின், இல்லாத சொத்துக்கான உயிலைப் படித்தால் என்ன படிக்காவிட்டால் என்ன என்று அதைப் படிக்க வேயில்லை. திடீரென்று ஒரு அலுப்பான பொழுதில் எடுத்துப் புரட்டினேன். வீட்டிலேயே இருக்கும் பழைய புத்தகங்களைப் படிப்பதும் இப்படித்தான் திடீரென்று வாய்க்கும். நாரணதுரைக் கண்ணன் என்கிற 'ஜீவா' எழுதிய 'உயிரோசை' நாவலை இப்படித்தான் படிக்க வாய்த்தது. அற்புதமான நாவல். உயிலில் பழமொழியென்ன, குறள் மேற்கோள்கள் என்ன, ஆஹா என்ன ஒரு நடை, என்ன ஒரு வியக்தி, என உயில், பிரமாதமாக இருந்தது. ஒன்று புரிந்தது, இந்த வெற்று உயில்தான் சொத்து என்று.

அவரது உயிலின் அற்புதமான சொல்லாடலுக்காக அதை ஒரு சிறிய புத்தகமாகப் போடலாம். தாத்தா ஓய்வுபெற்ற பத்திரப் பதிவாளர், அதை "பத்திரப் பதிவில் 'விடு காசு' பெற்றவர்" என்று குறிப்பிடுகிறார். அவரது நண்பர் தபால் துறையில் பணி ஓய்வு பெற்றவர். அதை "தபாற் சாலையின் முற்பணிப்பயன் பெறுபவர்" என்று குறிக்கிறார். தன் சொந்தப் பொறுப்பில் கடன்பெற்று பி.ஏ படித்ததாகவும் அந்தக் கடனைத் தானே அடைத்துவிட்டதாகவும் எழுதியிருக்கிறார் உயிலில். என் அப்பாவின் 16 வது வயதில், தாத்தா உயில் எழுத வேண்டியதன் அவசியம் குறித்து எழுதியிருப்பதைப் படித்ததும் என் அப்பாவை நினைத்து எனக்குச் சிரிப்பு வந்தது. தாத்தா எழுதுகிறார், "என் பையன் அகால புத்திரனாய் வயதுக்குத் தகுந்தபடி சூட்டிக்கமில்லாதவனாய் எல்லோரையும் ஒன்றாய் வைத்து பாதுகாத்து வரும் பான்மை இப்பொழுது அவனிடம் வாய்க்கப்பெறாத முற்கோபியாய், 'பாலில் வளர்ந்தவனாய்', வரவுக்கு மிஞ்சி செலவழிக்கும் வள்ளற்றன்மை உள்ளவனாய் காணப்படுகிற படியாலுந்தான் உயில் எழுதும் அவசியம் உண்டாயிற்று...." என்று குறிப்பிடுகிறார்.

கலாப்ரியா

மறைந்து திரியும் நீரோடை

கலாப்ரியா

சந்தியா பதிப்பகம்
சென்னை - 83.

மறைந்து திரியும் நீரோடை

© கலாப்ரியா

முதற்பதிப்பு: 2014
அளவு: டெமி ● தாள்: 60 gsm ● பக்கம்: 192
அச்சு அளவு: 11 புள்ளி ● விலை: ரூ. 145/-
அச்சாக்கம் : சென்னை மைக்ரோ பிரிண்ட் பி.லிமிட், சென்னை - 29.

சந்தியா பதிப்பகம்
புதிய எண் 77, 53வது தெரு, 9வது அவென்யூ,
அசோக் நகர், சென்னை - 600 083.
தொலைபேசி: 044 - 24896979

ISBN: 978-93-81343-76-0

Maraindhu Thiriyum Neerodai
© **Kalapriya**

Printed at Chennai Micro Print Pvt Ltd., Chennai - 29.
Published by
Sandhya Publications
New No. 77, 53rd Street, 9th Avenue, Ashok Nagar,
Chennai - 600 083. Tamilnadu.
Ph : 044 - 24896979

Price Rs. 145/-

sandhyapathippagam@gmail.com
sandhyapublications@yahoo.com
www.sandhyapublications.com

"வரைப்பால் அமுது தந்து இங்கு எனை வாழ்வித்த
மாமயிலே......."

அன்புடன்,
கவிஞர் புவியரசு
மரபின்மைந்தன் முத்தையா
மற்றும் கோவை நண்பர்களுக்கு.

நகரும் நதிக்கரையில் நடந்தபடி...

பேராசிரியர் அ.ராமசாமி

நதிக்கரையோரக் கிராம வாழ்வாயினும் நகர வாழ்வாயினும் நீரோடும் நீருக்குள் சுழலும் நினைவுகளோடும் பின்னிப் பிணைந்ததாகவே இருக்கக்கூடும். கவி கலாப்ரியாவின் 'மறைந்து திரியும் நீரோடை' என்னும் இந்தக் கட்டுரைத் தொகுப்பை வாசிக்கும்போது நீரின் சிலிர்ப்பைத் தவிர்த்து நினைவின் சுளிப்பைத் தொடரும் பயணமாக மாறிவிட்டதை உணர்ந்தேன். பயணங்கள் எப்போதும் பாதத்தின் நகர்வில் சாத்தியமாகக் கூடியவை. அசையாப் பாதங்கள் அலையா மனதின் உறைவிடம்.

தாமிரபரணி முதல் பார்வையிலேயே எனக்குள் எதிர் மறையாகப் பதிந்த நதி. பழைமையின் அடையாளங்களோடு அடர்ந்திருந்த நெல்லையையும் புதுமையின் வாசனை பூசிக் கொண்ட பாளையங்கோட்டையையும் இணைக்கும் சுலோசன முதலியார் பாலத்திற்கு அடியில் தாமிரபரணி நகர்ந்து கொண்டிருந்ததையே முதலில் பார்த்தேன். அதற்கு முன் வைகையையும் காவிரியையும் நீரின்றி விரியும் மணற்பரப் பாகவும் குதித்தோடும் அலைப் பரப்பாகவும் பார்த்து நின்றவன். தாமிரபரணியை இப்படி இரண்டு விதமாகவும் பார்க்கவே இல்லை.

"மேற்குத்தொடர்ச்சி மலையில் பெருமழை; அணைகளில் நீர் மட்டம் உயர்வு; பாசனத்திற்கு திறப்பு" எனச் செய்தித்

தாள்களில் செய்தி வாசிக்கும் நாட்களிலும் நதி நகர்ந்து கொண்டேதான் இருந்தது. 17 ஆண்டுகளாக நெல்லையில் வசிக்கும் நான் தாமிரபரணியின் சுழிப்பையும் விரைவையும் பார்க்க விரும்பி காரையாறு, சேர்வலாறு அணைகளின் நீர்ப்பெருக்கைப் பிரித்து அனுப்பும் கீழணைக்குப்போய்க் குதித்துக் குளிப்பதை வழக்கமாகக் கொண்டிருக்கிறேன். சீவலப்பேரிக்குப் போகும்பாதையில் நகர்ந்து கொண்டிருக்கும் நதியில் நீந்திக்குளிப்பதும் உண்டு.

மறைந்து திரியும் நீரோடையாக எப்போதும் தோன்றும் தாமிரபரணியும் நெல்லை மாவட்டத்து நிலமும் நீர்நிலை களும் நெருங்கிவந்து விலகிச் செல்லும் மக்களும் எனது நினைவு நீரோடைக்குள் நகர்ந்து கொண்டிருப்பவர் களாகவே பதிவு செய்யப்பட்டிருக்கிறார்கள். வேறு வழி யில்லை. எனது பயணத்தின் தொடக்கம் அப்படி. மலையடி வாரச் சிறுகிராமம் ஒன்றிலிருந்து நீளும் எனது வேர் எப்போதும் மணலூற்றுகளைத் தேடி அலைவதாகவே இருந் திருக்கிறது. பதியப்பெற்ற வெளியில் வேர்பிடிக்காமல் தவித்துக்கொண்டும், அந்நியனாகக் கருதி அலைந்து கொண்டும் இருக்க நேர்கிறது. ஒரு கட்டத்தில் அலைவு தவிப்பாக மாறிவிடும் நெருக்கடியைச் சந்திக்கிறது.

மனித வாழ்க்கைக்கான இருப்பையும் நகர்வையும் பற்றிய நியதிகளை நதிக்கரை நாகரிகம் என்னும் செழிப்பிலிருந்து கவிதையாக்கம் என்னும் வண்டல் பரப்பிற்குள் இழுத்துச் செல்கிறார் கவி கலாப்ரியா. தன்னுள்ளும் தன் காலத்தில் கவிதை செய்யும் கவிகளுக்குள்ளும் மறைந்து நெளியும் நீரோடைகள் இருக்கின்றனவா என்ற தேடலின் விளைச்சல் களை விவரிக்கின்றன இந்தக் கட்டுரைகள்.

இந்தக் கட்டுரைகளின் தொனியோடும் விளக்க முறைகளோடும் இலக்கியக் கல்வியின் கற்பித்தல் முறை அமையவேண்டும் என நினைக்கும் ஒரு பேராசிரியன் நான். அந்த ஆசையை முழுவதும் நிறைவேற்ற முடியாமல் தவிக்கும் குறையை உணர்ந்தவனும் கூட. நீண்ட நெடிய தமிழ்க் கவிதைப் பரப்பிற்குள் தன்னிலையை உருவாக்கித் தன்னை உரைத்தல் என்னும் நினைவோடை நீரோடை ஓடி வந்து தான் கவி கலாப்ரியாவாகப் பிரவாகம் கொள்கிறது என்ற

நம்பிக்கை எனக்கு உண்டு. கணியன் பூங்குன்றனின் தீர்மான மான தொனியே ஆத்மநாமாக, மனுஷ்யபுத்திரனாக மாறியது என்று நினைப்பது அதன் மறுதலையான எண்ணம். அகமாகவும் புறமாகவும் வகைப்படுத்தப்பட்டு அதற்குள்ளும் புணர்தல் கவிதைகளையும் ஊடல் கவிதைகளையும் பிரிதல் கவிதைகளையும் இருத்தல் கவிதைகளையும், இரங்கல் கவிதைகளையும் கைக்கிளைக் கவிதைகளையும் பெருந் திணைக் கவிதைகளையும் எழுதிக் குவித்த தன்னிலைகளால் நிரம்பியது தமிழ்க் கவிதையின் தொடக்கப் பெருமிதம். அந்தப் பெருமிதத்தின் மறுதலையே நிரை கவர நடத்திய வெட்சிப் போர்க் கவிதைகளும், மண்ணாசை காரணமாக நடத்திய வஞ்சிப் போர் பற்றிய கவிதைகளும், கோட்டை களைக் கைப்பற்றுவதற்கும் காப்பதற்கும் நடத்தப்பெற்ற உழைஞைப் போர்க் கவிதைகளும், பேரரசுக் கனவுகளோடு நடத்தப்பெற்ற தும்பைப் போர்க் கவிதைகளும், ஒருமுறை கிடைத்த வெற்றியினைச் சுவைத்தபின் ஏறும் வெற்றியின் வெறியால் தூண்டப்பட்டு நிகழ்த்தப்பெறும் வாகைப்போர்க் கவிதைகளும், வெற்றியே வாழ்க்கை; வெற்றி பெற்றவனே கொண்டாடப் படக்கூடியவன் என நம்பிப் பாடப்பெற்ற பாடாண் திணைக்கவிதைகளும், பலப்பல விதமான விருப்பங் களாலும் ஆசைகளாலும் நடக்கும் போட்டிகளாலும் போர் களாலும் கிடைக்கும் வாழ்க்கையின் நிலையாமை பற்றிய காஞ்சிக் கவிதைகளாலும் நிரம்பியது அந்த மறுதலை. செவ்வியல் பெருமிதங்களின் நீட்சியே நீதிக்கவிதைகளாக ஒரு கோட்டையும் பக்திக் கவிதைகளாக இன்னொரு கோட்டையும் நீட்டித்தன. அந்தக் கோடுகளின் கிளை களைத் தொன்னூற்றாறு வகைப் பிரபந்தங்களில் தேட முடியும்; தனிப்பாடல் திரட்டில் தேடிக் காட்டமுடியும் என்ற நம்பிக்கையும் எனக்குண்டு. என்னுடைய நம்பிக்கையை உள்வாங்கிய பேராசிரியர்களை விரிவுரையாளர்களை ஆய்வாளர்களை நான் உழலும் கல்வித்துறையில் சந்திக்க முடியவில்லை. அப்படிச் சந்திக்க முடியாமல் போன பல நேரங்களில் நான் நாடுவது திறனாய்வாளர்களைவிமரிசகர் களை படைப்பாளிகளை. எனது பல்கலைக்கழகத்தில் எனது மாணாக்கர்களோடு உரையாடுவதற்காகப் பல தடவை கவி கலாப்ரியாவை நாடியிருக்கிறேன்.

கவிதை பற்றி குறிப்பாகத் தமிழ்க்கவிதை பற்றி விரிவாகப் பேசும் இந்தக் கட்டுரைத் தொகுப்புக்குள் எனது அழைப்பை ஏற்று எங்கள் துறையில் எம் மாணாக்கர்களோடு பேசிய பேச்சுகள், உரைகள், உரையாடல்கள், முன் வைப்புகள் இருக்கின்றன. இவைகளை நான் நேரடியாகக் கேட்டவன். இவையல்லாமல் மற்ற கட்டுரைகளை வாசித்து வாசித்து வியப்படைபவன். நிகழ்காலக் கவிஞர்கள், எழுத்தாளர்கள் பலரிடம் இல்லாத ஒரு குணம் ஒரு பண்பு இவரிடம் தொடர்ந்து வெளிப்பட்டுக் கொண்டே இருக்கிறது. தன் காலப் படைப்பாளிகளைக் கொண்டாடும் பாராட்டும் முன் வைக்கும் அந்தப் பண்பை முழுமையாக இந்த நூலில் காண்கிறேன். சமகாலக் கவிஞர்களுக்குள் மறைந்து மிதக்கும் முன்னோடிகளின் சாயலை எடுத்துரைக்கும் விதமாக அவர்களைக் கொண்டாடுகிறார் கவி கலாப்ரியா. பசுவய்யா, சுகுமாரன், ஞானக்கூத்தன், வண்ணதாசன், ஆத்மாநாம், தேவதேவன், தேவதச்சன், புவியரசு, சிற்பி எனத் தன் சமகாலக் கவிஞர்களைப் பற்றிப் பேசுவதோடு, அடுத்த தலைமுறைக் கவிஞர்களான சங்கரராமசுப்பிரமணியன், என்.டி.ராஜ்குமார், யவனிகா ஸ்ரீர.ாம், கனிமொழி, மனுஷ்யபுத்திரன், தமிழச்சி, முகுந்த் நாகராஜன், இளங்கோ கிருஷ்ணன், சல்மா, குட்டி ரேவதி என ஒவ்வொருவரையும் தேடித்தேடிக் கண்டுபிடித்து வாசித்துக் காட்டியுள்ளார். இப்படியான வாசிப்புக்காட்டல் இலக்கியக் கல்விக்குள் தொடர்ந்து நடக்க வேண்டிய ஒன்று. அது நடக்கவில்லை என்பதை நானறிவேன். ஆசிரியர்களால் சாத்தியமாகா அதனை நிறைவேற்ற இவரைப்போன்ற ஒருவரை ஒவ்வொரு கல்லூரியும் பல்கலைக்கழகமும் வருடத்தில் ஒருவாரம் வந்து தங்கியிருங்கள்; மாணாக்கர்களோடு பேசிக் கொண்டிருங்கள்; நம் மரபை இயல்பாக எடுத்துச் சொல்லுங்கள் எனக் கேட்டுக் கொள்ளவேண்டும் என நினைப்பதுண்டு. அது நடக்காமல் காலம் கடந்து கொண்டே இருக்கிறது.

அதற்குப் பதிலாக இப்போது இந்த நூலை எனது கல்விப் புலத்தினர் வாசிக்க வேண்டியது எனப் பரிந்துரை செய்கிறேன். இப்படிச் சொல்வதால் மற்றவர்கள் வாசிக்கவேண்டியது அல்ல என நான் சொல்வதாகக் கருத வேண்டியதில்லை. தமிழ்க் கவிதைக்குள் ஒரு நீரோடை மறைந்து நகர்ந்து

கொண்டிருக்கிறது என நம்புபவர்கள் அதன் தடத்தைப் பிடித்து நடக்க இந்த நூலை வாசித்து ரசிக்கலாம். அந்த நம்பிக்கை இல்லாதவர்கள் இதை வாசித்து முடிக்கும்போது அந்த நம்பிக்கையைச் சிக்கெனப் பற்றிக் கொள்வார்கள்.

பேராசிரியர்கள் செய்யத் தவறும் வேலையைச் சிறப்பாகச் செய்துள்ள கவி கலாப்ரியாவுக்கு, எனக்குள் இருக்கும் குற்றவுணர்வை நீக்கிக் கொள்ளும் விதமாக நன்றி தெரிவிக்கிறேன்.

அ. ராமசாமி

பேராசிரியர், தமிழியல் துறை
மனோன்மணியம் சுந்தரனார் பல்கலைக்கழகம்,
திருநெல்வேலி.

அன்பெனும் பெருவெள்ளம்

விசும்பின் துளி மலையில் வீழ்ந்து ஊற்று நீரைச் சேர்த் தணைத்து ஓடையாகி வனம் வழியே ஓடிவந்து மலை முகட்டிலிருந்து அருவியாய்க் கொட்டுகிறது. கால காலமாய், யுக யுகமாய் அப்படிக் கொட்டி, அணுகுகிறவர்களின் உடல் அணைந்து தாகம் தீர்த்து, இன்னமும் இன்னமும் கொட்டிக் கொண்டேதான் இருக்கிறது. அதில் நனைகிறவர்களும் தாகம் தீர்ந்தவர்களும் நம்மை அந்த அருவி நோக்கி ஆற்றுப் படுத்திக்கொண்டே இருக்கிறார்கள். மொழியும் அப்படித் தான். எழுத்தாகிச் சொல்லாகிப் பொருளாகி இன்னும் இன்னும் எழுத வருவோர்க்கெல்லாம் ஈந்து கொண்டே இருக்கிறது. அப்படிக் கொட்டிக் கொண்டிருக்கும் இலக்கிய அருவிக்கு ஆற்றுப்படுத்தும் எளிய முயற்சியே இந்தக் கட்டுரைகள். இவை கல்லூரிகளில், பல்கலைக்கழகப் பயில ரங்கங்களில் வாசித்த கட்டுரைகள், செம்மொழித் தமிழாராய்வு மையக்கருத்தரங்களில் பகிர்ந்து கொண்ட சிற்றுரைகள், நூல் வெளியீட்டு நிகழ்வுகளில் வாசித்தவை, எனப் பலவற்றின் தொகுப்பு. கவிஞர் கனிமொழி நடத்திய சென்னை சங்கமம் கவியரங்கத் தலைமை உரைகள், குறிப்புகளாகச் சிதறிக் கிடந்தன. அந்தக் குறிப்புகள் சிலவற்றைக் கட்டுரைகளாக்கி சகோதரர் மரபின் மைந்தன் முத்தையா நடத்திய ‘ரசனை’ இதழ்களில் “மறைந்து திரியும் நீரோடை” என்ற தலைப்பின் கீழ் தொடராக எழுதி வந்தேன். அவை மூன்று இதழ் களுக்கே சரியாக இருந்தது. அதைத் தொடர்ந்து எழுத நண்பர் எஸ். சிவகுமார் தொகுத்த பழந்தேனான ‘கொங்கு தேர் வாழ்க்கை–1” நூலை வாசித்திருந்ததும் வாசிப்பதும்

பெரிதும் உதவியாயிருந்தது, இருக்கிறது. அவருக்கு என் நன்றி. இதில் சில தமிழ் சினிமா, சினிமா சார்ந்து தமிழ் வாழ்வு பற்றிய கட்டுரைகளும் இருக்கிறது. அவற்றை எழுத வாய்ப்பேற்படுத்திய அந்திமழை இளங்கோவன், தமிழ் இந்து ஆசிரியர் குழுவினர் ஆகியோருக்கு என் நன்றி.

இந்த நூலுக்கு மனோன்மணியம் சுந்தரனார் பல்கலை, தமிழ்த்துறைப் பேராசிரியர் திரு அ. ராமசாமி அவர்களிடம் ஒரு முன்னுரை எழுதக் கேட்டேன். அவரும் நான் நெகிழத் தக்க வகையிலும் தொடர்ந்து இத்திசையில் மேலும் ஆர்வத் துடன் இயங்கத்தக்க வகையிலும் அழகான முன்னுரை ஒன்று எழுதித் தந்திருக்கிறார் அவருக்கு பெரிதும் கடப்பாடு உடையவனாக இருக்கிறேன். அவருக்கு நன்றி என்கிற வார்த் தையை வெற்று உபசாரமாகக் கூறாமல் உள்ளத்தின் ஆழத் திலிருந்து அன்புடன் தெரிவித்துக் கொள்கிறேன்.

நான் எழுதுகிறவற்றின் மெய்ப்புத் திருத்துதல் மட்டு மல்லாமல் என்னையுமே மெய்ப்புத் திருத்தி செம்பதிப்பாக உலவவிடும், அல்லது அதற்காகத் தளராமல் அன்பு பாராட்டும், என் இனிய மனைவி சரஸ்வதிக்கு என் மாறாத பிரியங்கள். என் நூல்களை வெளியிடுவதோடு என்னிடம், பக்கங்களில் அடங்கித் தீராத அன்பையும் வெளியிடும் சந்தியா பதிப்பகத் தினர் அனைவருக்கும் என் நன்றி உரித்தாகிறது.

என் இலக்கியப் பயணத்தில் கோயம்புத்தூர் நண்பர்கள் பலரும் எனக்கு அன்பையும் இலக்கியத்தையும் நிறையக் கற்றுத் தந்திருக்கிறார்கள். அது இந்த நூலின் பல கட்டுரை களில் வெளிப்பட்டிருக்கிறது. என் வாழ்க்கைச் சம்பாத்தி யத்தின் கணிசமான சேமிப்பை நான் கோவையில் வைத் திருக்கிறேன் என்பதை அது சொல்லாமல்ச் சொல்கிறது. இந்த நேரத்தில் அவர்கள் எல்லோரையுமே அன்புடனும் நன்றியுடனும் நினைத்துக் கொள்கிறேன். கோவை என்றில்லாமல் எங்குமிருக்கிற என் அனைத்து நண்பர்கள், வாசக வாசகிகள் அனைவருக்கும் கடப்பாடுமிக்க அன்பு.

என்றும் உங்கள்

கலாப்ரியா

இடைகால்
ஆடி, அவிட்டம், 2014
(64ஆவது பிறந்த நாள்)

உள்ளே...

மறைந்து திரியும் நீரோடை....1 ● 15 மறைந்து திரியும் நீரோடை - 2 ● 23 மறைந்து திரியும் நீரோடை-3 ● 27 மறைந்து திரியும் நீரோடை- 4 ● 31 மறைந்து திரியும் நீரோடை- 5 ● 35 கொன்றழிக்கும் குறிப்புகள் ● 40 நவீன கவிதை செல்லும் திசை ● 45 ஸகி.........(1) ● 62 ஸகி- 2 ● 66 எத்தனை கவிதைகள் எத்தனை முகங்கள் ● 69 கனிமொழியின் கவிதைகள் ● 76 துளைத்தேழ் கடலைப் புகட்டி... ● 81 கண்ணதாசன் விருது உரை ● 90 காண் என்றது இயற்கை- எஸ்.ராமகிருஷ்ணன் நூலை முன் வைத்து... ● 95 அகழ்வாரைத் தாங்கும் நிலம்...... ● 100 ஒரு கடிதம்.● 104 மாசிலா உண்மைக் காதலே மாறுமே.... ● 108 பத்து கேள்விகளும் பதில்களும் ● 112 சொந்த ரயில்காரி ● 118 என் கவிதைகளில் பெண்கள் ● 123 "உன்னைக் கடந்து செல்லும் காற்று கடிகாரம் பார்க்காது....." ● 131 மருது - மொழியை மீட்கும் ரஸவாதி ● 137 ஒரு வாசகனின் பொற்கணம் ● 141 அன்பென்னும் பெரு வெள்ளம்... ● 145 கவிதைகளின் பலிகடா ● 148 "நான் போகின்ற பாதையெல்லாம் உன் பூ முகம் கூடவரும்...." ● 154 திரு. தொண்டனின் தேர்தல் புராணம் ● 161 ஆமாம்: எப்போதும் ரசிகன் ஹேப்பி அண்ணாச்சி ● 169 ஏற்கெனவே சொல்லப்பட்ட வில்லிகள் ● 177 அப்பாவின் நிழல் ● 182

1

மறைந்து திரியும் நீரோடை....1

'பாண தீர்த்தம்' தாமிரபரணி அருவியாகக் கொட்டும் இடம். அதற்குமேல் என்ன இருக்கிறது என்று பார்க்கும் முயற்சியாக ஒரு சமயம் நண்பர்களுடன் பொதிகை மலையின் தோளில், நடந்து போய்க் கொண்டிருந்தோம். தாமிரபரணி அருவியாகக் கொட்டும் முன், ஓடி வரும் ஓடையின் கரையோரமாக நடந்து கொண்டிருந்தோம். காட்டு வழியில் அது காணாமல்ப் போயிற்று, சத்தம் மட்டும் கேட்கும்..... திடீரெனத் தட்டுப்படும்.... மறையும்...... ரொம்ப தூரம் போக முடியவில்லை கரிய, பெரிய வண்டுகள், ஙொய்யென்ற சத்தத்துடன் நெருக்க மாகப் பறந்து கொண்டிருந்தன. வழி தப்பிவிட்டதோ என்று சந்தேகம், ஏதோ ஒரு வித தயக்கத்துடன் திரும்பத் தொடங்கினோம். ஓடை தென்படுவதும் மறைவதுமாக மறுபடி விளையாட்டுக் காண்பித்தது... வழியெங்கும் அற்புதமான வழவழப்பான கற்கள் ஓடையிலும், அது ஓடிய பழைய பாதைகளிலும்.

தாகூரின் கவிவரிகள் நினைவுக்கு வந்தது. (No Hammer strokes, but the dancing water that sings the pebbles into perfection) "சில கனவுகளை அபிநயித்தபடி பாடி ஆடி வரும் நீரோடையால் மட்டுமே கூழாங்கற்களுக்கு அழகிய வடிவம் தரமுடிகிறது, சுத்தியல்களால் முடிவ தில்லை". அது எந்த இலக்கியமானால் என்ன, அற்புத மானவை, தேடுகிறவர்களுக்கு கிடைத்துக் கொண்டே

தான் இருக்கிறது. சங்க காலம் தொட்டு நவீன காலத்திலும், தமிழ்க் கவிதை மனம் எப்படி தொடர்ந்து பயணப்படுகிறது என்று பார்க்கும் ஆசைதான் இத்தொடர்.

எனக்குப் பிடித்தமான குறள் ஒன்று நினைவுக்கு வருகிறது.

கழாஅ(அ)க்கால் பள்ளியுள் வைத்தற்று சான்றோர்
குழாஅ(அ)த்துப் பேதை புகல்...

அழகாக, மாசு மருவின்றி படுக்கை விரித்து வைக்கப்பட்ட ஒரு பள்ளியறை, அதில் அழுக்குக் கால்களோடு புகுந்தவன் போல, இந்தப் பக்கங்களில் நான் நுழைவதாகவே எனக்குப் படுகிறது. இப்போது சொன்ன குறளை நான் கல்லூரிப் பாடத்திட்டம் எதிலும் கண்டு படிக்கவில்லை. திடீரென்று ஒரு ஆர்வம் ஏற்பட்டு கொஞ்சம் பாடல்களைப் படித்தேன். அப்போது தற்செயலாய் மனதைக் கவர்ந்தது. என் தமிழ் செவ்விலக்கிய அறிவு அவ்வளவு விரிவானது என்று சொல்வதற்கில்லை. நான் சங்கப் பாடல்களை மனம் போனவாறு படித்திருக்கிறேன். ஒட்டு மொத்தமாக ஒரு தமிழ் மாணவனைப் போல படித்திருக்கிறேன் என்று சொல்ல முடியாது. இந்தக் கட்டுரைத் தொடருக்கான தயாரிப்பு முயற்சி உண்மையிலேயே எனக்கு மிகப் பயனுள்ளதாக இருந்தது என்று சொல்லவேண்டும்.

தமிழ்க் கவிதையின் ஆதிநாட்களில், சங்கப் பலகை நாட்களில் என்று சொல்லலாம், ஒரு சாராருக்கு கவிதையின் தரத்தை நிர்ணயம் செய்ய, யாப்பமைதி நிறைந்த அதன் செய்யுள் தன்மையே போது மானதாக இருந்திருக்கலாம். இது ஒரு அனுமானம்தான். முற்றான துணிபில்லை. யாப்பமைதி கொண்ட பல பாடல்கள், உதாரண மாக அகப்பாடல்களும் உள்ளிட்ட நாலடியார் போன்ற நீதி நூல்கள், நீதிநூல் என்ற அளவிலேயே கொண்டாடப்பட்டு வந்திருக் கிறதை நாம் காணமுடியும். பல கால கட்டங்களிலும் இது நடந்து வந்திருக்கிறது. பாரதி காலத்தில் கூட 'நெஞ்சையள்ளும் சிலப்பதி காரம்' என்றது போல் நீதி நூல்களைக் கொண்டாடவில்லை. அவர் வள்ளுவனைக் கொண்டாடியிருக்கிறார், மறுக்கவில்லை. ஆனால் குறளில் கவித்துவம் இல்லை என்று ஒரு கட்சி இருந்து கொண்டேதான் இருக்கிறது. நான் அந்தக் கட்சி இல்லை.

மிகச் சிறந்த நவீன கவியான பிரமிள் தர்மு சிவராம், "கவிதையை மரபு என்ற பெயர் மூலம் வரம்பு கட்டி" தமிழைக் காக்க முயற்சிப்பவர்கள், வெறும் 'யாப்பியல்' என்ற மரபை மட்டும் அர்த்தப்படுத்துவதாகத் தோன்றவில்லை. தமிழின் பொருளியல்

மரபுகளையும் உள்ளர்த்தப் படுத்திக் கொள்கிறார்கள். இன்னின்ன விஷயங்களைப் பற்றி மட்டுமே இலக்கியம் அமையலாம் என்ற வரையறையாக 'தமிழ்க் காவலர்கள்' இதைப்புரிந்து வைத்திருக் கிறார்கள் என்று தோன்றுகிறது, இருந்தும் யாப்பியலைப் போலவே பொருளியலும் அவ்வக்காலத்தின் விசேஷத் தன்மைகளுக்கு ஏற்ப வளையக் கூடியதுதான்", என்று கூறுவார்.

இதற்கேற்பவும் "அன்றன்று புதுமையடி குன்றனைய தமிழ்ச் சுவை" என்ற பாரதிதாசனின் வார்த்தைக்கேற்பவும், விடாப்பிடி யாக தமிழ்க் கவியுலகம் வடிவத்தைவிட பொருள் அமைதியைக் கொண்டாடி வருவதைக் காணலாம். நவீன கவிதையின் தோற்றமும் வளர்ச்சியும் இதன் அடிப்படையிலேயே அமைந்திருப்பதை இந்த அரை நுற்றாண்டு நிரூபித்து ஏற்றுக் கொண்டுள்ளது.

படைப்பியக்கத்தின் பரிணாமத்தைப் பார்த்தோமானால், ஒரு குறிப்பிட்ட காலத்தில் அதற்கு முந்திய காலக் கவிதைகளை யொட்டி, சமூக நிகழ்வுகளால் பாதிப்புறும், அறிவார்ந்த தளத்தில் நடப்பது என்ன? முதலில் வாசிப்பு. அடுத்து, வாசிப்பு ஏற்படுத்தும் முரண்பாடு (பொதுப்புத்தி சார்ந்து இயங்குபவர்களிடம் முரண்பாடு ஏற்படாமலும் போகலாம்). அடுத்து, முரண்பாடு உண்டாக்குகிற மாறுதலான கருதுகோள்கள். அதனால் புனையப் படுகிற மேம்பட்ட கவிதைகள். இந்த முரண்படும் படைப்பு மனோ பாவம், அதுகாறும் கட்டி அமைக்கப்பட்டுள்ளதாகச் சொல்லப் படும் 'மரபினை' எதிர்த்தே சுகுமாரன் சொல்வதுபோல் விலகியே, செயல்படும். ஆனால் அதுவே ஒரு பழைய மரபின் ரேகைகளுடன் புதிய மரபாவதும் நேரிடும். ஜெயமோகன் ஒரு நற்றிணைப் பாடலைக் குறிப்பிட்டு (பிரசம் கலந்த வெண்சுவைத் தீம்பால்.... நற்றிணை 110.) அது எப்படி இன்றைய என் கவிதைக்கு அருகான வடிவத்திற்கு வருகிறது என்று என் தொகுப்பொன்றின் முன்னுரையில் விளக்கி யுள்ளார்.

தொல்காப்பியத்தின் திணைக் கோட்பாடும் அதன் அழுத்த மான முக்கியத்துவமும் நமக்கு உணர்த்துவது நிலம் மற்றும் இயற்கை பற்றிய பழந்தமிழரின் பிரமிப்பும், ஈடுபாடும்தான் என்று தோன்றுகிறது. இயற்கையை உணர்தல் என்ற உன்னதமான மனித ஆர்வம், அரசியலுடன் வளர்ந்து வளர்ந்து, இயற்கையை உடைத்தல் என்கிற (Exploring Nature) விஞ்ஞானப் புரட்சியில் முடிகிறது. நம் வாழ்வியல் ஆதாரமான ஐம்பெரும் பூதங்களில் ஏற்படுத்தி வரும் எதிர்மறை விளைவுகளை, இன்னல்களைப் பார்க்கும் போது, பழந்தமிழ் வாழ்வு இயற்கையைக் கொண்டாடி இருப்பதைக் கண்டு

பொறாமை கொள்ள வேண்டியதிருக்கிறது. அதனாலேயே, அதன் நீட்சியாகவே, ஆனால் முற்றும் எதிர்மறை விளைவுகளால் உண்டாகும் சுற்றுச்சூழல் குறித்த உரத்த சிந்தனைகள் ஊடாடும் நவீன கவிதைகள் உண்டாகியிருக்கின்றன என்று தோன்றுகிறது.

சங்க காலங்களில் நிலவி வந்த சமுதாய அமைப்பில் சாதி மையமாய் இல்லை என்பதை உணரமுடிகிறது. தொன்மைமிக்க ஒரு இனக்குழு நன்கு வளர்ந்திருந்த ஒரு தலைவனின் கீழ் இயங்கி யதைக் காணமுடிகிறது.

உண்டாயிற் பதங்கொடுத்து
இல்லாயின் உடனுண்ணும்
இல்லோர் ஒக்கற்றலைவன் (புறம்95)

என்ற பாடல் வரிகள் இதனை விளக்கக் கூடும்.

(வடபுலத்திலும் இதுபோன்று மானுடம் வளர்ந்து வரும் காலத்தில் இனக்குழுவின் தலைவனாக இருந்தவனையே 'இந்திரன்' என, பிந்தைய சனாதன சக்திகள் ஆக்கிவைப்பதாக ராகுல்ஜி கூறுவதாக நினைக்கிறேன்).

இந்நிலை கடந்து தனியுடைமைச் சமுதாயம் தோன்றி அரசன், கருவூலம், வரி விதிப்பு என்றெல்லாம் சமுதாய நிலை மாறி, வறியவன் X பணக்காரன் என்கிற நிலை ஏற்படுகிறபோது உழைப் பவன், கடனாளியாகிற நிலை உண்டாகிறது. கடன் தந்தவர்கள் அறுவடையான தானியத்தைப் பிடுங்கிப்போகிற காட்சியை

எருதுகால் உறாஅது இளைஞர் கொன்ற
சில்விளை வரகின் புல்லென் குப்பை
தொடுத்த கடவர்க்குக் கொடுத்த மிச்சில்... (புறம்327)

என்று வரைகிறார்கள்.

பெரும்பாலும் சமூகக் காட்சிகளை கவி ஆக்கிக் காட்டுவதின் மூலம் அநீதி அமைதியாக வெளிப்படுத்தப்பட்டுள்ளது எனலாம்.

என்னுடைய பல கவிதைகள் 'சமூகக் காட்சிகளால்' அடுக்கப் பட்டவையே.

தூசிக்குப் பயந்து
வாயும் கண்ணும்
மூடிக் கிடக்கிற,
களத்து மேட்டுத் தொட்டில்
பிள்ளைகளின் கனவெல்லாம்
வண்ணாத்திப் பூச்சி

என்கிற எளிய கவிதை ஒரு உதாரணம்.

ஒரு கியூபா கவிதை நினைவுக்கு வருகிறது. நான் பல முறை சொன்ன கவிதை. என்னை மிகவும் பாதித்த கவிதை.

போர் முடிந்து
எல்லா விமானங்களும் இருப்பிடம் திரும்பி விட்டன
எல்லா வீரர்களும் வீடு
திரும்பவில்லை
திரும்பின எல்லோருக்கும் வீடுகள் இல்லை
திரும்பினவர்களின் வீடுகளில் எல்லாமும் இருக்கவில்லை.

புறநானூற்றை இப்போது படித்துக் கொண்டிருந்தபோது ஒரு பாடல் கண்ணில் பட்டது. (புறம் - 273).

'குதிரை வரவில்லையே, குதிரை வரவில்லையே! எல்லாக் குதிரைகளும் வந்தன, எனக்கு ஒரு மகனைத் தந்த கணவன் ஏறி யூர்ந்து வரும் குதிரை வரக் காணோமே.. என்று அங்கலாய்க்கிற ஒரு பெண்ணின் ஏக்கத்தைச் சொல்கிற

மாவா ராதே மாவா ராதே
எல்லார் மாவும் வந்தன எம் இல்
புல்லுளைக் குடுமிப் புதல்வற் றந்த
செல்வன் ஊரும் மாவா ராதே....

என்ற பாடல் கண்ணில் பட்டது. ஒரு கணம் ஆச்சரியப்பட்டுப் போனேன், நம் மரபிலும் நவீனத்திலும் என்னதான் இல்லை., என்று.

ஆய் அண்டிரன் பற்றிய பாடல்

இம்மைச் செய்தது மறுமைக்காமெனும்
அறவிலை வணிகன் ஆய் அலன் பிறரும்
சான்றோர் சென்ற நெறியென
ஆங்குப் பட்டன்று அவன்கை வண்மையே   (புறம் 134)

இதில் "அறவிலை வணிகன்" என்கிற சொல்லாக்கம் என்னை என் கல்லூரிக் காலங்களிலேயே கவர்ந்தது.

என்னுடைய எட்டயபுரம் குறுங்காவியத்தில், ஒரு கவிதைக் காட்சியில், அதன் நாயகன் சி.சுப்பிரமனியனும் புதிய கோணங்கியும், மக்கள், காவியப் பாத்திரங்கள், நாட்டின் நடப்பு என்று ஒவ்வொன்றைப் பற்றியும் விமர்சித்துப் பேசுகிறார்கள்.

தர்ப்பைப் புல்
பறிக்கப் போன லோகிதாசன் பற்றி

(பாம்பைப் பற்றிய பயங்கள் சேர்த்து)

பாஞ்சாலியின், சீதையின் ஸ்வயம் வரம் பற்றி

பார்ட்டி..
புஃபே என்று பெரும்பாலும் கழித்து
மீதிக்கூட்டங்களில்
ஏதாவதொன்றில்
யாருக்காவது
பரிசில் அளித்து
படம் பிடித்துக் கொள்ளும்
சுய பாதுகாவலர்கள் (அறவிலை வணிகர்) பற்றி
அரேபியாவுக்கு
கப்பலேறும்

சிதம்பரங்கள் பற்றி..

இதில் அறவிலை வணிகர் என்ற சொல்லாட்சி புறநானூறி லிருந்து அப்படியே பயன் படுத்தப்பட்டது.

“மகத்தான கவிதையில் ஒரு போதும் ‘இடம்’ / நிலம் இல்லா மலிருப்பதில்லை” என்பார் ஜெயமோகன். நான் நினைக்கிறேன், அதனையே நம் திணை இலக்கியம் வலுவாகக் குறிப்பிடுகிறது.

என்னுடைய ஒரு கவிதை

அக்காக் குருவியின்
சோகங்களைக் கரைக்கிற
முதல் மழை நாளின்
பிற்பகலில்
புரள ஒரு காய்ந்த புழுதி தேடி
இரண்டு கழுதைகள்
தெருவை வலம் வரும்...

என்ற வரிகள் வரும். இதைப் படித்த பலரும், இந்த வரிகளை வாசிக்கிறபோது, ஒரு மண் மணத்தை நுகர்ந்ததாகச் சொல்லி யிருக்கிறர்கள்.

சங்கப் பாடல்களின் நுணுக்கமான பார்வையைப் பற்றிப் பேசிக்கொண்டே போகலாம்.

ஐங்குறுநூறு தொகுதியில் பேயனார் பாடல் ஒன்று (பாடல்404)

வாள்நுதல் அரிவை மகன் முலையூட்டத்
தானவள் சிறுபுறம் கவையினன் நன்று
நறும் பூந்தண்புற வணிந்த
குறும்பல் பொறைய நாடு கிழவோனே!

ஒரு அழகான தாம்பத்யக் காட்சி. தலைவி குழந்தைக்குப் பாலூட்டுகிறாள். தலைவனோ பின்புறம் படுத்தவாறு அவளது அழகிய முதுகை ஆசையுடனும் அன்புடனும் தழுவிக் கொண்டிருக்கிறான்.

இதேபோல் என்னுடைய 'மற்றாங்கே' என்று தலைப்பிட்ட கவிதைக் காட்சி. காட்சி நுணுக்கத்தையும், களிபெரும் கண்ணோட்டத்தையும் கடன் வாங்கிக்கொண்டு, ஆனால் முற்றிலும் முரண்பாடான இன்றைய சமூக அவலத்தைக் கோடி காட்டுகிற காட்சி

மற்றாங்கே

மழைஉக்கிரமாய்த்
தகரத்தில் பெய்யும்
குச்சுவீட்டு ஞாயிற்றுத்தாம்பத்யம் நெருக்கம் காண
தூங்கின குழந்தை எழுந்து
விரைத்த குறியோடு
அரையிருளில் அழும்.
ஜன்னலைத் திறக்க அப்பன் அனுமதியான்
அம்மை புணர்ச்சி மறந்து
பிள்ளையை முலைக்காய்
கூப்பிட்டுச் சுரப்பாள்
பௌருஷம் முனகலுடன்
குப்புறப் படுக்கும்
வெளியே ஜனங்களுக்கான மழை
தகரத்தில், உக்கிரமாய்.

இங்கே மழையை நாம் தொடர்ந்து வரும் கவி மரபாகவும் கொள்ளலாம்.

அகப்பாடல்களிலும், குறிப்பாக பத்துப் பாட்டின் பொருநராற்றுப்படை போன்றவற்றிலும் வருகிற, அடுக்கிக் கொண்டே போகும் காட்சிப் படிமங்களும்,...

உண்டு என உணரா உயவும், நடுவின்
வண்டு இருப்பன்ன பல்காழ் அல்குல்...

போன்ற வெளிப்படையான வருணைகளும், எனக்கு ஒரு கவியுரிமையைத் தந்ததென்றால் (poetic license) மிகையில்லை.

அகநானூறு 128 வது பாடல், கபிலர் பாடியது, அதில் ஒரு அற்புதமான வரி,

கான நாடன் வரூஉம் யானைக்
கயிற்றுப் புறத்தன்ன கல்மிசைச் சிறு நெறி...

யானையின் முதுகில் கிடக்கும் கயிறுபோல கிடக்கிறது மலைப் பாதை. ஒரு நொடியில் என்ன அற்புதமான படப்பிடிப்பு. புதுமைப் பித்தனின் கதையொன்றில் வரும். மாட்டின் முதுகில் கயிற்றைப் போட்டுவிட்டு, அது மெதுவாக நடந்து கொண்டிருக்க வண்டிக் காரன் அரைத் தூக்கத்தில் வண்டியில் அமர்ந்து வருவதாக. காலகாலமாக வழி வழியாக இந்தக் காட்சிப்படுத்தல் தமிழில் வந்துகொண்டே இருக்கிறது. அது ரத்தத்திலேயே ஊறிவிட்டதோ என்னவோ.

நாலடியாரில் இரண்டு வரிகள்,

வேல் கண்ணள் என்றிவளை வெஃகன்மின் - மற்றிவளும்
கோல் கண்ணள் ஆகும் குனிந்து.

என்று முடிகிறது.

இதில் 'கோல் கண்ணள்' என்கிற சொல்லாக்கம் மூலம், கண்ணை கோலுக்கு கொண்டு வந்துவிடுகிற திறன், ஒரு அற்புதம்

தெருவில் முத்துச் செதுக்கி
விளையாடுகிற குழந்தைகள் கண்டு
மூளையிருக்கிற கரண்டைக் கால் பயப்படும்

என்று என் கவிதையில் நான், வாலிபனாகிவிட்ட நான், என் குழந்தைமையை மறந்து, அந்தக் குதூகலத்தை மறந்து, மூளையைக் காலுக்கு கொண்டுவந்து பயப்படுவதாக எழுதியிருக்கிறேன்.

நான் எழுதியது தற்செயலான மொழித்தரிசனத்தின் வெளிப்பாடு. ஆனாலும் அது பூட்டன் பாட்டன் காலத்திலிருந்தே வருகிறதை மகிழ்வுடன் ஏற்றுக் கொள்ளவேண்டும்..

2
மறைந்து திரியும் நீரோடை - 2

முற்றத்தில் கழுவப்போட்ட பாத்திரங்களோடு பாத்திர மாக, ஆனால் எச்சில் பாத்திரங்களிலிருந்து சற்றே தள்ளிக்கிடக்கிறது. பாதம் வேறாக, தண்டு வேறாக, எண்ணையூற்றும் அகல்ப்பகுதி வேறாக தனித்தனியே கிடக்கிறது.

அதை மட்டும் தனியே தேய்த்து, துடைத்து அப்புறம் திருநீறு போட்டு பளபளப்பாக்கி பாதத்தில் தண்டுப் பகுதியை இணைத்து, எண்ணையூற்றித் திரியிடும் அகல்ப் பகுதியை அதற்கு மேலாகப் பூட்டி, திலகம் போல் மேல்ப் பகுதியை இணைத்து, கூடத்தில் பீடத்தில் ஏற்றி வைத்து, எப்போதும் 'மேல்நோக்கி எரியும்' தீ கிழித்து ஏற்றினாள். குத்துவிளக்கு அழகாய் ஒளிர்ந்தது. கூடம் நிறைந்தது. மனம் இலகுவாயிற்று, புலன்களில் ஒரு நெகிழ்வு.

கவிதையும் இப்படித்தான் என்று தோன்றுகிறது. அற்புதமான சில வளை கோடுகளின் முப்பரிமாணமே விளக்கு. அதில் தீபமெறி கிறபோதுதான் ஒரு புது அழகியலை மனம் கற்பித்துக்கொள்கிறது. ஒரு சவரப் பிளேடின் வழமையான உட்புறத்தில் கூட இந்த வளை கோடுகளைக் காணமுடியும், குழந்தைகள் கூட அதன் உட்புறமாக கோடு வரைந்து, அதிலிருந்து விளக்குப்போல சித்திரம் வரையும். ஆனால் இரண்டும் வேறு வேறு. சுடரைப் பார்க்கிற மனம், கரைந்து மூன்று

காலங்களினூடாக ஒரு பயணம் மேற்கொள்கிறது. இதயமும் மூளையும் ஒரு கவிதையை வரவேற்கத் தயாராகிறது. சாதாரணமாக சொல்லுவார்கள், "பொண்ணு குத்துவிளக்கு மாதிரி, லட்சணமா இருக்கா" என்று. இது ஒரு கவிதை மனதின் வெளிப்பாடு. ஆனால் சாதாரணனும் உபயோகிக்கிற சொற்கூட்டம். அழகியலைப் பொறுத்து சாதாரணன் அசாதாரணன் என்றெல்லாம் பேதமில்லை. கவிதையைப் பொறுத்து ஒரே சமூக நீதிதான். கவி வரிகள் எங்கிருந்தும் வரும். கவிதை என்றில்லை பல நாடோடிக்கதைகள் கூட அற்புதமான கவியனுபவம் தரக்கூடியவை.

கிராமப் புறத்தில் ஒரு கதை சொல்லுவார்கள். ஒரு பெரிய தனவந்தன், வர்த்தகன், 'போதும் போதுமென்ற' அளவுக்கு செல்வம். மேலும் மேலும் வந்து குவிந்துகொண்டே இருக்கிறது அள்ளியள்ளிக் கொடுத்தும் குறையக்காணும். ஒரு (நல்ல) சாமியாரைச் சந்திக்கிறான். இது ஏன் இப்படி எனக்கு செல்வம் குவிகிறது. பலர் வறுமையில் வாடுகிறார்களே என்று வினவுகிறான். அவர் சொல்லுகிறார். "அப்பா, உனது மனைவி தினமும் மாலை யில் முற்றம் தெளித்துக் கோலமிட்டு, திருவிளக்கேற்றி வழிபாடு செய்கிறதால்த்தான் உனக்கு செல்வம் குவிகிறது" என்கிறார். வீட்டுக்கு வந்த உடன், மனைவியிடம் "நீ இனிமேல் இந்த பூஜை புனஸ்காரமெல்லாம் செய்யவேண்டாம்", என்று கண்டிப்பாகக் கூறிவிடுகிறான். விளக்கையும் எடுத்து ஒளித்து வைத்து விடுகிறான். ஒரு மாதம்போல் ஆகிறது. செல்வம் குறைந்த பாடில்லை, தொடர்ந்து பணம் கொட்டிக்கொண்டே இருக்கிறது. மறுபடி சாமி யாரிடம் போகிறான். "நான் அவளது எல்லா வழிபாடுகளையும் தடுத்துவிட்டேன், ஆனாலும் செல்வம் குறையவில்லையே," என்று கூறுகிறான். அவரோ சிரித்தபடி, "இல்லையில்லை நீ அவளை நன்றாகக் கவனித்து வா, அவள் தன் செயல்பாட்டை மாற்ற வில்லை", என்கிறார். அவனும் அவளை ரகசியமாகக் கண் காணிக்கிறான்.

சாயுங்காலம் வந்ததும், அவள் முற்றத்தில் புடவை புரள நாலைந்து தடவை நடந்து, ஒரு சின்னஞ்சிறிய கிண்ணத்தில் நீரெடுத்து, நாலைந்து அருகம்புல்லை நீரில் முக்கி, லேசாகத் தெளித்து, நகக்கண்ணில் கொஞ்சம்போல் அரிசி மாவெடுத்து, அதை லேசாக ஒரு பொட்டுப்போல் வைத்து, கூடத்தில் ஒரு சிறிய கிளியாஞ்சட்டியில் (மண்ணாலான அகல் விளக்கு) தீபமேற்றி, ஒரு நொடி கண்மூடி வணங்கி, அதை ஒரு கூடையால் மூடிவைத்து விடுகிறாள். எல்லாமே யாருக்கும் சந்தேகம் வராதபடி கணத்தில்

நடந்து விடுகிறது. கணவனுக்கு இப்போதுதான் இது “ஊருணி நீர்” என்கிற உண்மை விளங்குகிறது.

நெருப்பும்,சுடரும், வெளிச்சமும் மனித குலத்திற்கு இயற்கையின் மிகப்பெரிய கொடை. நெருப்புக்காக மனிதனின் தேடல்கள் அளவற்றவை. கிரேக்கப் புராணத்தில், ‘பிரமோதீயஸ்’ நெருப்பை வானுலகிலிருந்து மண்ணுலகிற்கு கொண்டுவந்து தந்ததற்காக ‘ஜீயஸ்’ஸால் தண்டிக்கப் பட்டான். மலையில், காட்டில் மூங்கில் மரங்கள், உரசிக் கொள்வதால் ஏற்படுகிற காட்டுத் தீ காட்டையே அழித்துவிடும். இப்போழுதெல்லாம் மனிதனின் ஒரு தீக்குச்சியே போதும்.

முத்தொள்ளாயிரத்தில் ஒரு பாடல்

குடத்து விளக்கே போல்
கொம்பன்னார் காமம்
புறப்படா பூந்தார் வழுதிபுறப்படின்
ஆபுகு மாலையணி மலையில் தீயே போல்
நாடறி கெளவை தரும்

இந்தப்பாடலில், பகலில் வெளித் தெரியவே தெரியாத மலைத் தீ இரவின் இருளில் கொழுந்துவிட்டு எரியும் தீயாக, ஊர் முழுமையும் பார்க்கும் வண்ணம் தெரிவதை, குடத்து விளக்குபோல் இருக்கும் பெண்ணின் உள்ளக்கிடக்கை எப்படி ஊர் பூராவுக்கும் தெரிகிறது என்று ஒரு காட்சிப் படிமம் மூலம் விளக்குகிறது.

பகலில் கண்ணுக்கு புலப்படாமல், அந்தி சாயத் தொடங்கியதும் தென்படத் துவங்குகிற மலைத்தீ, நவீன கவிதை மொழியில், பெண் கவிதைமொழியில், வேறு வகையாகப் படிமம் கொள்கிறது. படிமம் என்பது கூட சற்றுப் பழைய பிரயோகம். குட்டி ரேவதியின் அற்புதமான கவிதையில்

பூனையைப் போல் அலையும் வெளிச்சம்

கதவுகளை ஓசைப்படாது திறந்து
மழை பெய்கிறதாவென
கைநீட்டிப் பார்க்கிறது வெளிச்சம்
தயங்கியபடி
பின் இல்லையென்றதும்
மரவெளியெங்கும் நிழற்கடை விரித்து
கூடார முகப்பில் ஏறி அமர்கிறது
வேடிக்கை பார்க்க
பூமியெங்கும் பூனை உடலின் நிற அழகுகள்

தனது நிழலே தன்னை
தின்னத் துவங்கியதும்
சரசரவென மரமிறங்கிப் பாய்கிறது
மாடத்துச் சுடருக்கு
மதில்ச் சுவபிரென விடைத்து நிற்கும்
இரவு முதுகின் மீதமர்ந்து
கூடலின் பேரொளியை சுவீகரிக்கும்
நிலவின் அகன்ற விழியால்.

இந்த இரண்டு கவிதைக்கும் நேரடியான தொடர்பு என்று ஒன்று மில்லை போல் தோன்றலாம். மாறாக ஒரு பெரிய முரண் இருக்கிறது. அந்த முரண்பாடுதான் இரண்டு விதமான வாழ்வை, இரண்டு கவிதையையும் இணைக்கிறது. அரச உலாக் காட்சியும் பெண்மை யும் என்ற (ஒரு வகை துதிபாட்டுக்) கோணத்திலிருந்து மாறுபட்டு குடிசை வீட்டின் கூடலை, கூடலின் பேரொளியை, பறவைப் பார்வை என்ற கோணத்தில், ஆசையுடன் சுவீகரிக்கிறது, நிலவின் அகன்ற விழியால், 'பூனையைப் போல் அலையும் வெளிச்சம்'.

இன்றைய தமிழ்க் கவிதையின் மொழி அலாதியானது. சமூக நிகழ்வுகளுக்கேற்ப, அது கொண்டிருக்கும் எளிய பிரயோகத்துடன், மிகப்பெரிய சிக்கலை; அது திணிக்கப்படும் கெட்டிக்காரத் தனத்துக்கு நிகரான தன்மையுள்ள மொழியில் சொல்லிச் செல்கிறது.

ஒரு வகையில் கவிஞர், தம்பி பிரான்சிஸ் கிருபா சொல்வது போல்

மனதில் முளைத்த சிறகின் வன்மைக்கு
கனவின் திசைகள் போதவில்லை

ஆம், மாறுதலை மனதிற்கொள்ள அத்தனை முயற்சியையும் மேற்கொள்கிறது இன்றைய கவி மொழி.

3
மறைந்து திரியும் நீரோடை-3

கவிதைக்கான வரையறை என்ன. கவிதையை அப்படி வரையறுத்துவிட முடியுமா. அண்மையில் பெரியவர், பேராசிரியர் ம.ரா.போ குருசாமி, சிற்பி இலக்கிய விருது வழங்கும் இலக்கிய நிகழ்ச்சியில், "சான்றோர் வணக்கம்" ஏற்புரையின் போது குறிப்பிட்டார்." 'Poetry is fine Exageration' என்பார்கள், ஆனால் கவிதை அதையும் தாண்டியது" என்று. உண்மைதானே, தமிழின் நவீன கவிதையின் மிக முக்கியமான ஆளுமையான பிரமிள், கவிதை பற்றி ஒரு கவிதை எழுதியுள்ளார்.

பல்லி

கவிதை
இறக்கத் துடிக்கும் வாலா
உயிருடன்
மீண்ட உடலா?

ரொம்ப அற்புதமான கவிதை. பொதுவாக பல்லி தன்னைப் பிடிக்க வரும் 'வலிய உசுப்பிராணி'யிடமிருந்து தப்பிக்க வாலை தானே கழற்றிவிட்டு விடும். (பின்பு அது தானே வளர்ந்துவிடும் என்பதால், இதனால்தான் நம் ஜனங்கள், முடிகாணிக்கை செலுத்துகிறோமோ). வால் துடித்துக் கொண்டிருக்கும். அதைப் பிடிக்க அந்த 'உயிர்ப் பிராணி' விரையும்போது, பல்லி தப்பிவிடும். வால் சிறிது

நேரத்தில் துடித்து ஓய்ந்துவிடும். ஆனால் உடல், துடிப்பே இன்றி அசையாமல், உயிருடன் 'இருக்கும்'. இந்த இயற்கை வினோதம், ஒரு வகையான முரண், கவிஞனின் பார்வையில் 'அப்படியே' படுகிறது. அவனும் அப்படியே பதிவு செய்கிறான். ஆனால் அவன், கவிதை என்ற ஒரு சொல்லை ஒட்டுகிறான், பல்லி என்று தலைப்பும் இடுகிறான். அற்புதமான கவிதை வந்துவிடுகிறது. இதில் மிகைப்படுத்தல் என்பது கொஞ்சம்கூட கிடையாது. தான் பார்த்த ஒரு காட்சி, ஒரு இயற்கை முரண், தன்னில் கிளர்த்தியதை எவ்வித அலங்காரமுமின்றி பகிர்ந்து கொள்கிறான். எந்த இயங்கியல் நிகழ்வுக்கும் இன்னொரு பக்கம் உண்டு என்கிற 'நியதி'யினால் உந்தப்பட்டு, இந்த நிகழ்வை கவிதையுடன் ஒப்பிடலாமோ என்று நம் மூளைக்கும் சற்று வேலை தருகிறான்.

என் நண்பர்களிடம் நான் அடிக்கடி ஒன்றைப் பகிர்ந்து கொள்வேன். வள்ளுவர் ஒரு தடாகத்தின் ஓரமாய் அமர்ந்து வேடிக்கை பார்க்கிறார். அழகான தாமரை மலர், குவளை, என்று நீர்த்தாவரங்கள் தென்படுகின்றன. ரசிக்கிறார். அது அவர் வழக்க மாக வரும் இடம்போல. திடீரென்று ஒரு விஷயம் கண்ணில் படுகிறது. நீர் மட்டம் நேற்றைவிட குறைந்திருக்கிறது (அல்லது கூடி இருக்கிறது). தாவரம் நீர் மட்டத்திலேயே மிதக்கிறது. உயரம் கூடவில்லை, (அமிழ்ந்தும் போகவில்லை). அந்த இயற்கை அவருக்கு எதையோ உணர்த்துகிறது. 'வெள்ளத்தனைய மலர் நீட்டம்' என்றொரு வார்த்தைக் கூட்டம் தோன்றுகிறது. இது நாணயத்தின் ஒரு பக்கமாகத் தோன்றுகிறது. யோசித்துப் பழகிய மனம், 'உள்ளத்தில் பல மறு பக்கங்களை எழுப்புகிறது.' மனம் போல் வாழ்வு' என்கிற உண்மை நினைவுக்கு வந்ததோ என்னவோ மாந்தர் தம் உள்ளத்தனைய உயர்வு' என்ற சீர்கள் சீராகத் தோன்றி இணைகின்றன. ஒரு அற்புதமான கவிதை உருவாகிறது. இது குறைந்த பட்சம் இரண்டு நாளில் எழுதப்பட்டதாக இருக்கவேண்டும். இதை ஒரே நாளில் எழுதியிருக்கமுடியாது.

ஒரு பொறி கவிஞனின் மனதில் தோன்றும், அது அணைந்து விடாமல், ஊதி ஊதி அவன் பாதுகாப்பான், அதன் மேல் ஒன்றிரண்டு 'காய்ந்த வார்த்தைக் கூளங்களை'ப் போட்டதும் அந்த அக்கினிக் குஞ்சு திடீரெனப் பற்றிக்கொள்ளும். இது உடனேயேயும் நிகழும். நாட்கணக்கிலும் காத்திருக்கவேண்டும். நம்மைச் சுற்றி இயற்கையிலும் செயற்கையிலும் எவ்வளவோ நிகழ்ந்து கொண்டே இருக்கிறது. அவையெல்லாம் ஒரு நீண்ட சங்கிலியின் அடுத்தடுத்த

கண்ணிகள். அந்த மாயச் சங்கிலியின் தோற்றமும் முடிவும், யாருக்கும் தெரியாது.

ஐங்குறு நூறில் ஒரு பாடல், 'ஓரம்போகியார்' எழுதியது.

தீம்பெரும் பொய்கை ஆமை இளம்பார்ப்புத்
தாய் முகம் நோக்கி வளர்ந்தி சினா அங்கு
அதுவே ஐய நின் மார்பே
அறிந்தனை ஒழுகுமதி அறனுமாரதுவே

இதில் பரத்தை பாற் சென்றுவிட்ட தலைவனது மார்பை நினைத்தே வாழுகின்ற தலைவி பற்றித் தோழி கூற்றாக வருகிறது. அதற்காக கவிஞர் எடுத்தாண்டுள்ள உவமைதான் அற்புதம். ஆமை கரையில் முட்டையிட்டு அவை குஞ்சானதும், தண்ணீருக்கு வருகின்றன. ஆனால் அவற்றை தாய் வளர்ப்பதில்லை. குஞ்சுகள் தாய் முகம் பார்த்தே, பார்வைப் 'பாலருந்தியே', தானே வளர்ந்து கொள்கின்றன. (ஆமைகள் பாலூட்டுவதில்லை என்பது வேறு விஷயம்). இந்த அற்புதமான அவதானிப்புத்தான் அதிசயம். அன்று, 'டிஸ்கவரி சேனல்' எதுவும் கிடையாது என்பதையும் சேர்த்துப் பார்க்கவேண்டும். இதைக் கூறும்போது, நற்றிணைப் பாடல் ஒன்றில் பரணர் பாடிய வரிகள் நினைவுக்கு வருகிறது.

...... வள் உகிர் மாரிக் கொக்கின் கூரல் அன்ன...

இதில் 'மாரிக் கொக்கு' என்கிற சொல்லாடல் முக்கியமாகப் படுகிறது. மாரிக்காலத்தில் மட்டும் வருகிற கொக்கின் மூக்கு போன்ற ஆம்பல் மலர்கள் என்று குறிப்பிட்டுள்ளார். அவை எப்போதோ வருகிற வெளிநாட்டுப் பறவைகளாகத்தான் இருக்கவேண்டும் என்று தோன்றுகிறது. இதெல்லாம்தான், இயற்கையோடியைந்த தமிழ் வாழ்வின் முக்கியமான ஆவணங்கள்.

கூத்தாட்டு அவைக் குழாத்தற்றே பெருஞ்செல்வம்
போக்கும் அதுவிளிந் தற்று

இந்தக் குறளை எண்ணி வியக்காத நாளே கிடையாது. ஒரு சினிமாத் தியேட்டரில், சீக்கிரமே போய் அமர்ந்து விடுகிற ஒவ்வொரு நேரமும் இது நினைவுக்கு வரும். நாம் மட்டும் போய் அமர்ந் திருப்போம், ஒவ்வொருவராக உள்ளே வருவார்கள். படம் திரை யிடும் நேரத்திற்கு, அரங்கம் நிறைந்திருக்கும். சினிமாமுடியும் போதோ கூட்டம் மொத்தமாக வெளியேறிவிடும். அதுவும், அந்தக் காலத்தில் படம் முடிந்ததும் தேசிய கீதம் போடுவார்கள். அதைப் போடுவதற்குள், "ஆளை விடுங்கப்பா" என ஓடிவிட பலரும் எத்தனிப்பது வேடிக்கையாயும் வேதனையாயும் இருக்கும். நல்ல

வேளை அதை நிறுத்திவிட்டார்கள். தேசீய கீதம் முடிந்துபோகும் போது தியேட்டரில் மறுபடி ஒரு வெறுமை சூழ்ந்திருக்கும். இப்படி, 'இல்லாத ஒன்றில்' இருப்பதைக் காணுவது கவிஞனுக்கே சாத்தியம். தமிழச்சி தங்க பாண்டியனின் சமீபத்தியக்கவிதை ஒன்று,

இருண்டிருக்கும் அரங்கமொன்றில்
ஒத்திகை முடிந்து அமர்ந்திருக்கிறது
தனிமை
ஒப்பனையின் பூச்சற்ற அதன்
அகோரம் அழகு

இதை 'மேடை ஒத்திகை' (Stage rehearsal) பார்க்கும் அரங் கொன்றாகவே நான் பார்க்கிறேன். அப்படிப் பார்க்கையில் எனக்கு இதன் பரிமாணங்கள் அதிகரிக்கின்றன, (ஒப்பனையின் பூச்சற்ற' என்ற சொல்லாடல் அப்போது அதிக அர்த்தம் பெறுகிறது). ஒத்திகை முடிந்து கலைஞர்கள் வெளியேறிவிட்ட அரங்கில் 'தனிமை' தனியே அமர்ந்திருக்கிறது இருளில்.

ஒரு ஜப்பானிய ஹைகு நினைவுக்கு வருகிறது.

வாண வேடிக்கைகள் முடிந்து
பார்வையாளர்கள் கலைந்துவிட்டனர்....
ஆஹா, என்ன ஆழமான இருட்டு. -(ISSA)

வாண வேடிக்கையைவிட அதைத் தொடர்கிற தனிமையான ஆழமும், விசாலமுமான இருளைக் கொண்டாடுகிறார், "ஷிகி" என்கிற ஞானி. அவரே சொல்லுகிறார்,

வாணவேடிக்கைகள் முடிந்து
இதோ நான் தனியாய் இருக்கிறேன்...
அதோ ஒரு எரி நட்சத்திரம்...

'கால, தேச, வர்த்தமானம்' என்பார்களே, அதையெல்லம் கடந்தது கவிதை.

4
மறைந்து திரியும் நீரோடை-4

ஒரு முப்பது வருஷத்துக்கு முன்னால் கூட, 'திர்நவேலி'யிலிருந்து தென்காசிக்குப் போக 'பஸ்ச்சார்ஜ்', ரெண்டு ரூவா எழுபது பைசா தான். அதற்கும் முந்திய காலத்தில் அதைவிடக் குறைவு, 'ஒண்ணே கால் ரூவா'. அப்போது 'எக்ஸ்செர்வீஸ்மென்' பஸ் கம்பெனி என்று ஒன்று உண்டு. கூட்டுறவு நிர்வாகம்... மூன்றே பஸ்கள் தான் கம்பெனியில். அதில் ஒன்று தென்காசிக்குச் செல்லும். அது தென்காசியில் நின்று அரை மணி கழித்து, மறுபடி திருநெல்வேலி வரும். தென்காசிக்கு, தனியே அதில் ஏற்றி விட்டு விடுவார்கள். டிரைவர், பத்திரமாய் பஸ் ஸ்டாண்ட் அருகே இருக்கும் பெரியப்பா வீட்டுக்கு கொண்டு ஒப்பு வித்து விட்டுவிடுவார். நான் விடுமுறைக்குச் செல்லுவ தென்றால் தென்காசிதான் ஒரே போக்கிடம். அங்கே மாமா வீடுகள் இரண்டு, ஒரு பெரியப்பா வீடு. மூன்றுமே 'தாயாதிக்காரர்கள்' இல்லை. சற்றே தூரத்துச் சொந்தம். ஆனால் அன்பும் ஆதரவுமாய் சந்தோஷமாய்க் கழியும் விடுமுறை.

பெரியப்பா நல்ல தமிழறிஞர். மு.வ.வின் சிநேகிதர். நான் போகும் சமயம் அவர் (வீடு) அவ்வளவு 'செயலா(ய்)' இல்லை. அவரும் ரொம்ப அமைதியாய் இருப்பார். எப்போதும் ஒரு பழைய புத்தகத்தைப் படித்துக் கொண்டி ருப்பார். திருக்குறள் என்று நினைத்துக் கொள்வேன்.

போனதும் "வாப்பா தம்பி" என்பார், ஒரு மழிக்காத, வெள்ளைத் தாடிக்குள் மலர்ந்த முகத்தோடு. அப்புறம் அவர் புத்தகத்தோடு மட்டும் மௌனமாய்ப் பேசிக் கொண்டிருப்பார். கண்ணாடி அணியாமல் படிப்பார். ஊருக்கு கிளம்பும்போது, எவ்வளவு மறுத் தாலும், 'கால் ரூவா' நாணயத்தைத் தருவார். பெரியம்மை, "வாங்கிக் கடா, ஒரு 'எனவலு'க்கு வச்சுக்கோ, நல்லாச் சம்பாதிக்கணும் சரியா" என்பாள். பெரியப்பா ஒரு வார்த்தை மட்டும், "நல்லாப் படி", என்பார். ஊருக்கு வந்ததும், நாலணாவை அம்மாவிடம் தந்துவிடுவேன், அப்பாவுக்குத் தெரிந்தால் அடி விழுந்தால் கூட ஆச்சரியமில்லை. "பெரியம்மைதான் அதை அவுக (கி)ட்ட கொடுத் திருப்பா, பாவம், அவ, என்ன ஒரு 'எனவலுக்கு' வச்சிருந்திருந் தாளோ, அதைப்போய் வாங்கிட்டு வந்துருக்கியே," என்று அம்மா சத்தம் போடுவாள்.

'ஏழா, இது என்ன புதுசா இருக்கு, 'எனவல்'ன்னா என்ன அர்த்தம்ழா என்பேன். "அது..... ஒரு இதுக்கு வச்சிருக்கிறதுடா..." என்று சற்று திகைத்துவிட்டு, "ஒரு ஆத்திர அவசரத்துக்கு வச்சிருக் கறதுடா... சரி.... அடுக்களையில வந்து 'சீண்ட்ரம்' பண்ணாத, போ... அப்பாட்ட சொல்லீராத" என்று விரட்டிவிடுவாள்.

நெல்லையப்பர் கோயில் பெரிய தேர், தமிழ்நாட்டின் பெரிய தேர்களில் ஒன்று. அதன் பெரிய சக்கரங்களை ஒட்டி, தரையில் படாமல், நான்கு உள்ச் சக்கரங்கள் இருக்கும். "பாத்தீங்களா, தம்பி, எவ்வளவு யோசனையோட ஒரு 'இனவலுக்கு' வேணும்ன்னு... இப்படிச் சக்கரம் வச்சுருக்கங்க அந்தக் காலத்தில" என்று, தேருக்கு 'சருக்கு' போடும் மஞ்சள் வேட்டிக் கோனார், தேரின் அருகே நின்று கொண்டிருந்தபோது சொன்னார். அவர் மகன் என்னுடைய, எம்.ஜி.ஆர். ரசிகர் மன்றச் சேக்காளி. அவர் சொல்லியபோது, கல்லூரி யில் கேட்ட... அவ்வையாரின் புறநானூற்றுப் பாடல் நினைவு வந்தது (புறம் 102)

எருதே இளைய நுகமுண ராவே
சகடம் பண்டம் பெரிதும்பெய்தன்றே
அவலிழியினும் மிசை ஏறினும்
அவணது அறியுநர் யாரென உமணர்
கீழ்மரத்து யாத்த சேம அச்சு அன்ன
இசைவிளங்கு கவிகை நெடியோய் திங்கள்
நாள்நிறை மதியத்து அனையை இருள்
யாவண தோநின் நிழல்வாழ் வோர்க்கே

பள்ளமும் மேடுமான பாதையில், (பாதைகள் மட்டும் எப்போதும் இப்படித்தான் போல) வலிமையான காளைகளால் இழுத்துச்

செல்லப்படும் உப்பு வண்டிகள், பெரும்பாரம் தாங்காமல் அச்சு முறிய நேரிட்டால், ஒரு 'இனவலு'க்கு, இருக்கட்டுமென பருத்த அடிமரத்தில் செய்த 'சேம அச்சு' ஒன்றைக் கட்டுவார்கள். அது போல அதியமான் மகன் பொகுட்டெழினி மக்களைக் காத்து உதவுவான்.

சொல்லுக்கு, தமிழ்ச் சொல்லுக்கு, அது சங்க இலக்கியமோ சழக்குரையோ, 'அட்டே' கிடையாது. சொல்லில் உயர்வு தமிழ்ச் சொல்லல்லவா. இந்த உயர்தனிச் செம்மொழியின் ஆச்சரியமும் அதுதான்.

இந்த உலகம் ஒவ்வொரு கணமும் புதிதாகப் பிறப்பெடுத்துக் கொண்டிருக்கிறது, இயற்கையாலும் செயற்கையாலும். இயற்கையோ, எப்போதும் இருக்கிறது. அதைப் பகுத்துணர்ந்து (explore) ஒரு நியதிக்குட்படுத்த, கணித மாதிரிகளாக்க (mathematical model) முயல்கிறது விஞ்ஞானமும், அறிவுலகும். ஆனால் நிகழ்வுகளோ, எந்த மாதிரியையும் செதுக்கிப் புறந்தள்ளி, புது மாதிரியாக உரு வெடுக்கிறது. மொழியும் புது வடிவெடுக்கிறது. இதைத்தான், ழாக் ஃப்ரேவர் சொல்கிறார் போல, "மொழியை மக்கள் உருமாற்றம் செய்கிறார்கள், அறிவுலகவாதிகள், அதை ஒழுங்கு படுத்துகிறார்கள்" என்று. இந்த இருவரில், மக்களே, மனிதமே எப்போதுமே வெல்கிறது.

ஏனென்றால் சிந்தனை மட்டுமில்லை, காட்சிகளும், அனுபவங் களும், நிறங்களும், வலிகளும்கூட மொழி வழியாகவே நம்மை அடைகிறது. மொழியோ விஞ்ஞான சமூக நிகழ்வுகளால், கணந் தோறும் மாறுதலடைகிறது... அதனால் கவிதை மாறுதலடைகிறது...

மனித மனமும் இருப்பும் இயற்கை அல்லது செயற்கை நிகழ்வு களால் சிதைவுறும் அடையாளங்ளுடன் தன் சுயத்தைப் பொருத்திப் பார்க்க முடியாமல் முரண்பட்டு, அந்நியப்பட்டு சமூகத்திலிருந்து விலகினாற்போல நிற்கிறது.

சுகுமாரனின் பிரபலமான ஒரு கவிதை.

கையில் அள்ளிய நீர்

அள்ளி கைப்பள்ளத்தில் தேக்கிய நீர்
நதிக்கு அந்நியமாச்சு
இது நிச்சலனம்
ஆகாயம் அலை புரளும் அதில்
கை நீரைக் கவிழ்த்தேன்
போகும் நதியில் எது என் நீர்.

நதிக்கரையில் ஓடும் நதியுடன் தன் உணர்வுகளைப் பகிர்ந்து கொள்ள முயன்று, இயற்கையைச் சொந்தம் கொள்ள நினைத்தவன், தன் கை நீரில் ஆகாயத்தையே கண்டவன், கை நீரைக் கவிழ்த்த பின் தன் அடையாளம் இழந்து, தர்க்கங்கள் கைவிட்ட கையறு நிலையில் நிற்கிறான்.

இன்றோ, கவிஞன் ஃப்ரான்சிஸ் கிருபா நதியற்ற நகரில் சிக்கி என்ன மொழிகிறான் பார்க்கலாம்.

நகரில் சிக்கியவன்

> மிளகிலுள்ள மேடு பள்ளங்கள்
> கடுகில் இல்லை
> கடுகில் உள்ள கள்ளச் சுவை
> மிளகில் இல்லை
> குலையில் தொங்கும் திராட்சை
> ஒரு கூட்டுக் கனவு.
> அதிகாலையில் உதிரும் நாவற்பழங்கள்
> இரவின் துளிகள்
> இதில் எதுவுமில்லை எலியின் கண்கள்
> வளையிலிருந்து வெளியே வந்து
> நகரச் சாலையோரம் திடுக்கிட்டுத் திடுக்கிட்டு
> இரை தேடும் எலியின் கண்கள்
> அச்சத்தின் மச்சங்கள்.

நகர வாழ்வின் சுரண்டல், குலையில் தொங்கும் திராட்சையின் கூட்டுக்கனவை சிதைத்து விடுகிறது. இதில் மனிதனும் கவிஞனு மாக படைப்பாளி இரு தோற்றம் கொள்கிறான். சுவையளவில், மிளகுபோல் தனித்த அடையாளமில்லாத கடுகில் ஒரு கள்ளச் சுவை கண்டு நகர மனிதனாக சலிப்படைகிறான். நாவற்பழங்களை இரவின் துளிகளாக உருவகப்படுத்தி, எனக்குள் பழைய கவிஞன் இன்னும் இருக்கிறான் என்கிறான்.

❖❖❖

5
மறைந்து திரியும் நீரோடை- 5

தேவரனையர் கயவர் அவரும் தாம் மேவன
செய்தொழுகலான்.

வள்ளுவர் காலத்திலேயே மாஃபியா கும்பல்கள் இருந்திருக்கும் போல. ஆனால் அவர்கள் டாட்டா சுமோ, ஸ்கார்ப்பியோ, பொலெரோ... இத்யாதிகளில், உருட்டுக் கட்டைகளைச் சுழற்றிய படி வந்து இறங்கினார்களா தெரியவில்லை. 'ரத கஜ துரக'மாயிருக்குமோ. ஆனை யாய் இருக்காது, அதிக பட்சம் குதிரையில் அல்லது ரதத்தில் வந்திருக்கலாம்.

இன்று எல்லோரும் அவரவர் பங்குக்கு சிறிதள வேனும் வன்முறைக்கு ஆட்படுகிறோம். வன்முறையைப் பிரயோகிக்கவும் செய்கிறோம். நமது வன்முறையும் நாம் சந்திக்கிற வன்முறையும் சமூகத்துடன் நம்மைப் பிணைத்து வைத்திருக்கிறது. இது ஒரு முரணான தளம். பல தளங் களில் தனி மனித உணர்வுகளும் சமூக நிகழ்வுகளும் பிரிக்கமுடியாத இருமைத்தன்மை கொண்டிருக்கிறது. (Unresolved Dichotamy) தனி மனித உணர்வுகள், செயல்கள் ஆகிய வற்றுக்கும் சமூகத்திற்கும் அதேநேரத்தில் சமூகத் திலிருந்து தனி மனித வாழ்வுக்கும் வாழ்வை நிர்ணயிக்கிற வல்லமை பொருந்திய இணைப்புகள் இருந்துகொண்டே இருக்கின்றன. இன்றைய கவிதைகளின் தனித்தனிக் குரல்களுக்கு இது ஒரு காரணமோ என்று தோன்றுகிறது.

என்றாலும் கடந்த பத்தாண்டுக் கவிதைகளிடையே ஒரு, 'ஒருமை' இல்லாமலில்லை.

சமூகத்தின் மேல் மனிதனுக்கு தீராத 'ஆவலாதி' இருந்து கொண்டே இருக்கிறது. அரசியல் ரீதியான, பொருளாதார ரீதி யிலான, மனோரீதியிலான ஒரு பனிப்போர் எப்போதும் இருந்து கொண்டே இருக்கிறது. இது சிலர் கவிதைகளில் மென்மையான குரலிலும், சிலர் கவிதைகளில் உரத்த குரலிலும் வெளிப்படுகிறது. கனிமொழியின் கவிதையொன்று மென்மையாய்க் கேட்கிறது.

எப்போதாவது
பிடித்திருக்கிறதா
உனக்கும் எனக்குமான
உலகத்தில்
மற்றவர்களை

நமக்கு எத்தனை பேரை இவ்வுலகில் பிடித்திருக்கிறது. எல்லாரி டமும் ஏதாவது 'ஆவலாதி' இல்லாமல் இருக்கிறதா.. இதில் வருகிற 'உனக்கும் எனக்கும்' கூட ஒரே நபரின் இரண்டு பிம்பங்கள்தான்.

என்னுடைய ஒரு கவிதை நினைவுக்கு வருகிறது

ஏமப்புனை

மண்டப நிழலிடம்
எனக்கு பிரியமோ பிரியம்
ஒவ்வொரு தூண்களிடமும் ஆனால்
ஓயாத ஆவலாதி.

ஆனால் மற்றவர்கள், சக மனிதர்கள் இல்லாமல் நம் காரியங்களும் நடை பெறுவதில்லை. அசோகமித்திரன் தன்னுடைய 'ஒற்றன்' நாவலில் சொல்லியிருப்பார். "நாம் தெருவின் ஒரு முனையில் ஒருவரிடம் சண்டையிட்டால், அதன் மறு முனையில் அவனது உதவி தேவைப்படுகிற விதமான நூற்றாண்டு இது..." என்று.

வள்ளுவன் சொன்ன

சினமென்னும் சேர்ந்தாரைக் கொல்லி இனமென்னும்
ஏமப் புனையைச் சுடும்.

பாடலை இது நினைவுபடுத்துவதாலேயே இதன் தலைப்பை 'ஏமப்புனை' என்று வைத்தேன். தவிரவும் 'ஏமப்புனை' ஒரு அற்புத மான சொல்லடுக்கு.

கண்ணதாசன் கூட தன் 'இது நீரோடு செல்கின்ற ஓடம்......' பாடலில்

சினம் என்றும் சேர்ந்தாரைக் கொல்லும் நல்ல
மனம்தானே எந்நாளும் வெல்லும்....

என்று பாடி வைத்திருக்கிறான்.

நவீன தமிழின் முக்கியமான கவியான பிரேம் ரமேஷின் குரல் சற்று உக்கிரமாய் ஒலிக்கிறது,

எனக்கு நீ வேண்டாம்
வெளியே போ ... என்று துவங்கி
....
எனக்கு நீ வேண்டாம்
எனது ஆயுதத்தை உன் கழுத்தில் வைத்துக்
கேட்கிறேன் வெளியே போ
என்னுடைய மொழியை விட்டு

என்று கோபமாகக் கூறுகிறது.

சமூகத்துடன் நிலப்பகுதி, ஊர், நாடு, என்று விரியும் பூமியுடன், நம்மைப் பிணைத்திருப்பது மொழியே. என் நாட்டை விட்டும் மொழியைவிட்டும் நீ போ என்று அதிகார வர்க்கத்துக்கு ஆணை யிடுகிறது இந்தக் கவிதை.

நாம் சுயம்வரித்திருக்கிற
வாழ்க்கை
நம் தவிர்ப்புகளின் மீது
உருவானது.

என்று நான் எழுதியிருந்தேன், முப்பத்தி ஐந்து வருடங்களுக்கு முன்னால். நம்முடைய வாழ்க்கையை நாமே விரும்பி அமைத்துக் கொள்ளமுடியவில்லை. யாரோ திணிப்பதை நாம் 'சுயம்வரம்' என்ற பெயரில் நம் வாழ்க்கையாய் ஒப்புக் கொள்கிறோம்.

இந்த இருபத்தியோராம் நூற்றாண்டிலும் இதுதான் தொடர் கிறது,

(பாருங்கள், என் கவிதை நூற்றாண்டு கடந்துவிட்டது, மீட்டர் வட்டிக் கணக்கில்...) இளைய பாரதியின் கவிதை ஒன்று.

மூளைச் சலவைக்காரர்கள் என்ற தலைப்பில்

யாருடைய
பிரார்த்தனையின் பலியாடுகள் நாம்
யாருடையவை

நம்மைச் செலுத்தும் மாயக் கரங்கள்
அபத்த நாடகத்தின் அத்தியாயங்கள் ஒவ்வொன்றும்
மூளைச் சலவைக் காரர்களால் முன் மொழியப்பட்டவை
மூளைச் சலவைக்காரகளால் கட்டப்படுகின்றன
சாம்ராஜ்யங்கள்
சட்டங்கள்
தர்மங்கள்
வேதங்கள்.

என்று நீள்கிறது இளைய பாரதியின் கவிதை.

இன்று பெரும்பாலும் நடுத்தர மக்களையும், அவர்களை சற்று அண்ணாந்து பார்க்கிற அடித்தட்டு ஏழைகளையும் அதிகம் கொண்ட நம் நாட்டை உலக மயமாக்கல் என்ற பெயரில் பெரும் சந்தையாக மாற்றி வேட்டையாடி வருகிறது பன்னாட்டு நிறுவனங்கள். பெரிய பெரிய ஆலைகளுக்கும் பண முதலைகளுக்கும் கடன் தருவதை விட, அவர்களின் பேரத்திற்கு பணிந்து போவதைவிட இந்த சந்தை மனிதர்களை 'சில்லறைக்கடன்கள்' (Retail Loans) மூலம் நிபந்தனையின்றிப் பணிய வைக்கிறது இன்றைய நுகர்பொருள்க் கலாச்சாரம்.

வீடு கட்ட, வாகனம் வாங்க, வீட்டு உபயோகத்தைத் தாண்டியும் பொருள்கள் வாங்க, நகை வாங்க என்று நடுத்தர வர்க்கத்தைக் குறி வைத்து அலை பேசி வழியாக வலை வீசுகிறது, வங்கிகளின் வியாபாரத் தந்திரம். வீடு, கடும் கனவை விதைத்து இன்று விளை நிலங்களையெல்லாம் தரிசாக மாற்றி நகர எல்லைதோறும் புற நகர்கள் தோன்ற வைக்கிறது, புதிய பொருளாதாரம். இப்படிப் புற நகரில் கடன் வாங்கி வீடு கட்டும் நடுத்தர வர்க்க மக்களது சோகம், 'சங்கர ராம சுப்ரமணியன்' என்கிற நவ கவிஞனின் அருமையான கவிதையில் எப்படி வெளிப்படுகிறது

தன் பால்யம் பற்றிப் புறநகர்ப் பகுதி
மரமொன்று சொன்னது
இப்போது போல் அன்றைக்கு வீடுகள்
எல்லாம் நெருக்கமாய் வரவில்லை
எப்போதும் ஆடுகள் குறித்த
துர்ச் சொப்பனங்களே
இரவெங்கும்...

ஆடுகள் எங்கே, வளர்ந்து கொண்டிருக்கும் தங்கள் துளிர்களைக் கடித்துவிடுமோ நாளையப் பகலில் என்று பயந்து பயந்து வளர்ந்து, தப்பித்து மரமான செடியின் மொழியாக வந்துள்ள கவிதை. ஆனால்

இன்று மரங்களுக்குத் துணையாய் மரங்கள் இருக்கிறதா..... இல்லை.... காங்க்ரீட் கட்டிடங்கள்தான் துணை....

உன்னத விழுமியங்கள் என்று ஒழுக்க நெறி பேசிக் கொண்டிருந்த கவிதையின் மொழி மெல்ல மெல்ல விலகி வாழ்வின் தன்மைக்கேற்ப புது உருக்கொள்கிறது. நிலம் என்னும் நல்லாள் நிலமாக இல்லை, அகழ்வாரைத் தாங்கித் தாங்கி அது வீடுகளும், நாற்கர, ஐங்கர பலகரச் சாலைகளுமாக மாறிவிட்டது. பறவை கூடு கட்டக்கூட மரங்களில்லை, சுள்ளிகளில்லை. அது சட்டை காயப்போடும் ஹேங்கரை திருடிக் கொண்டுபோய் அடுக்கு மாடி களில் புதுமையான கூடு கட்டிக்கொள்கிறது, பிரம்மாண்டமான 'ஒருங்கிணைந்த' பேருந்து வளாகத்தில் கூடு கட்டுகிறது. இப்படி யான பஸ்ஸ்டாண்ட் ஒன்றில் இரவைக் கழிக்க நேர்கிறது, இன்றைய நகர இளைஞனின் விரட்டியடிக்கும் வாழ்க்கை.

'சங்கர ராம சுப்பிரமணியனின் இன்னொரு அழகான கவிதை!

"நாளை மற்றுமொரு நாளே", இன்று இரவை எப்படியாவது கழித்துவிடுவோம் என்றெண்ணி ஒரு நண்பனின் மேன்ஷன் அறைக்கு வருகிறான். அறை பூட்டிக்கிடக்கிறது. இனி திரும்பிப் போக பேருந்துகளும் இல்லை. இன்றைய பறவையின் கூடு இருக்கும் 'பேருந்து நிலையத்திலேயே' தங்கிவிடுகிறான்.

கவிதை மொழியில் இதைப் பார்ப்போம்.

நண்பன் உறையும்
அறை தாழிடப்பட்டிருக்க
பேருந்து நிலைய இருக்கையில்
ஒரு பறவையின் முனு முனுப்பும்
நான் உதிர்க்கும் சாம்பலும்
விழுந்து கொண்டிருக்கிறது
ஒரு மாபெரும் ஆஷ் டிரேக்குள்.

இந்தப் பெரும் பூமியே ஒரு சாம்பல்க் கிண்ணமாக மாறிவிட்டது. பின் ஏன் பூமியில் வாழும் மனிதனின், கவிஞனின் மொழி மாறாது. மாறுகிறது.

6

கொன்றழிக்கும் குறிப்புகள்

“விளக்கிட்டோ; மழை கிழக்கிட்டோ” என்பது சொலவடை. கார்த்திகை தீபம் கண்டதும் மழைக்காலம் முடிவுக்கு வரும். பனி மெதுவாய் கவியத் தொடங்கும். அப்படியொரு கார்த்திகை மாதப் பிறப்பின் புலர் காலையில் “பாவாடை தாவணியில் பார்த்து” மட்டுமே பழகியிருந்தவள், நீலமாய் ஒரு புடவை கட்டி, “பூவாடை வீசி”ப் போனாள். நாற்பது வருடத்துக்கு முந்திய அந்தக் கணத்தில் என்னுள் இறங்கியது நேராய் மூளைக்குள் ஒரு நீல மின்னல். அது ஆலகாலமாய் மூளையிலேயே தங்கி விடும் என்று நினைத்துப் பார்க்கவில்லை அப்போது.

அந்த நீல மையால் எழுதிய

கார்த்திகையின் ஒளியாறு
மார்கழியில் உன்னாலோடும்அது
ஆர்த்திடும் ஒளிப்புனலில் என்
ஆவியின் உயிர்ப்பாடும்

என்பதின் தொடர்ச்சியாக ஒவ்வொரு அந்த ‘நினைவு’ நாளன்றும் ஆண்டுதோறும் ஒரு நீலக்கவிதை எழுதி நீலகண்டன்போல நெஞ்சுக் குழிக்குள்ளேயே வைத்துக் கொண்டேன்..

நாற்பது வருடங்களாகியும் தீராத தாகம்..

நாயகியே எனது காவிய எல்லை
நரை விழுந்தாலும் நெஞ்சில்
திரை விழவில்லை...

என்று தன் தேவியைத் திரைக்கவிதைகளில் தேடும் சிறுகூடல்ப் பட்டி முத்தையாவைப்போல.... தேடுகிறது உன்னை. உன் முகம் மறந்துபோனது போல் ஓரிரு சமயங்களில் தோன்றுகிறது.

"என்னைப் பொறுத்தவரை உன் இதயத்தின் பாராட்டுதலே சகலமும்" என்று கவி அஸ்வகோஷைக் கூற வைத்த பிரபா, அவன் கற்பனைகளிலும் கவிதைகளிலும் தன் சௌந்தர்யத்தால் அவனைக் கடைசிவரை ஆள வேண்டுமென்று தன் இளமையுடனேயே தன்னைச் சரயூ நதியில் உயிருடன் கரைத்துக்கொண்ட பிரபா, ஞாபகத்துக்கு வருகிறாள். பிரபாவின் அழகிய முகத்தை கடைசிவரை மறக்க மாட்டாமல், அஸ்வகோஷ், தானே எழுதிய ஒரு நாடகத்தில் ஊர் வசியைத் தேடும் புரூரவனைப்போல், நினைவுகளில் யதார்த்தத்தை தொலைத்துவிட்டு கனவுகளில் பிரபாவைத் தேடிக் கொண்டிருக் கிறான். அவன் தத்துவ விசாரங்களைக் கொண்டாடும் அவன் சந்ததியினர் அவனது அகத்துறை நாயகியைச் சௌகரியமாக மறந்து போனது 'வடமொழியின் வருத்தம்' என்று நினைக்கத் தோன்று கிறது. மொழி எந்த மொழியானால் என்ன. அன்பின் மொழி, காதலின் மொழி உலகமெங்கும் ஒன்றுதானே.

உன் ஆசைமுகம் இந்த வினாடியில் மறந்துபோனதைச் சொல்ல நினைத்தவன், "ஆசைமுகம் மறந்து போச்சே..." என்ற, யாரும் திருத்தி எழுதிவிட முடியாத பாரதியின் வரிகளை நினைத்து ஆழ்ந்தவன்... எங்கெங்கோ போய்விட்டேன். பாரதியின் வார்த்தைகளைத் திருத்த முடியாதுதான்.. ஆனால் "நான் போகின்ற பாதையெல்லாம் உன் பூமுகம் காணுகின்றேன்..." என்கிற கண்ணதாசனையும் ஒதுக்கவே முடியாதுதான்.. காதலின் பலமும் பலவீனமும் இதுதானோ?

நீ என்ன செய்து கொண்டிருப்பாய் இப்போது. என் அன்றன்றைய வார்த்தைகளை அன்றன்று தந்து கொண்டிருந்த நீ இப்போது வார்த்தைகளற்றுப்போன இந்த நிகழ் காலத்தில் என்ன செய்து கொண்டிருப்பாய்.... என நினைந்து நினைந்து நெஞ்சுருகிய போது உதித்த ஒரு நீலக்கவிதை, நாட் குறிப்பிலிருந்து,

தேடுகிறது,
இன்று கைக்கெட்டாமல்ப் போன
முயற்சிகளின் தோல்விக்கும்
அல்லது முயற்சிகளே

பங்கப்பட்டுப் போனதற்கும்
முயற்சிகளுக்கு
காரணமாயிருந்த
உன்னை....
.............நீ
இப்போது என்ன
செய்து கொண்டிருப்பாய்
இன்றைய வேலைகளால்
களைப்பு உன்னை
விழுங்கிக் கொண்டிருக்க
அடுக்களையை
அப்படியே போட்டுவிட்டு
கொஞ்சம்
பட்டாசலுக்கு வந்து
டி.வி
பார்ப்பாயா?
'ரெண்டு' தோசைக்கு
மட்டுமே மீதமிருக்கிற
மாவை
தோசைக்கல்லில் மொத்தமாய்
ஊத்திவிட்டு
யேனங்களை ஒழித்துப் போட்டுக்
கொண்டிருக்கிறாயா?
பொறுமையாய்
ஸ்டவ் குமிழையும்
சிலிண்டர் குமிழையும்
மூடி விட்டு
கைகழுவி
நறுவிசாய்
முந்தானையில்
கை துடைத்துக் கொண்டே
படித்துக் கொண்டிருக்கும்
உன் குழந்தைக்குப்
பரிவு பாராட்ட.....

பாதியில்(?) நின்று விட்ட இதைத் திருத்தி எழுதி ஒட்ட வேண்டியதை ஒட்டி, வெட்ட வேண்டியதை வெட்டினால் ஒரு கவிதையாகி விடலாம். ஆனால் இந்தப் பிரதி இத்துடன் முடியாமல் முடிவது தான் இதன் உன்னதம். நினைத்த இடத்தில், நினைவின் பசிக்கு உன் பூமுகம் நுகரக் கொடுக்கிற, நீ நினைவுக்கு வருகிற, இடத்தில் நின்று விடல்தான் இதன் உன்னதம்.

இன்னொரு நீலக்கவிதை (இது *27.11.1974*)

என் சகி,
இன்றோடு
ஆறுவருஷம்
என் உலகில்
நீ
பூத்து
நீலம் பூத்து.
என் தோட்டம் பூராவும்
நிர்மல வானமென ஆக
நீ நீலமாய்ப் பூத்தாய்.
என் தோட்டம்
நீ பூத்த
என் உலகம்
நீயே
பூப்பறிக்கவெனக்
காத்திருக்கு
நீயே பூவான பின்னும்
இந்தக் காத்திருத்தல்
அர்த்தமற்றது
என்னுடன்
என் கனவுகள்
என் நினைவுகள்
அனைத்தும் விஷமருந்தின
பாற்கடலின் விஷமில்லை
உன் கண்ணுதிர்த்த
வைரப் பொடிகள்.
காயங்களில் மொய்க்கும்
எறும்பைக் கடிக்கிறதாய்
தன்னையே கடித்து
தன் உடலுக்கே
விஷம் பாய்ச்சிக்கொண்டு
நீலம் பூக்கும்.
பாம்புகளின் அடிவயிறென
நீலம்நீலம்
நீலமான கவிதை
நீளமான கவிதை

●●●

ஏன் இப்படி
இந்த வன்முறைப் படிமங்கள்
கொன்றழிக்கும் குறிப்புகள்
என்று கேட்கிறார்கள்

என் சகி
என்ன சொல்லட்டும்
அவர்களுக்கு
ஒரு ஆங்கிலக்கவி வரியைச்
சொல்லட்டுமா
"வெற்றியடைந்தவன்
நான்
அதைக் கொண்டாட
விடமாட்டாய்
நீ"

❖❖❖

7
நவீன கவிதை செல்லும் திசை

நவீன கவிதை அல்லது இன்றைய கவிதை என்னும் போது, நவீன கவிதையின் அரை நூற்றாண்டுக்கும் மேலான பின்புலத்தைத் தொட்டுச்செல்வது நல்லது என்று நினைக்கிறேன். எழுத ஆர்வமுறுகிற எவரும் முதலில் கவிதையைத் தேர்வு செய்கிறார்கள் என்பது ஒரு எழுதப்படாத விதியாய் இருக்கிறது. நான் பல உரை நடை, சிறுகதை, நாவல் எழுதும் பிரபலமானவர்கள் சொல்லக் கேட்டிருக்கிறேன், "நான் முதலில் எழுதியது, கவிதை", என்று. இதற்குப் பல காரணிகள் இருக்கலாம். என்றாலும் அவை எல்லாமும் ஒரே அடித்தளத்தில் சமைந்த பலமாடிக் கட்டிடமாகவோ, ஒரு மரத்தின் பல வேறு கிளைகளும், அதன் இலைகளும், பூக்களும் கனிகளுமாகவோ இருக்கின்றன. ஒரு இலக்கிய வாசகனுக்கு அவனது தாய்மொழியில் அமைந்த கவிதைகளே மிகப்பெரிய சொத்து எனலாம். அதிலும் தமிழ்போல, நீண்ட நெடிய வரலாறு கொண்ட ஒரு செம்மொழியைத் தாய்மொழியாகக் கொண்டவனுக்கு இது மாபெரும் வரம். தினசரி வாழ்வில்கூட நாம் சாதாரண மாய், ஒரு நல்ல உரைநடை வரியைப் படிக்க நேரிட்டால், பொதுப்புத்தி சார்ந்து பலரும், 'ஆகா இது கவிதை' என்று சொல்வதை நாம் கேட்கிறோம். அந்த அளவுக்கு கவிதை ஆதியானதும் ஒரு உன்னதம் மிக்கதுமாக இருக்கிறது.

காலையில் பரபரப்புடன் இயங்கும் ஹாஸ்டல் அல்லது மேன்ஷனின் பாத்ரூம்கள், நடுப்பகலில் அமைதியுடன் இருப்பது போல, இயக்கமின்றி, வெற்று அரட்டையை நாடி நிற்கும், சோர்ந்து இருக்கும் மூளையில் திடீரெனத் தோன்றுகிறது,

> **உருவு கண்டு எள்ளாமை வேண்டும் உருள் பெருந்தேர்க்கு**
> **அச்சாணி அன்னாருடைத்து.....**

என்று ஒரு குறள். அந்த 'உருள்பெருந்தேர்' என்ற அற்புதமான சொல்க்கட்டு நினவில் ஒரு பெரிய தேரை உருட்டுகிறது. வலிய தேர்ச்சக்கரப் பதிவாய், மனம் திரும்பத் திரும்ப அந்த வார்த்தையைச் சொல்லிச் சொல்லி அதிசயிக்கிறது. இது கவிதைக்கே சாத்தியம். மரபுக்கவிதை என்றில்லை, நவீன கவிதையிலும் "விரிகிற தென் யோனி" என்ற சொல்ச்சாட்டை சோர்ந்த மூளையைச் சொடுக்கும் போதும் இது சாத்தியமாகிறது. இதையே "நினைவின் விருந்தாளி யாக ஒரு கவிதை பிரவேசிக்கும்போது நமது உலகமே மாறிப் போகிறது" என்ற ஆங்கில மேற்கோள் நமக்கு உணர்த்துகிறது.

ஆனால் மொழியின் பரிணாமத்தைப் பார்க்கும்போது, "கவிதை என்பது சிறந்த வார்த்தைகளின் சிறந்த வரிசை" (Poetry is Best Words in Best Order) என்கிற ஒரு விளக்கத்தின்படி, சொல்லாடலின் படி இதை ஒரு கவிதைக்கான வரையறையாகக் கொள்ளமுடியாது. கவிதையை அப்படி எந்த ஒரு வரையறைக்குள்ளும் அடக்க முடி யாது பார்த்தோமானால் கவிதைக்கு முந்தியே பல வெளிப்பாட்டு முறைமைகள் இருந்திருக்கவேண்டும். நாட்டுப்புறப் பாடல்கள், பாணர் பாடல்கள் எல்லாம் இவற்றிற்கு உதாரணம். இந்த இடத்தில் ஒரு தகவலைச் சொல்லலாம் என்று நினைக்கிறேன். இன்றைக்கு முப்பத்தியிரண்டாயிரம் ஆண்டுகளுக்கு முற்பட்ட குகை ஓவியங் களை ஃப்ரான்ஸின் ஒரு குகையில் கண்டுபிடித்துள்ளார்கள். குகை ஓவியங்களின் முதல்க் கண்டுபிடிப்பு இது என்கிறார்கள். அவை சுண்ணாம்புக்காரையின் மீது தீட்டப்பட்டுள்ளன. அவற்றில், பெண்ணின் பிறப்புறுப்பும், மிருகங்களும் உள்ளன என்பது மனோ ஆராய்ச்சியாளருக்கும் வரலாற்று ஆசிரியர்களுக்கும், மொழி வல்லுனர்களுக்கும் கூடுதல் சுவாரஸ்யம் தரக்கூடியவை. இதைப் பார்க்கையில் முதன் முதலில் சித்திர எழுத்துக்களாலான ஒரு வகை வெளிப்பாட்டு உத்தியே மானுட சிந்தனையின் ஆதி வித்து என்று உணரமுடிகிறது. தவிரவும் உடல் அதன் வலி, தாகம், பசி, பயம், சுகம் ஆகிய புலனுணர்வுகள் – சார்ந்தே சிந்தனை ஆற்றல் வேர் விட்டிருக்கிறது.. அரவிந்தாஸ்மரத்து அன்னை சொல்கிறார். "உடலைப் பொறுத்து அதன் உழைக்கும் திறனே அறிவு" என்று.

இது ஆதி மானுட நிலை பற்றிய பரிணாமத் தேடலின் விளைவு என எண்ண வைக்கிறது. இதிலிருந்து நாம் ஒன்றைப் புரிந்து கொள்ளமுடிகிறது. ஆதி மனிதனின் உடலுக்கு நேர்ந்த பல அனுபவங்களே அவனைச் சிந்தனையின்பால் செலுத்தியிருக்க வேண்டும். இதில் ஒரு குறிப்பிட்ட இனக்குழுவிற்கு, அவர்களது நிலவியல் அமைப்பு, வாழ்க்கைமுறை ஆகியவற்றால் ஏற்பட்ட அனுபவங்களை அவர்கள், ஏதோ ஒரு வெளிப்பாட்டு உத்தியினால், தங்களுக்கிடையே பகிர்ந்து, தொகுத்து, ஏதோ ஒரு கருத்துக்கு வந்திருக்கலாம். இந்த அனுபவப் பகிர்தல் நிகழ்வினை சிந்தனை, மூளை என்ற அலகுகளால் பின்னர் குறிப்பிட்டிருக்கலாம்.

நவீன கவிஞர் திரு க. மோகனரங்கன் இதனையே “மனித மனத்தின் இயக்கமானது சிந்தனை, உணர்ச்சி என்ற இருவேறு எல்லைகளுக்கு நடுவே பல நிலைகளில் நிகழ்கிறது. இதில் சிந்தனை என்பது பொதுவாக நேரிடும் அனுபவங்களைத் தொகுத்து ஆய்ந்தறியும் அறிவு ஒருமுகப்படுத்தும் எண்ணங்கள் அதன் வழி உருவாகும் திட்டவட்டமான கருத்துக்கள் ஆகியவற்றுடன் தொடர்புடையதாகக் கருதப்படுகிறது. இதன் குறியீடாக ‘மூளை’உருவகப் படுத்தப்படுகிறது. மாறாக உணர்வுகள் என்பது நினவுகள் மொழி, இனம் நம்பிக்கைகள், அதன் காரணமான நெகிழ்ச்சி மற்றும் புலன் மெய்ப்பாடுகள் சார்ந்து ஒரு வசதி கருதி ‘இதயம்’ என்பதுடன் அடையாளப்படுத்தப்படுகிறது..”, என்று தீர்க்கமாகச் சொல்லுகிறார்.

சிந்தனையும் உணர்ச்சியும் என்கிற ‘இருமை’ (Binary) ஒன்றுக்கொன்று எதிரானதாகத் தோன்றினாலும், சிந்தனை என்பது தர்க்க பலத்தைக் கொண்ட தத்துவம் சார்ந்து இயங்குகிறது, என்றாலும், உண்மையில் உணர்வின் சாரமில்லாமல் தத்துவம் சாத்தியமில்லை. கவிதை தர்க்க ஒழுங்கை மீறி உணர்வின் பிரவாகமாவே எப்போதும் இருக்கிறது. ஏனெனில் சிந்தனை நிலைப்படுத்துகிற தத்துவமும், அது நிர்ணயிக்கிற சமூக ஒழுங்கும் காலந்தோறும் சிதைந்து மாறுகிற தன்மையுடையது. இங்குதான் கவிதை கால தேச வர்த்தமானங்கள் தாண்டி நிலைக்கிறது. சமூகச் சிதைவுகளை காட்டி, தத்துவங்களை எள்ளி நகையாடுகிறது.

இயற்கை நிகழ்வுகளும், வாழ்வியல் சித்திரங்களும், அவற்றைக் காட்சிப்படுத்துதல் வழியே அபூர்வமான படிமங்களாக, கவிதையில் இடம்பிடிப்பது, நமது தமிழ்க் கவிதையில் சங்ககாலம் தொட்டு தொடர்ந்து நிகழ்ந்து வருகிறது. ஆனால் இந்நிகழ்வுசார் படிமங்கள் காலத்திற்கேற்றாற் போல, நவீன கவிதையில் அர்த்த மாறுதல்களை அடைகின்றன.. சமூக நிகழ்வுகளுக்கு திட்டவட்டமான வரையறை

கிடையாது என்பதால் கோட்பாடுகளையும் சட்டகங்களையும் மீறி புது வியாபகம் கொள்கின்றன.

அகநானூற்றில் ஒரு கவிதை கயமனார் எழுதியது. அதில் ஒரு வரி, "வேர்முழுது உலறி நின்ற புழற்கால் தேர்மணி இசையின் சிள்வீடு ஆர்க்கும்.." என்று தொடங்கும்.. 'முற்றிலும் காய்ந்த மரத்தில் சிள் வண்டுகள், தேரின் மணிகள் போலஒலிக்கின்றன..'. என்ற அர்த்தத்தில். இந்தக் கவிதை முழுவதுமாக அகச்சுவை கொண்டது. ஆனால் இன்றைய ஒரு கவிதை, சங்கர ராம சுப்ரமணியன் என்ற கவிஞர் எழுதியது......

மலையும் மலை மேல் ஒளிரும்
பசுந்தளிரும்
இன்று புதிது.
அந்த மரத்தைக் குடையத்
தொடங்கியுள்ள
வண்டின் ரீங்காரம் போல்
என் சந்தோஷம்
புராதனம் மிக்கது.

முன்னதில் ஒரு சோகம் நேரிடையாய் இழையோடுகிறது. மேற் சொன்ன இன்றைய கவிதையின் தொனி நமக்கு விவரிக்கும் அனு பவம் வித்தியாசமானது. கவிமனம் பசுந்தளிர் பார்த்து சந்தோஷம் கொள்கிறது. ஆனால் அதே வேளை வண்டுக் குடைச்சலால் மரம் அனுபவிக்கும் துயரையும் அது உணர்கிறது. அதனாலேயே கவிஞன் வண்டின் ரீங்கார இசையைப் புராதானமான ஒன்றாய்க் காண்கிறான். இது ஒரு தொடரும் முரணாகப்படுகிறது அவனுக்கு. நவீன கவிதை பல்வேறு வித வாசிப்புக்கு இடம் தருவதை நாம் அறியமுடிகிறது.

அதே போல இதன் அடுத்த வரியில்

வற்றல் மரத்த பொன்தலை ஓந்தி
வெயிற்கவின் இழந்த வைப்பின் பையுள் கொள.

என்று வரும். காய்ந்த அந்த வற்றல் மரத்தில் பொன் நிற ஓந்தி வெப்பம் தாங்காமல் உச்சிக்கு ஏறுகிறது. இப்படியெல்லாம் அற்புத மான காட்சிகள் நம் சங்கக் கவிதையெங்கும் விரவிக்கிடக்கின்றன. இந்தக் காட்சியை வாசிக்கையில் இன்னொரு நவீன கவிதையின் சில வரிகள் நினைவுக்கு வருகிறது.

தவறுதலாய்
புகைக் கூண்டு வழியே

வீட்டிற்குள் வந்துவிட்ட
ஓணானுக்கு
என்ன நிறம்
மாற்றிக் கொள்வது என்று
தெரியவில்லை.

வீட்டிற்குள் பலவகையான வண்ணத் துணிகள், படங்கள். காணாத தற்கு வண்ணத் தொலைக்காட்சி எப்போதும் ஓடிக் கொண்டிருக் கிறது (இது இலவச தொலைக்காட்சிக்கு முந்தியகாலக் கவிதை). இப்போது ஓணானின் நிலை திண்டாட்டம் என்பதை நீங்கள் ஒப்புக்கொள்ளுவீர்கள் என்று நினக்கிறேன். இவை எனது கவிதை வரிகள்.

நவீன கவிதையின் பின்புலம் பெரும்பாலும் நடுத்தரவர்க்க மனோபாவத்திலிருந்து உருவானது. 'கசடதபற' என்ற அற்புதமான பத்திரிக்கையும் வானம்பாடியும் ஒரே காலகட்டத்தில் வெளியானது. 'கசடதபற', 'எழுத்து', 'நடை' போன்ற பத்திரிக்கைகளின் தொடர்ச்சி என்றாலும், அதில் வெளித்தெரிந்த கவிஞர்கள், தமிழில் ஒரு புதிய திறப்பை உண்டு பண்ணினார்கள். ஞானக்கூத்தன், பாலகுமாரன், சுப்ரமணிய ராஜு, வா. மூர்த்தி, கல்யாண்ஜி, கலாப்ரியா, தேவதச்சன், ஆனந்த், ஆத்மாநாம், என்று பலர். எல்லோரும் ஏதாவது பணியில் இருந்த அல்லது பணி தேடிக் கொண்டிருந்த நடுத்தர வர்க்க இளைஞர்கள். (அதற்கு முந்திய தலைமுறையை பிரதிநிதித்துவப் படுத்தும், க.நா.சு, பிச்சமுர்த்தி, கு.ப.ரா. போன்றோர், முழுநேர இலக்கியவாதிகள், அவர்களது சோதனை முயற்சிகள் பெரும்பாலும் மேலை நாட்டுத் தாக்கத்துடன். இருந்தது.) இந்த இளைஞர்கள் தங்கள் முன்னோடிகளைப் போல் கவிதையின் உள்ளடக்கத்திற்காக எந்த வகையிலும் மேலைத் தாக்கத்தை சார்ந்திருக்கவில்லை. ஒரு வகையான தமிழ்ப்படுத்துதல் (Tamilisation) இவர்கள் கவிதைகளின் உள்ளடக்கத்தில் காணப்பட்டது. தமிழ்நிலம், தமிழ் வாழ்வு விரி வாகவே பேசப்பட்டது. நகுலன், பசுவய்யா, பிரமிள், ஞானக் கூத்தன் போன்றோர் முந்திய தலைமுறையின் நீட்சியாக இளைய தலைமுறையினருடன் கூடவே வந்தவர்கள். ஞானக்கூத்தனின் சர்ரியலிஸக் கவிதைகளின் பாதிப்பு *70*களின் கவிஞர்களிடம் வெகுவாகவே இருந்தது.

ஆங்கில வார்த்தைகளை சரளமாக உபயோகித்து எழுதப்பட்ட கவிதைகளைப் பார்க்கையில் (அதை எழுதியவர்களேயும், மற்றவர் களும்) எவ்வளவு தூரம் இன்று அதை விடுத்து வந்திருக்கிறர்கள் என்று பார்ப்பது வேடிக்கையாக இருக்கிறது

உதாரணமாக (எஸ்.கே.) ஆத்மாநாமின் ஒரு கவிதை1972ல் கசடதபற இதழில் வெளிவந்தது.

வாழ்க்கைக் கிணற்றின்
மோக நீரில்
மோதுகின்ற
'பக்கெட்டு' நான்
பாசக்கயிற்றால்
சுருக்கிட்டு
இழுக்கின்ற
தூதன் யார்?

தமிழின் முக்கியக் கவியாகப் பரிணமித்த ஆத்மாநாமின் ஆரம்ப காலக் கவிதைகள் போல 70களில் நிறையவே வந்தன. ஆத்மாநாம் போலவே பலரும், பின்னாளில் மிகச்சிறந்த கவிதைகளைத் தந்தார்கள். கவிஞர். சுகுமாரன் குறிப்பிடுவதுபோல் 70களுக்கு முன் எழுதியவர்கள், பெரும்பாலும் திருமணமானவர்கள். அவர் களுடைய கவிதைகளில் "காதலி என்றால் மனைவிதான்" என்ற நிலை இருந்தது. காதல் மட்டுமென்றில்லை. பல்வேறு உளக்கிடக் கைகளை பகிரங்கப் படுத்த தயக்கம் காட்டினார்களோ என்று தோன்றுகிறது. இந்தத் தயக்கம் எல்லாம் உடைபட்டது 70களில். ஞானக்கூத்தன் தொடங்கி கலாப்ரியா ஈறாக பலர் இதன் காரண கர்த்தாக்களாக இருந்தனர். "மத்தியவர்க்க அகஜீவிகளின் அந்தரங்க டைரியாக மட்டும் கவிதை தேங்கிய நிலையில், அவ்வறைக்குள் ததும்பி நுரைத்தபடி கலாப்ரியா கவிதைகளினூடாக நிதரிசனத்தின் சாக்கடை உள்ளே நுழைந்தது....." என்கிற ஜெயமோகனின் அவ தானிப்பு இதை விளக்கக்கூடும். எங்கள் தலைமுறையில் மனத் தடையின்றி காதலைச் சொன்னோம் என்றால், அடுத்த தலைமுறை காமத்தைச் சொல்லுவதில் தயக்கம் காண்பிக்கவில்லை என்கிற சுகுமாரனின் பதிவும் உண்மையே.

வானம்பாடி தன்னை ஒரு இயக்கமாக அறிவித்துக் கொண்டு செயல்பட்டது. விலையில்லாக்கவி மடலாக வெளிவந்த "மானுடம் பாடும் வானம்பாடி" தனது தனித்த தடத்தை தமிழில் பதித்தது. திராவிட அழகியலின் சாரத்துடன் மார்க்ஸீய கண்ணோட்டத் துடன் அதன் கவிதைப் போக்கு அமைந்திருந்தது. இயக்க ரீதி யிலான தொனியில் அதன் கவிதைகள் இருந்தாலும் புவியரசு,, சிற்பி, கங்கை, தமிழ்நாடன், ஞானி போன்றோரின் கவிதைகளில் ஒரு தனித்தன்மை இருந்தது. தமிழ்நாடனின் 'அம்மா அம்மா' தொகுப்பு ஒரு கலைக்களஞ்சியமாக இருந்தது. அதேபோல் புவிய

ரசின் 'மீறல்', சிற்பியின் 'ஒளிப்பறவை' ஆகியன பரவலான வர வேற்பைப் பெற்றன. அப்துல் ரகுமானின் பால் வீதி குறிப்பிடத் தகுந்த ஒரு தொகுப்பு வானம்பாடியில் வெளியான பல மொழி பெயர்ப்புக் கவிதைகள் எனக்கு உத்வேகம் தந்தவை பல உண்டு. ஒரு கவிதை சட்டென்று நினைவுக்கு வருகிறது. ஆதித்ய பிரதாப்சிங் என்ற இந்திக் கவிஞர் எழுதியது.

வியட்நாம்

அக்கம் பக்கம்
வசந்தமில்லை
ஒரு கபாலத்தின் மீது
வண்ணாத்திப் பூச்சி

இவை எதிலும் சாராமல் ஆழ் மன அதிசயங்களில் முத்துக்குளித்து அதன் சிக்கலான ரகசியங்களை அருமையாகக் கவிதையில் சொன்னவர் அபி. இவர் அதிகமும் உணரப்படாமல்ப் போனது தமிழின் துரதிர்ஷ்டமே. மோகனரங்கன் சொல்வதுபோல். "ஓசை களின் குழப்பத்திலிருந்து மௌனத்தின் தெளிவிற்கு உள்ளிறங்கிச் செல்லும் இவருடைய சொற்கள் அதன் அடங்கிய தொனி காரண மாகவே அதிகம் வெளித்தெரியாமல் தங்கிப்போயின" என்பதில் ஓரளவு உண்மையிருக்கிறது.

70களின் கவிதை கவிஞர்கள் பற்றிப் பேசும்போது, நாம் ஏற்கெனவே சொன்னோம், இவர்களது நடுத்தர வர்க்க மனோ பாவம் பற்றி. அதன் ஒரு கூறாக ஒரு விஷயத்தைக் காணலாம். இவர்கள், தங்கள் கவிதைகளின் சாரத்தை மேற்கிலிருந்து பெறுவ தில் இருந்த முனைப்பு நமது செவ்வியல்க் கவிதைகளின்பால் இல்லை என்பதே அது. ஆனாலும் ஒட்டுமொத்தமாகப் பார்க்கும் போது, அதாவது இன்றைய தேதியில் நவீனத் தமிழ்க் கவிதைகளை மீள் வாசிப்புச் செய்யும்போது, நம்முடையை செவ்வியல்க் கவிதை களின் மறைமுகமான தாக்கத்தை பலருடைய கவிதைகளில் உணர முடிகிறது. தேவதச்சன்,தேவதேவன், கலாப்ரியா என்று மூத்த தலை முறையும் சரி, மனுஷ்யபுத்திரன், ரவி சுப்ரமணியன், கனிமொழி, ஃப்ரான்சிஸ் கிருபா என்று அடுத்த தலைமுறையும் சரி... அவர் களது கவிதைகளில் சங்கக் கவிதைகளோ அதற்குச் சற்றே பிந்திய கவிதைகளோ அவற்றின் உள்ளார்ந்த பாதிப்பு, ஒரு அந்தர நதியாக ஊடோடியிருப்பதைக் காண முடிகிறது. உதாரணமாக மனுஷ்ய புத்திரன் கவிதை ஒன்று.

சொற்களைத் தின்னும் பூதம்

வெற்றுக் காகிதங்களை
உறையிலிட்டு அனுப்பும் பழக்கமுள்ள பெண்
தன் சொற்களைத் தின்னும் பூதத்திடம்
ஒரு நாள் கண்ணீர் மல்கக்கேட்டாள்
வெற்றுக் காகிதங்களை
படித்துக் கொண்டிருக்கும் மனிதனை
ஒரு நாள்
தின்று வர முடியுமா
உன்னால்.

இது முழுக்க முழுக்க ஒரு நவீன கவிதை. ஆனால், ஒரு விதமான வாசிப்பில் பூதம் -- சதுக்க பூதமாகவும், கண்ணீர் மல்கும் பெண் கண்ணகியாகவும் (மாதவியுமாகவும்) உருக்கொள்வது தவிர்க்க முடியாத செவ்வியல் தாக்கமாவே தோன்றுகிறது.

இதேபோல்

சிலிர்க்கச் சிலிர்க்க
அலையை மறித்து
முத்தம் தரும் போதெல்லாம்
துடிக்கத்துடிக்க ஒரு மீனைப் பிடித்து
அப்பறவைக்கு தருகிறது
இக்கடல்

பிரான்சிஸ் கிருபாவின் கவிதை இது. தன்னளவிலேயே இது அற்புதமான கவிதை. ஆனாலும்

கொக்கொக்க கூம்பும் பருவத்து மற்றதன்
குத்தொக்க சீர்த்த இடத்து.

என்கிற குறள் நினைவில் நிழலாடுவதைத் தவிர்க்க முடியவில்லை. இரண்டின் இயங்குதளமும் சற்றே ஒன்று என்றாலும் இன்றையக் கவிதை "வலி உணரும் மனிதனி"ன் கவிதை. மேற்குறிப்பிட்ட மனுஷ்யபுத்திரன் கவிதையில் தலைப்பு முக்கிய பங்கு வகிக்கிறது. கவிதைகளுக்கு தலைப்பு என்பது மேலை நாட்டுத் தாக்கம். ஆனால் தமிழில் அது கவிதைகளுக்கு கூடுதல் பரிமாணத்தையும், இருண் மையைப் போக்குகிற / விளக்குகிற விதமாயும் இருந்தது. அது இன்னமும் தொடர்கிறது.

மோப்பக் குழையும் அனிச்சம் முகம் திரிந்து
நோக்கக் குழையும் விருந்து

இது வள்ளுவரின், இரண்டு அற்புதமான அவதானிப்புகளை ஒன்றிணைத்துச் செய்யப்பட்ட, கவிதை. இதன் வாசிப்பனுபவம் தரும் மனநிலையோடு ரவி சுப்ரமணியனின் ஒரு அழகான கவிதையைப் பார்ப்போம்.

காரல் கமறும் வேளை

அவனும் நண்பன்தான்
இந்த இடத்திற்கு
இப்போது வருவான்`என
எதிர்பார்க்கவில்லை
என்னை விரும்பியவளை
பிறகு விரும்பியவன்
திரையரங்க இடைவேளையில்
பக்கத்துப் பக்கத்து தடுப்பில்
சிறுநீர் கழிக்கும் வேளையில்
முகமன் கூறும் சங்கடம் போல்
வணக்கம் சொல்லிக் கொண்டோம்..
இந்த விஸ்கி
இப்போது
மேலும் கசக்க ஆரம்பித்துவிட்டது.

சமகால சராசரி வாழ்க்கையின் அன்றாட நிகழ்வுகளை, அதன் சாதாரணத் தன்மையில் பொதிந்திருக்கிற குரூர அல்லது மூக்கைப் பொத்திக் கொள்ளவைக்கிற ஒரு காரியத்தைக்கூட இன்றைய கவிஞன் அழகியல் நிறைந்த கவிதையாக்குகிறான். இது நமக்கு நம் செவ்வியல் கவிகள் தந்த வரத்தினால் விளைந்தது. இதன் மூலம் நாம் கடந்து வந்திருக்கிற தமிழ்க்கவிதையின் பரப்பும் திசையும் இப்போதும் எப்போதும் மிக ஆரோக்கியமானது என்று தோன்றுகிறது.

"ஒரு நல்ல கவிதை புரிவதற்கு முன்பே தன்னை உணர்த்தி விடும்" இது டி.எஸ். எலியட் சொன்னது. புரியாமையும் இருண்மையும் நவீன தமிழ்க் கவிதைக்கெதிராக வைக்கப்படுகிற ஒரு குற்றச்சாட்டு. இதைக் குற்றச்சாட்டாகக் கொள்ளமுடியாது. நவீன கவிதை சொல்லியதைவிட சொல்லாததன் மூலமே அதிகம் உணர்த்துகிறது. இதற்கும் தமிழில் முன் மாதிரிகள் இல்லாமல் இல்லை. ஒட்டணி என்று சொல்லக்கூடிய பிறிதுமொழிதலணி இலக்கணத்தின் பாற்பட்டு பல கவிதைகளை நாம் புரிந்துகொள்கிறோம். இதற்கு உரையசிரியர்கள் பலவகைகளில் உதவியிருந்தாலும், அவ்வுரைகள் முற்றான முடிவுகளில்லை என்பதை உணர்த்துவதே

நவீன கவிதையின் இருண்மைக் கூறுகளில் ஒன்று. ஒரு கவிதை காலம் கடந்து நிற்கவேண்டுமெனில் அதன் உள்ளடக்கம், அது பாடப்பெற்ற காலத்தின் நிகழ்வுகளைத் தாண்டி இன்றைய வாழ் நிலைகளுக்கும், இன்றைய சமூக நிகழ்வுகளுக்கும் பொருந்தி வர வேண்டும்.

இளைதாக முள்மரம் கொல்க களையுநர்
கைக்கொள்ளுகம் காழ்த்த இடத்து

என்ற குறளுக்கு உரையாசிரியர்கள் தருவது, எதிரிகளை அரசன் முளையிலேயே கிள்ளி எறியவேண்டும் என்பதுபோல் அமைந் துள்ளது. ஆனால் இன்றைய சூழலில், எல்லோருமே இந்நாட்டு மன்னர்களாகிவிட்ட சூழலில், இன்றைக்கு அது சொல்லும் செய்தி என்னவாயிருக்கும். இன்று அது பொருள் இழந்த கவிதையா.. இல்லை.. முள்மரம் என்ற படிமத்தை கவலை அல்லது பயம் என்று கொள்வோமானால் அது இன்றைக்கும் பொருத்தமான கவிதையாகவே இருக்கிறது. இப்படிக் "கொண்டு கூட்டிப் பொருள் கொள்ளும்" சுவாரஸ்யத்தை தருவதே கவிதை.

தேவதச்சன் எனது காலத்தின் முக்கியமான கவிஞர். அவரு டைய கவிதைகள் தத்துவார்த்தப் பின்னணி கொண்டவை. எனினும் மிக எளிமையான சொற்கள் கொண்டவை.

குளத்துப் பாம்பினது
ஆழத்தில்
தாமரைகள் தலைகீழாய் முளைத்திருக்கின்றன.
மத்தியான வெயிலின் தித்திப்பு.
படிக்கட்டில்
ஓரிரு அரசிலைகள்.
இன்னும் ஆழத்தில்
சாவகாசமாய் ஒரு
விண் பருந்து

இந்தக் கவிதையின் வரிகளில் எந்தப் புதிய சொல்லும் இல்லை. ஆனால் கவிதை அற்புதமான 'சொற்சேர்க்கை' கொண்டு விளங்கு கிறது..

ஒரு பாம்பு குளத்தினாழத்தில் இருக்கிறது. கவிதை முழுமையும் அதன் பார்வையிலேயே சொல்லப்பட்டிருக்கிறது. அதைப் பொறுத்து, தாமரை தலைகீழாய்த் தெரிகிறது... மத்தியான வெயி லின் கடுமை ஆழக்குளிர்ச்சியில் தெரியவில்லை. அது விண்பருந் திடமிருந்து தப்பித்திருக்கிறது அல்லது அது பற்றி அதன் ஆழத்தில் அதற்கு பயமில்லை. சாவகாசமாய் இருக்கிறது. வானில் உயரே

பறக்கும் பருந்துக்கு, பாம்பு தரையைவிட அதிக ஆழத்தில் இருக்கிறது." நீ இன்னும் உயரத்திற்குப் போ, அப்போது மகத்தான ஆழங்களை அறிவாய்" என்கிற தத்துவார்த்தச் சொல்லாடலைச் சொல்லாமல் சொல்லுகிறது கவிதை. இதை நீங்கள் இன்னும் கூட அற்புதமாக உங்கள் பார்வையில் உணரமுடியும்.

80களின் மத்தியில் அறியப்பட்ட ஒரு முக்கியமான கவிக்குரல். சுகுமாரனுடையது. அவருடைய பன்மொழி வாசிப்பனுபவம் அவரை ஒரு சிறந்த இலக்கியவாதியாக நிறுவியிருக்கிறது. இறுக்க மான சொற்கள், கச்சிதமான வரிகள், அதே சமயம், வெற்று அழகி யலைத் தூக்கிப்பிடிக்காத உள்ளடக்கம் என்று எனக்குப் பிடித்த கவிஞர்களில் முதலிடத்தைப் பிடிப்பவர். அவரது அருமையான கவிதை

ஸ்தனதாயினி

    இனிய வெண்கலப் பழங்கள்
    உன் மார்பகங்கள்
    உள்ளே
    உயிர் தழைக்கப் பெய்யவெனத்
    திரண்டிருக்கும் பால் மேகம்.
    ஒன்றில்
    தாய்மையின் கசிவு
    மற்றதில்
    காதலின் குழைவு
    உன் இடதுமுலை அருந்துகையில்
    என் கண்களில்
    குழந்தைமையின் நிஷ்களங்கம்
    அப்போது உன் இடதுமுலை
    பரிந்து சுரக்கும் ஊற்று
    உன் வலதுமுலை அருந்துகையில்
    என் கண்களில்
    காதலின் உற்சவம்
    அப்போது உன் வலதுமுலை
    நெகிழ்ந்து பெருகும் அருவி
    குழந்தைமையும் காதலும் கனிந்த மனவேளையில்
    மார்பகங்களின் இடைவெளியில்
    உணர்கிறேன்
    அமைதிக் கடலாய் ஒரு மூன்றாவது முலை.

90களில் தமிழ்க்கவிதை மகத்தான உயரங்களுக்குப் போயிருக்கிறது. அதனால் ஆழமும் அதிகமாய் இருக்கிறது. இந்தக் காலக்

கட்டத்தில், எழுதவந்த கவிஞர்கள் பரந்துபட்ட வாழ்க்கை நிலை யிலிருந்து கிளம்பியவர்கள், பார்ப்பன வெள்ளாள ஆதிக்கம் மிகுந் திருந்த கவிதையின் சாதிய அடையாளங்களைத் தகர்த்தார்கள். ஃப்ராய்டிய தத்துவம், சில ஆதித்தடைகள் பற்றி நன்கு விளக்கு கிறது. (Totem and Taboo). ஆதிகாலத்தில் எல்லாப் பெண்களும் தனக்கே வேண்டுமென்று எண்ணுகிற தந்தை, வயது வந்த தன் மகன்களை விரட்டி விடுகிறார், அவர்கள் ஒன்று சேர்ந்து தந்தையைக் கொன்று சாப்பிட்டுவிட்டு, அந்தக் குற்ற உணர்வோடு, அண்ணன் தங்கை என்ற தடைகளை ஏற்படுத்துகிறார்கள். உடலுக்காவே தன்னை 'நிறுவ' ஆரம்பித்து பெண்ணை அடிமை கொண்டிருந்த ஆணாதிக்கத்திற்கு எதிராகப் பல பெண்ணியக் குரல்கள் ஒலிக்க ஆரம்பித்தது. பல விலக்கங்களை (டேபூஸ்) பெண்கள் அதன் ஆதித் தன்மையிலிருந்து உணர்ந்து அதை தோலுரித்துக் காட்டுகிறார்கள், தங்கள் கவிதைகளில்.

பெண் என்ற பால் அடையாளத்தால் தான் அடைந்த துயரங் களை தமிழ்க் கவிப்பரப்பில் முதலில் அழுத்தமாகச் சொன்னவர், சுகந்தி சுப்ரமணியன். அதன் பின்னர் உமாமகேஸ்வரி சிறந்த கவிதைகளை எழுதியுள்ளார். உதாரணமாக,

தொட்டி மண்ணிற்குள்
இட்ட விதையின் மௌனம்
கூடவருகிறது என்னோடு.
சமையலறையின் வெம்மையில்
குளியலறையின் அவசர நிர்வாணத்தில்
படுக்கையறையின் புழுக்க மோகத்தில்
அலைகிறது அதன் அமைதி
என்னுடன்
தன் வீர்யத்தால்
என் பசுமை தழைக்கட்டுமென்று

மென்மையான மொழிகளில் கவிதை சொன்ன இன்னொரு பெண்குரல், கனிமொழியினுடையது.

எமக்கு என்று
சொற்கள் இல்லை
மொழி எம்மை
இணைத்துக் கொள்வதுமில்லை
உமது கதைகளில்
யாம் இல்லை
எனக்கென்று சரித்திரமில்லை
நீங்கள் கற்றுத் தந்ததே நான்

வார்த்துத் தந்ததே நிஜம்
எனக்கென்று கண்களோ
செவிகளோ, கால்களோ
இல்லை
அவ்வப்போது நீ இரவலாய்.
தருவதைத் தவிர.

குட்டி ரேவதி, சல்மா, மாலதிமைத்ரி, சுகிர்தராணி ஆகியோர் தனித்துவமும் தீவிரமும் கூடிய குரலில் சாதனை படைத்து வரும் கவிஞர்கள்.. "பெண்ணையும் பெண்ணுடலையும் அனைத்தையும் பிறப்பித்து ஊட்டி வளர்க்கும் இயற்கையின் உயிர்சக்தியோடு இணையாக வைத்துக் காணுபவராக.." மாலதி விளங்குகிறார், என்கிறார் மோகனரங்கன். இதை இவருடைய 'நீலி' தொகுப்பு நன்கு விளக்கும். இவர்கள் தவிர பெண் கவிஞர் என்று தனித்துப் பார்ப்பதை அவ்வளவு விரும்பாத ஆனால் அதே சமயத்தில் பெண்ணியக் கருத்தாக்கங்களுக்கு ஆதரவாளர்களாக விளங்கும், பல கவிஞர்கள், லதாராமகிருஷ்ணன், இளம்பிறை, மு. சத்யா, செ. பிருந்தா, தேன்மொழிதாஸ், தமிழச்சி தங்கபாண்டியன், சக்திஜோதி, லாவண்யா, எனப் பெரிய காத்திரமான பட்டியல் உள்ளது.

80களின் பிற்பகுதியில் தங்கள் 'கிரணங்கள்' கவிதைகள் மூலம் கண்டெடுக்கப்பட்டு 90களிலும், இன்றளவும் எழுதி வருகிற மிக முக்கியமான கவிஞர்களாக பிரேம் ரமேஷைச் சொல்லவேண்டும். இருவரும் பல தளங்களில் இயங்குபவர்கள், பின் நவீனத்துவம் பற்றிய அதிக பட்ச புரிதல்களுடன் இயங்கிவருபவர்கள். இன்றைய உலகமயமாக்கல் என்கிற சந்தைப் பொருளாதாரம் உலகையே தங்கள் உற்பத்திப் பொருட்களுக்காக சந்தையாக்குதல் நுகர் பொருள் வேட்கையை உருவாக்கி வளர்த்தெடுக்க பல அரசியல், கலாச்சார அழகியல் அமைப்புகளை, வளர்ந்த நாடுகள் உருவாக்கி அலைய விட்டிருக்கின்றன. இதன் மூலம், பல்வேறுபட்ட இனக்குழு அடையாளங்களை அழித்து அவர்களின் நிலம், உற்பத்தி, சுயச்சார்பு எல்லாவற்றையும் பிடுங்கி ஒரே மையத்தில், ஒரு முற்றொருமை அடையாளத்தோடு, அவ்வினக்குழுக்களை நிறுத்த முனைகிறார்கள். இதற்கு வளரும் நாடுகளின் அரசியல்வாதிகள் துணை போகிறார்கள்., அவர்கள் செய்வது என்னவென்று தெரிந்தோ தெரியா மலோ. பின் நவீனத்துவம் இம்மையங்களை அழிப்பதில் முனைப்புக் காட்டுகிறது. இந்த அரசியல் கலாச்சார சதிகளை உடைக்க முற்படுவதே பின் நவீனத்துவம். அவர்களின் அற்புதமான கவிதை ஒன்று.

கண்ணாடிச் சில்லுகள் பதிக்கப்பட்டு
முடிவற்று நீளும் மதில் மீது
நேர்த்தியாக நடந்து செல்கிறது
பூனை என்ற ஒரு சொல்
ஆம் ஒரு சொல்
அதைக் கொஞ்சம் பின் தொடர்ந்தால்
அது ஒரு வாக்கியமாவதையும்
வாக்கியத்தின் நீண்ட அசைவில்
கண்ணாடிச் சில்லொன்று பொத்து விட்டால்
மதிலின் பக்கவாட்டில் வழியும் குருதி
கவிதையாவதையும் வாசிக்கலாம்
அது பூனையைப் பற்றிய கவிதையாக இருக்குமென்று
நீங்கள் எதிர்பார்த்தால் ஏமாந்து போவீர்கள்.

ரமேஷ் பிரேமின் இன்னொரு கவிதை,

இமயவரம்பன்
பனையோலையில் நீ எழுதிய
காதல் கடிதம் தனது
மெய்யெழுத்துக்களின் மீது புள்ளிகொண்டு
அச்சேறுகிறது செவ்விய கவிதையாய்
யோனிப் பிளவை
சரிசமமாக அரிந்த ஆப்பிளின்
உட்பகுதிக்கு உவமை கூறியிருந்தாய்
சங்கம் மருவிய காதலனே
உன் காலத்தில்
காஷ்மீரத்து ஆப்பிள்
தமிழ் மண்ணில் கிடைத்ததா

சங்கம் மருவிய காலமும், மெய்யெழுத்துக்களின் மேல் புள்ளி வைக்கும் முறை ஏற்பட்ட காலமும், காஷ்மீர் ஆப்பிளும் ஒன்றுக் கொன்று முயங்கி நிற்கின்றன. ஆனால் கவிதை முழுமையாக இருக்கிறது. கொஞ்சமான புரிதலுடன் சொன்னால், காலத்தின் மையம் அழிக்கப்பட்டு நிற்கிறது இந்தக் கவிதையில்.

தாயகத்தமிழ்க் கவிதைகளின் பரந்துபட்ட தன்மை, இறுக்கம், சிக்கலான படிமம், இவையெல்லாம் அதிகம் பாதிப்பேற்படுத்தாமல், பெரிதும் "சென்றொழிந்த காலத்து மீட்டல்களிலிருந்து விலகிச் செல்லமுடியாத துயரைச் சொல்லுகிற விதமாய் அமைந்துள்ள ஈழக்கவிதைகள், மனதை தைத்து நம் கையாலாகாத்தனத்தை பகடி செய்கின்றன. சேரன், வ. ஐ.ச ஜெயபாலன், கருணாகரன், திருமாவளவன், சிவரமணி, தமிழ்நதி என்று நீளும், இந்தப் பட்டியல். சிவரமணியின் வித்தியாசமான கவிதைகள் முக்கியமானவை.

90களுக்குப் பின் வந்த கவிஞர்கள் ஏராளம். இது தவிர்த்து இணையத்தில் எழுதிக் கொண்டிருப்பவர்கள் இன்னும் ஏராளம் அதிலும் நல்ல கவிதைகள் கிடைக்கின்றன.

90களுக்குப் பின்னான முக்கியமான கவிஞர் பாலை நிலவனின் கவிதை ஒன்றைப் பார்க்கலாம்.

சாட்சியம்

இந்த நிலா ஒளியைத்தான்
நான் யாசித்தது.
ஒரு பழத்தைப் பிழிவது போல்
பிழிந்து அதன் சாற்றை
இப்படிஎன் கையில் ஊற்றுங்கள்.
ஒரு மிடறு குடித்தபின் பாருங்கள்.
சகதியும் அகோரமுமான நான்
ஒளித்துண்டாய் விழுவேன்
என் மீது நீங்கள் சுமத்தும்
குற்றங்களுக்கெதிராய்...
அதுவரைக்கும் இப்படித்தான்.
ஒரு கொடியைப் போன்று காற்றில் அசைந்து
கொண்டிருக்கும்
உங்களால் கழற்ற முடியாத
என் வன்மம்.

எதற்கு இந்த வன்மம். ஏன் கவிஞன் அந்நியப்பட்டு நிற்கிறான். நவீன வாழ்வின் பதற்றம் இளைஞர்களை சமூக அரசியல் நிகழ்வு களில் ஒன்ற விடாமல் செய்திருக்கிறது. இந்த வகையான அந்நிய மாதல் இளைஞர்களின் வாழ்க்கையில் காலந்தோறும் நிகழ்வது தான். ஆனால் நவகாலனீய ஆதிக்கத்தின் நிழலில் அவர்களால் நிம்மதியாய் உறங்க முடியவில்லை. இது அகவயச் சிக்கல் என்ற போதும் புறக்காரணிகளின் தாக்குதலே அச்சிக்கலுக்கு காரணம். அவர்களுக்கு நேரிடும் வலி கூட்டுணர்வின் வலி. ஆனால் ஒவ்வொரு வரின் மொழியும் தனியாக ஒலிக்கிறது. முந்திய காலகட்டங்களில் தனித்தனி தீவுகளாக அந்நியப்பட்ட இளைஞர்களைக் காண நேரிட்டது. இப்போது ஒவ்வொருவரும் ஒரு தீவாக இருப்பதாகக் கொள்ளலாம்.

பாலை நிலவனின் வார்த்தைகளில் சொல்வதானால், “முற்றிலுமாகச் சிதைந்துவிட்ட நவீன வாழ்வில், அதன் மீது ஓயாத எதிர்வினை புரிந்து கொண்டிருக்கும் துயர்மிகுந்த வேலையே கவிஞனுக்குச் சாசுவதமாகிவிட்டது. தார்மீகமான நம்பிக்கைகள்

அழிந்துவிட்ட பெருநகரத்தில் வீடும் அது சார்ந்த அறங்களும் நழுவிவிட்டன. கலைஞன் வீட்டைத் துறக்க எத்தனிக்கும் போதெல்லாம் வீடு ஒரு பூனை போல அவன் காலைச் சுற்றுகிறது.. தப்பிக்கும் வழியற்றவன் கவிஞன். ஒரு பூனை போல தன் வீட்டை அவன் சுமந்தாகவேண்டும். சமூகம் வனவிலங்காகிவிட்ட பின்பு அதில் வாழ்பவனும் வனவிலங்காகி விடுகிறான். சமூகம் பார்வை யற்றது. கலைஞனோ எல்லாவற்றையும் பார்த்துக் கொண்டிருக்கிறான்."

ரசனை வாசகனாக ஒரு கவிதையை பின் தொடர்பவருக்கு இந்தக்காலக் கவிதைகள் பேரதிர்ச்சியைத் தருவதில் வியப்பில்லை 'மொழியின் பெருங்குகையினுள்' நுழைந்து விட்டவனாகவே இன்றையக்கவிஞன் இருக்கிறான். இதற்கு முந்தைய காலகட்டங் களில் 'அனுபவங்களின் கொந்தளிப்பாக' மொழி கவிதையில் செயல் பட்டது. இன்று அது புதிர்மொழியாகச் செயல்படுகிறது. வாழ்வை புதிர் வழிப்பாதைகளால் கடக்க நேரிடுவதால் இது நேரிட்டிருக் கலாம்.

இன்றைய கவிஞர்களில் முக்கியமானவர்களாக யூமா வாசுகி, கரிகாலன், யவனிகா ஸ்ரீராம், சங்கரராம சுப்ரமணியன், லக்ஷ்மி மணிவண்ணன், கடற்கரய், முகுந்த் நாகராஜன், வா. மணிகண்டன் என்று பலபேரைச் சொல்லலாம். பட்டியல் முழுமையானதில்லை.

நவீனகவிதை வரலாற்றில், ஒடுக்கப்பட்டவர்களின் ஓங்கிய குரல் ஒலிக்க ஆரம்பித்தது 90களில்தான். பெண்ணியக்குரல் போலவே தலித்தியம் தன் முழு வீர்யத்துடன் தடம் பதித்தது. மராத்திய, கன்னட தலித் எழுச்சியைத் தொடர்ந்து தமிழிலும் தலித் எழுத்துக்கள் தோன்றின. இது அம்பேத்கார் நூற்றாண்டை சரியான படி கொண்டாடும் விதமாக அமைந்ததைக் குறிப்பிடவேண்டும். தலைமுறை தலைமுறையாக ஒடுக்கப்படவர்களின் 'தலைமுறைக் கோபம்' ஒரு புதிய அழகியலுடன் வெளிப்பட்டது. அன்பாதவன், விழி.பா. இதயவேந்தன், மதிவண்ணன், கண்மணிகுணசேகரன், ஆதவன்தீக்ஷண்யா, ரவிக்குமார், என்.டி. ராஜ்குமார்.... என பல படைப்பாளிகள் தோன்றினர். விளிம்புநிலை மனிதர்கள் பற்றி, நான், பழமலய் போன்றவர்கள் எழுதியிருந்தாலும், மேற்குறிப்பிட்ட புதியவர்களின் இரவல் அனுபவமற்ற கவிப்பரப்பு வேர்வையும் ரத்தமும் சதையும் கொண்டது. ஆனாலும் தலித்திய நாவல்கள், சிறுகதைகள் ஏற்படுத்திய உச்சபட்ச தாக்கத்தை தலித்திய கவிதைகள் உண்டாக்கவில்லை என்ற ஆதங்கத்தினையும் பதிவு செய்ய வேண்டி யுள்ளது.

இன்றைய கவிதையின் திசை என்று எடுத்துக் கொள்ளும் போது இன்று முனைப்புடன் இயங்குகிற பழைய புதிய தலை முறைக் கவிஞர்களின் கவிதைகள் அனைத்தையும் சொல்ல வேண்டும். அந்த வகையில் இந்தக் கட்டுரை அமைந்திருப்பதாகவே எண்ணுகிறேன். இந்த கட்டுரைக்கு பல கவிஞர்களின் நூல்கள் குறிப்பாக, க. மோகனரங்கனின் 'சொல், பொருள், மௌனம்' நூல், சுகுமாரன், கரிகாலன், பாலைநிலவன், பிரேம் ரமேஷ் ஆகியோரின் கட்டுரைகள் உதவியாயிருந்தன, அவர்களுக்கு என் நன்றி.

8
ஸகி.........(1)

நாற்பது வருடங்கள் ஓடிவிட்டன. இப்போது யோசிக்கையில், அந்த இருபது வயதில் என்ன முதிர்ச்சி இருந்திருக்கும் என்று தோன்றுகிறது. ஆனால் அந்த நேரத்து வாழ்வும் மனமும் தந்த படைப்பின் எளிமையான ஆன்மா, இப்போது அனுபவத் தர்க்கங்கள் முக்கிப் பிரசவிக்கும், தட்டுத் தடுமாறிப் பிறக்கும் சோதனைக் குழாய் படைப்புக்கு இருக்குமா தெரியவில்லை.

உயிர் காதலிலே
உடல் மேடையிலே இந்த
வாழ்க்கையின் முடிவெங்கே...

என்ற வரிகளை உள்ளடக்கிய

மன நாட்டிய மேடையில் ஆடினேன்
கலை காட்டிய பாதையில் வாடுகிறேன்

என்ற மீண்ட சொர்க்கம் பாடலை நானும் ராமச்சந்திரனும் விரும்பிக் கேட்போம். அது எங்கள் 'பிராணகீதம்', அந்தக் காலத்தில். அவருக்கு இந்தி நடிகை ராக்கியை ரொம்பப் பிடிக்கும். இரண்டு பேருக்கும் நடிகை சாரதாவை ரொம்பப் பிடிக்கும். சாரதா படங்களைச் சேகரிப்பது ஒரு இஷ்டமான காரியம், அப்போது. 'பொம்மை' சினிமாப் பத்திரிகையில் நடுப்பக்கத்தில் வந்த சாரதா படம் ஒன்றை நான் கனத்த

அட்டையில் ஒட்டி, என் படிக்கிற மேஜை அருகே தொங்க விட்டிருப்பேன். அவர் அதே இதழில் வந்த சிறிய படமொன்றை மேஜையில் வைத்திருப்பார். மேஜை என்றால், அது வக்கீல் குமாஸ்தாவான அவரது சிறிய அறையில் இருக்கும் வக்கீல் சார் வீட்டு மேஜை. அவர் வைத்திருந்த சாரதா படம் தொலைந்து போய்விட்டது. அதைக் குறித்து அவர் என்னிடம் ரொம்ப வருத்தப்பட்டார். என்னிட மிருக்கும் பெரிய படத்தை வைத்துக் கொள்ள அவரது வாழ்வியல் சுதந்திரம் அப்போது அனுமதித் திருக்காது, அதனால் அதைத்தர முன் வந்தபோது மறுத்துவிட்டார்.

அந்த நாட்களின் காலைகளில், அநேகமாக என்னைப் படுக்கை யிலிருந்து எழுப்புகிறவர் அவராய்த்தான் இருக்கும். கையில் 'கடல் புரத்தில்; நாவலின் அத்தியாயம் ஒன்றோ இரண்டோ வைத் திருப்பார். முந்தின இரவில் எழுதியது. கண்ணில் பீளை கூட விலகாமல் அதைப் படிப்பேன். என்ன அற்புதமான படைப்பு, எப்படிப்பட்ட அற்புதமான கலைஞன். அவரைப் போல், அவர் நாவலின் ஒரு அத்தியாயம் போல, ஒரே ஒரு கதை எழுதி விட்டால்ப் போதும், பேனாவைத் தூர எறிந்துவிடலாம் என்றிருக்கும். அதை அவர் இரண்டு விதமாக முடித்திருந்தார். ஒன்றில் பிலோமி இறந்து விடுவாள். இன்னொன்றில் அவள் தனது தாயின் சிநேகிதரான வாத்தியாருடன் போய் தங்கிக் கொள்ளுவாள். எனக்கு முதல் முடிவு பிடித்திருந்தது. வண்ணதாசன், "இரண்டாவது முடிவுதான் அற்புதம், நீ சொல்கிறதை யார் வேண்டுமானாலும் எழுதிவிடலாம், இதுதான் புதுசாய் இருக்கிறது, இதில்த்தான் ராமச்சந்திரனின் வியக்தி இருக்கிறது" என்றார். எனக்கு அப்போதுதான் உரைத்தது. ஆமாம் இரண்டாவதில் ஒரு அபூர்வ முதிர்ச்சி இருக்கிறது என்று. வண்ணதாசனின் புதியவற்றிற்கான தாகமும், ராமச்சந்திரனுடைய அதுவும் இதுவுமான கலையும், என் அமுதிர்ச்சியும் அன்று தெளிவாகப் புரிந்தது.

வக்கீல் சார் வீடு நான் கல்லூரிக்குப் போகும் வழியில்தான் இருந்தது. ரமச்சந்திரன் இரண்டு நாளைக்கு ஒரு தரம் என்னையும் கல்யாணியையும் பார்க்க வந்துவிடுவார். ஆனாலும் அவ்வப்போது திடீரென்று ஒரு போஸ்ட் கார்டு வரும், அற்புதமான வரிகளைத் தாங்கி. ஒரு கார்டில் உற்சாகம் கொப்பளிக்க எழுதியிருந்தார், "அன்புமிக்க கோபால், தொலைந்துபோன சாரதா படம் கிடைத்து விட்டது, ரொம்ப மகிழ்ச்சியாக இருக்கிறது. அதற்காகவே அது இன்னொரு தரம் தொலையலாம் போலிருக்கிறது", என்று எழுதி யிருந்தார். மறுநாள் கல்லூரி போகிற காலை நேர அவசரத்துக்

கிடையே அவரையும் அந்தப் படத்தையும் (ஏற்கெனவே பார்த்தது தான்) பார்ப்பதற்காக அவரது அறைக்குப் போனேன். அதைக் காட்டிக் காட்டி மகிழ்ந்தார்.

அவர் பிலிமாலயா சினிமாப் பத்திரிகையில் கொஞ்ச நாள் வேலை பார்த்தபோது ஒரு அழகான சாரதா ஸ்டில்லை அனுப்பி யிருந்தார், வேறு கடிதம் எதுவும் எழுதாமல். நினைவுகளின் சாட்சி யங்களாக எல்லாமே பத்திரமாக இருக்கிறது.

அலைக்கழிந்து போவதற்கே
மேகங்கள்
காற்று வரும் வரை
காத்திருக்கின்றன...

என்று ஒரு கார்டில் எழுதியிருந்தார்.

சென்னையிலிருந்து ஒரு கடிதம், 14.11.1973ல் எழுதியது, மறுபடியும் 'ஜமீலா' படிக்கக் கிடைத்தது. 70ம் வருஷம் கல்யாணி, நீங்கள், நான், சுகுணா,சின்னம்மா எல்லோரும் படித்து நெகிழ்ந்து போயிருந்தோம். "ஜமீலா"ஒரு அமர காவியம்.தாகூரின் 'நஷ்ட நீட' (சிதைந்த கூடு) போல, மதினிக்கும் கொழுந்தனுக்கும் உள்ள உறவுகளைச் சித்தரிக்கிற உன்னதமான ஜீவனுள்ள காவ்யம். காகஸ்தானின் ஸ்தெப்பி வெளிகளில் தன்னுடைய நேசத்தைப் பாடிய ஒரு பெண்ணின் கதை. என்னுடைய மகளுக்கு நான் 'ஜமீலா' என்று பெயரிடுவேன்......" என்று நீளும்...

ராமச்சந்திரன் என்னைப் போலவே டயரியில் கொஞ்சம் படங்கள் வரைவார். சும்மா சில முகங்கள். ஆனால் எல்லா வற்றிலும் ஒரு ஜீவன் இருக்கும். அவருக்குப் பிடித்த இன்னொரு பாடல் 'ராதையின் நெஞ்சமே, கண்ணனுக்குச் சொந்தமே," இதையும் "உன்னிடத்தில் என்னைக் கொடுத்தேன், உன்னை உள்ள மெங்கும் அள்ளித் தெளித்தேன்." பாடலையும் கேட்கிறபோது தவறாமல், தன்னிச்சையாக ராமச்சந்திரன் நினைவுக்கு வருவார். இன்னும் வருகிறார். கோபாலிலிருந்து கலாப்ரியா எப்படி வந்தார் என்று அவர் எழுதப்போவதாகச் சொல்வார். 'கலாப்ரியாவும் கோபாலும்' என்று அவரது டயரியில் எழுதிய குறிப்புகளைக் காண்பித்திருக்கிறார். நாங்கள் டயரியைப் பகிர்ந்து கொள்வது உண்டு. மீராவின் கனவுகள்+கற்பனைகள் = காகிதங்கள், என் தொகுப்புகளுக்கு முன்னதாக வெளியாகிவிட்டதே என்று ஆதங்கத் துடன் சொல்லிக்கொண்டே இருப்பார்.

அவரது படைப்புகளைப் பொறுத்தவரை இன்னும் நான் உணர்ச்சி பூர்வமான வாசகனாகவே இருக்கிறேன். அவரது கதை களில் 'அழைக்கிறவர்கள்', 'எஸ்தர்', 'மிருகம்' எல்லாம் தமிழ்ச் சிறுகதையில் யாராலும் நெருங்கமுடியாத சாதனைகள். சுருக்க மாகச் சொன்னால், அவர் இரண்டாவது புதுமைப்பித்தன்.

அந்த இருபது வயதுகளின் நினைவுகள் அற்புதமானவை. "அடையமுடியாப் பொருளின்மீது ஆசை தீராது அபிமானம் மாறாது" என்கிற தேவதாஸ் வரிகளில் தன்னையே கரைத்துக் காணாமலடித்துக் கொண்டவர்கள் நாங்கள் (இருவரும்). எங்களில் அவரைப்போல அலைக்கழிந்தவர்கள் யாருமில்லை, யாரிலும் அவரைவிடச் சிறந்த உன்னதமான கலைஞனும் யாருமில்லை. பழைய நினவுகளை, மனதிற்குள் கொண்டாடிக் கொண்டிருந்தாலே போதும் என்பதைத்தவிர எனக்கு இப்போதைக்கு வேறு எதுவும் தோன்றவில்லை.

இருவருக்கும் பிடித்தமான ஒரு ஆங்கிலக் கவிதையின் சில வரிகள்

வெற்றியடைந்தவன்
நான்
அதைக் கொண்டாடவிடமாட்டாய்
நீ.

Charles Ghasley

9

ஸகி- 2

சில விஷயங்கள் திரும்பத் திரும்ப நிகழும். சில விஷயங்கள் அபூர்வமாக நிகழும். சில விஷயங்களைக் கட்டமைக்க, கடந்து செல்ல, புவி வாழ்க்கை நீண்ட காலத்தை எடுத்துக்கொள்ளும். சில சமயம், சொடுக்கும் நேரத்தில் நடந்துவிடும். சந்திப்பு நொடியிலும், நட்பு கால காலமாக நீளுவதும் இந்த சூத்திரத்தின் அடிப்படையில் தான் போலும். ஆனால் அந்த 'நொடி நேரம்' நல்லதாய் வாய்க்கவேண்டும்.

ஒரு நண்பர் அந்த ஊரில் புதிதாக வேலைக்குச் சேர்ந்திருந்தார். அந்த ஊர் பற்றி அவருக்கு இன்னும் ஒன்றும் தெரியாது. ஒரு நண்பரின் முகவரியை சொல்லி அனுப்பி இருந்தேன். அவர் பணியில் சேர்ந்த அன்று ஒரு இரண்டு வரிக்கடிதம் எழுதியிருந்தார். "நான் சுகமாக வந்து சேர்ந்துவிட்டேன். இந்த ஊர் டூரிங் டாக்கிஸில் இன்று முதல் 'சரத் பாபுவின் தேவதாஸ்' படம் ஓடுவதாக போஸ்டர் பார்த்தேன்." எனக்குப் புரிந்தது நிச்சயம் அவர் அன்று 'பொழுதைக் கழிப்பதாக' தேவதாஸ் படம் போய், தன்னையே அலைக்கழித்து திரும்புவார் என்று. தேவதாஸ் படம் முதலில் வந்த போது மூன்று அல்லது நான்கு வயது இருக்கும். ஆனால் அதை *1970*களில் ஒரு முறை ரத்னா டாக்கீஸில் திரையிட்டபோது, வண்ணதாசன், அந்த நண்பர், நான் மூன்று பேரும் போனோம். இப்படி

ஒரு படம் இருபத்தி ஐந்து வருடத்துக்கு முன்பே வந்திருக் கிறதா என்று ஆச்சரியமாய் இருந்தது. அன்று படம் கடைசி, இரண்டாம் காட்சிக்கு, நானும் நண்பரும், மறுபடி போனோம். சாப்பிட் டிருந்தோம் ஆனால் சாப்பிடவில்லை. படத்தில் பார்வதியைவிட 'சந்திரமுகி'க்காகவே நாங்கள் வெகுவாக உணர்வுகளை இழந் திருந்தோம்.

இதேபோல் 'நான் ராஜவல்லிபுரத்துக்குப் போய்க் கொண்டி ருந்தபோது தாழையூத்து சூப்பர் டாக்கீஸ் (அது அப்போது டூரிங் டாக்கிஸ்) துலாபாரம் போஸ்ட் ஒட்டி இருந்தார்கள். ஒரு தெரு விளக்கினடியில் நிழலுருவாய் கத்திக் குத்துப்பட்ட ஏ.வி.எம் ராஜன், குனிந்து இருக்கிற மாதிரி 60க்கு நாற்பது சைஸ் போஸ்டர் ஒட்டியிருந்தர்கள். பரணி டிசைன், பண்ணியது. அன்று இரவு படம் பார்த்தோம். மனப்பாரம் புதுப்பித்துக் கொண்டேன். தேர்வுக்கு படிப்பதற்காகத்தான் அந்த கிராமத்திற்கே போயிருந்தேன். மறு நாள் கிளம்பிவிட்டேன்.

ஒரு வகையான அழுகுணிப் படிமங்களாகச் சொல்ல என்ன காரணம் என்று நீங்கள் யோசிக்கலாம். இப்படியான விஷயங் களுடன் நாம் அதிகமாக ஒன்றி விடுகிறோம். அதில் நம்மை ஆதார மாகக் கவர்வது அதில் பொதிந்துள்ள கலை நயமே. தேவதாஸ் படத்தின் இயக்குநர் வேதாந்தம் ராகவய்யா என்ற தெலுங்குக்காரர். அவர்தான் 'அடுத்த வீட்டுப்பெண்' நகைச்சுவைப் படத்திற்கும் இயக்குனர். அஞ்சலிதேவியின் பல படங்களுக்கு அவர்தான் இயக்குநர். அவர் பிற்காலத்தில் இயக்கிய படம் நாகேஷ் நடித்த 'உலகம் இவ்வளவுதான்' படத்திற்கு அவர்தான் இயக்குநர் என்றால் நம்பமுடியாது.

இசக்கி அண்ணாச்சியின் கலையும் அப்படிப்பட்டதுதான். நான் அவருடன் அவரது துயரக்கணங்களையும் பகிர்ந்து கொண்டவன். அவரது கலைப்படைப்புகளில் ஒரு இழப்பின் சாயலை இனங்கண்டு கொண்டவன். "ஆற்றங்கரை மரமும் அரசறிய வீற்றிருந்த வாழ்வும்..." என்கிறதன் நிலையாமையை பகிர்ந்து கொண்டிருக்கிறோம்.

ஒரு சம்பவம். அவருடன் பழக்கமேற்பட்ட சில காலம் கழித்து. அநேகமாக நெல்லை தென்காசி பகுதிகளில் தொடர்ந்து இரண்டு மூன்று நாட்களாக அதிகாலை நேரத்தில் வித்தியாசமாக 'வெம்பா' என்கிற மஞ்சு படர்ந்திருந்தது. ஏதோ ஒரு இயற்கை விசித்திரம். நான் அதைப் படம் பிடித்தேன். கொஞ்சநாள்கழித்து இசக்கி அண்ணாச்சியைப் பார்க்கிறபோது, "அண்ணாச்சி இந்த மாதிரி

மூன்று நாட்களாக வெம்பா படர்ந்திருந்ததே பார்த்தீர்களா.. என்றேன். "ஆமா என்ன இப்படிக் கேட்டுட்டீங்க, என்று அவரது வெளிச்ச மாயிருந்த 'டார்க் ரூமி'ற்குள் போனார். நாலைந்து பெரிய புகைப் படங்களை எடுத்து வந்தார். சிந்து பூந்துறை ஆறும், உடையார் பட்டி ரோடும், வெம்பாவில் குளித்துக் கொண்டிருந்தது. அபூர்வ மான படங்கள். நான் எடுத்ததை நினைத்து வெட்கமாய் உணர்ந் தேன். சிரித்துக்கொண்டே "விடுவனா.. அபூர்வமான விஷயம்ல்லா" என்றார். ஒருபடத்தை கொடுங்கள் என்றேன். சிரித்து மழுப்பியபடி மறுபடி உள்ளே கொண்டுபோய் வைத்துவிட்டு வந்தார். அதுதான் அண்ணாச்சி.

அண்ணாச்சி இன்று இல்லை... ஆனால் நினைவுகள்... அது புகைப்படமாய் நெஞ்செங்கும் நிறைந்திருக்கிறது. ஏனோ மறுபடி தேவதாஸ் பாடல் நினைவுக்கு வருகிறது

கனவிதுதான் நிஜமிதுதான் என
யார் சொல்லுவார்விதி
யார் வெல்லுவார்.

10

எத்தனை கவிதைகள் எத்தனை முகங்கள்

அன்பார்ந்த நண்பர்களே,

வணக்கம்.

சுகுமாரன் 38 ஆண்டுகளாக எழுதி வருகிறார். சற்றேறக் குறைய அதே ஆண்டுக்காலமாக என் நண்பராயுமிருக்கிறார். அவரது கோடை காலக் குறிப்புகள் நூல், அப்போதைய, ட்ரடில் அச்சகத்தின் உச்ச பட்ச சாத்தியங்களுடன் அழகான அச்சு, ஓவியங்களுடன் ஒரு நிறைவான பதிப்பாக வந்தது. 1979இல் தொடங்கிய என் புத்தகச் சேகரிப்பின் 39ஆவது புத்தகம் அது. (அப்படி எண்களெல்லாம் போட்டு வைத்திருக்கும் காலம் அது.) அதற்கு முன்னரே அவரது கவிதைகளை கணையாழி, மூ, ஸ்வரம், மீட்சி என்று படித்திருக்கிறேன். அவற்றைத் தொகுப்பாகப் படிக்கும்போது அந்தக் கவிதைகள் அவர்மீது ஏற்படுத்திய ஒரு சவாலான மதிப்பு இன்னும் குறையவே இல்லை. கிட்டத்தட்ட அதே நேரத்தில் என்னுடைய கவிதைகள் குறித்து 'பாலியல் மற்றும் வன்முறை' (செக்ஸ் அண்ட் வயலன்ஸ்) சார்ந்து விமர்சனங்கள் வந்து கொண்டிருந்தன. சுகுமாரனின் மொழியையும், அந்தப் புத்தகத்தின் முன்னுரையில் கவிஞர் பிரம்மராஜன் வன்முறை சார்ந்த ஒரு மொழியாகக் குறிப்பிட்டிருந்தார். அதனாலும் அவர் கவிதைகளின் பால் ஒரு அதிக ஒட்டுதல் ஏற்பட்டது. அதற்கு

இன்னொரு காரணமும் உண்டு. சுதந்திரத்தை நோக்கி நகரும் கவிதைப் போக்கில் அவ்வப் போதைய மொழியை மீறியும் மறுத்துமே புது மொழி அமைவது சரிதானா என்ற வாதப் பிரதிவாதத்தில், என்னுடன் சேர்ந்து நிற்க, அல்லது சேர்ந்து வாங்கிக் கட்டிக்கொள்ள, இன்னொருவர் இருக்கிறார் என்று நினைத்ததும் ஒரு காரணம்..

ஆனால் சுகுமாரன் கவிதைகள் மிகுந்த தர்க்க அடிப்படை கொண்டவை. அவர், தோன்றியவுடன் பதிவு செய்து உலவ விட்டு விடுகிறவரில்லை. தர்க்கச் செறிவுடனும், இறுக்கமான வார்த்தைச் சேர்க்கையுடனும் கவிதை தன் பூரிதமான உருவை எட்டும் வரை காத்திருப்பவர். அவரது சில கட்டுரைகளில் கவனித்தால் தெரியும். அவர் சொல்ல வருகிற ஒரு செய்தி தர்க்கத்திற்கு அப்பாற் பட்டதோ என்று தோன்றினால், "சற்று குதர்க்கமாக யோசித்தால், அல்லது வகைப்படுத்தினால்" என்று குறிப்பிட்ட பின்தான் செய்தியைச் சொல்வார். தர்க்கத்திலும் குதர்க்கத்திலும் அவ்வளவு கவனமானவர். அவரது 'இசை தரும் படிமங்கள்' என்ற கவிதை யின் நான்கு கவிதைகளில், முதலாவதாக உள்ள ஒரு கவிதை மட்டுமே முதலில் கணையாழியில்,வெளிவந்தது. ஆனால் அந்தத் தலைப் பின்கீழ் மீதமுள்ள மூன்றும் 'கோடை காலக் குறிப்புக்கள்' தொகுப் பில் சேர்ந்து வெளி வந்தன. அவை எல்லாம் கிட்டத்தட்ட இரண்டு வருட இடைவெளியில் எழுதப்பட்டவை. (சில தொகுப்பில் அவர் கவிதை எழுதப்பட்ட வருடம் மாதங்களைக் குறிப்பிடுவார்) இன்று அவற்றை வாசிக்கும் ஒருவருக்கு அந்தக் கால இடைவெளி தெரியாது. அதன் தொனி ஒரே தளத்தில் அமைந்திருக்கும். காரணம், இசை. துயரமும் பச்சாதாபமும் புகையாய்ப் படிந்த தன் சுயத்திலிருந்து அவரை மீட்டு வெளிக்காற்றின் மணங்களுக்கும் அற்புதங்களுக்கும் அவரை ஒப்புக் கொடுக்கும் இசை. அந்தப் படிமங்களை அவர் மீட்டியிருந்த அல்லது இசைத்திருந்த விதம்தான் கால வேறுபாடு எதுவும் தோன்றாமையின் காரணமாயிருக்கும். என்றைக்குமான ஸ்வர சுத்தமான மொழி சுகுமாரனுடையது.

பிரம்மராஜன் குறிப்பிடுவது போல, "பொதுப் பார்வை யிலிருந்தும், தனி மனிதப் பார்வையிலிருந்தும் கவிதைகளுக்குள் பெறப்படும் வாழ்வின் அம்சங்கள் சுகுமாரனின் மனச் சூறாவளி யில் இடம் மாறிப்போகின்றன; உருமாற்றம் அடைகின்றன. இந்த உருமாற்றம் விளைவிக்கும் கவிதை வரிகள் வேறு எவரைப் போலவும் இவரை இல்லாதிருக்கச் செய்கின்றன."

அவர் 1983 மார்ச்சில் எழுதிய 'பின் மனம்' என்று ஒரு கவிதை. தனது முன் மனத்தையும் – பின் மனத்தையும் எதிர் எதிராக வைத்து ஒரு கவிதா உரையாடலை நிகழ்த்தியிருப்பார். அந்தக் கவிதையை வாசிக்கலாம் என்று நினைக்கிறேன்.

பின் மனம்

சிலசமயம்

பெருங்காற்றுக்கும் பயப்படாமல் ஒரு இலையுதிர் கால
மரம் போல
(கிளைகளில் சொற்களாய் தளிர்த்து மிரள்வேன் பின்பு)

சிலசமயம்

வரும் போகும் கால்களில் மிதிபட
டீக்கடைக்காரன் உலரப் போட்ட ஈரச்சாக்கு போல
(பரிவற்று வறண்டும் போவேன் பின்பு)

சிலசமயம்

பிரயாண நோக்கங்கள் துறந்த இலவஞ் சிறகு போல
(மூலைச் சிலந்தி வலையின் தனிமையில் தவிப்பேன் பின்பு)

சில சமயம்

சகல துக்கங்களையும் இறைக்கும் சங்கீதம் போல
(தற்கொலையில் தோற்றவனின் மௌனமாவேன் பின்பு)

சில சமயம்

கண்ணாடியில் காத்திருக்கும் என் புன்னகை
(கால்களை விழுங்கிய விலங்கின் வாயிலிருந்து கையுதறி
அலறும் குழந்தை முகம் பின்பு எனக்கு)

டீக்கடைக்காரன், வீதியில் காயப்போடும் சாக்கு என் காலிலும் மூளையிலும் பல சமயங்களில் ஈரத்தை அப்பியிருக்கிறது. பல வேளைகளில் சாக்கு எடுக்கப்படாமல் வீதியோடு வீதியாக ஒட்டப் பட்டது போலக் கூடக்கிடக்கும். என் சிந்தனையிலும் அது ஒற்றைப் படிமமாய் ஒட்டிக் காய்ந்து கிடந்ததும் உண்டு. ஆனால் சுகுமாரனிடம் அது இப்படியொரு அற்புதமான கவிதையில் வித்தியாசமாக வெளிப்பட்டிருப்பதைத்தான் அவர் மீதான என் சவாலான மதிப்பு என்கிறேன். "சில தருணங்களை நிலை நிறுத்தி

காலத்தின் பகுதியாக்குவதும் அனுபவப் பொதுமையாக்குவதுமே கவிஞனின் பணியாகிறது." என்று கவிதையில் பேருலகைத் தரிசிக்கும் சுகுமாரனை நான் கொண்டாடுவது இதனால்தான். இந்தத் தொகுப்பில் "அதற்குள்..." என்று ஒரு கவிதை. நான் அனுபவித்த தற்கொலை முயற்சி அவருக்கு இருந்ததோ என்னவோ தெரியாது.. ஆனால் அது பற்றி என்னால் யோசிக்கக்கூட முடியாத வரிகளைக் கொண்டது இக்கவிதை. சாவா / சாவுக்கு விரட்டும் கணங்களின் வாழ்வா / காரணம் எது? தெரியவில்லை. / இருப்பினும் / இரண்டாவது தற்கொலை / முதலாவதைப் போல அரைகுறையாய் முடியாது / அபத்தமாக இருக்காது /அது / கனவின் பனியற்றதாக இருக்கும் / அது / நம்பிக்கையின் கானலற்றதாக இருக்கும் / அது / மரணத்தின் நிச்சயமாக இருக்கும். அது / வெஞ்சினத்தின் கருணையாக இருக்கும்.... இப்படி நீளும் இக்கவிதையில் 'வெஞ்சினத்தின் கருணை' என்ற சொற்சேர்க்கை அபாரமானது, என் மதிப்பீடு சரியாமல் பார்த்துக் கொள்பவை இப்படியான அற்புதங்கள்தான்

இதிலிருந்து முப்பதாண்டுகள் கடந்தும் அவர் எனக்குச் சவாலானவராகவே தெரிகிறார். ஏனெனில் "அவரது கவிதைகளில் புதிய அனுபவங்களுக்கான நிரந்தர வேட்கையுடன் இயங்கி வருபவர்," அவர். இந்தத் தொகுப்பின் முன்னுரையில் அவர் குறிப்பிட்டிருக்கிறார்., "அனுபவங்களை முன் வைப்பதில் காட்டிய மெல்லிய தயக்கங்களை இந்தத் தொகுப்பிலுள்ள கவிதைகள் கடந்திருக்கின்றன. என்னை நானே மீறிச் செல்லும் செயல் அது". என்று. எனக்குத் தெரிந்து அவர் ஒவ்வொரு தொகுப்பிலும் தன் முந்திய கவிதைகளை மீறியும் தாண்டியும், மேலும் சிறப்பான கவிதைகளை நோக்கிய பயணியாகச் செயல்படுவதாகவே தெரிகிறது. ஆனாலும் அவர் சொல்வதற்கேற்ப இந்தத் தொகுப்பில் உள்ள ஆணொரு பாகினி என்ற கவிதையை அவர் அவரை மீறிச் செயல்பட்டிருப்பதற்கு உதரணமாகக் குறிப்பிடலாம். இன்னொன்று அவருடைய 'இடக்கரடக்கல்' காரணமாகக்கூட அவர் இவ்வாறு சொல்லியிருக்கலாம்.

அவருடைய இடக்கரடக்கல் பற்றி ஒன்றைக் குறிப்பிட வேண்டும். காலச்சுவடு இதழில் அவர் புதுக்கவிதைகளின் எழுபதாவது ஆண்டையொட்டி ஒரு கட்டுரை எழுதியிருந்தார். "அறுபதாயிரம் காதல் கவிதைகளும் உதிரியான சில குறிப்புகளும்" என்று ஒரு கட்டுரை. இந்தக் கட்டுரையை வேடிக்கையான பார்வையுடன்

எழுத ஆரம்பித்து அது காரியார்த்தமான எல்லைகளுக்குள் சென்றி ருப்பதாக அவரே குறிப்பிட்டிருக்கிறார். இந்த நீண்ட கட்டுரையில் அவரது 'காதல் கவிதைகள்' பற்றி அவர் குறிப்பிடவில்லை. அதை அவர் செய்யமுடியாது. வேறு யாராவது இதே கட்டுரையை எழுதி யிருந்தால். முதலில் வரும் குற்றச் சாட்டு 'சுகுமாரனை' விட்டு விட்டீர்கள் அல்லது குறிப்பிடத்தகுந்த விடுபடல் சுகுமாரனின் கவிதைகள் என்று சொல்லியிருக்கலாம்.

Music is a moral law. It gives soul to the universe, wings to the mind, flight to the imagination, and charm and gaiety to life and to everything. என்று ப்ளேட்டோ சொல்வதை காதலுக்கும் பொருத்திப் பார்க் கலாம். குறைந்த பட்சம் சுகுமரனின் காதல் கவிதைகளுக்கு கட்டாயம் பொருத்திப் பார்க்கலாம். ஏனெனில் இரண்டைப் பற்றியும் அவர் தோய்ந்து தோய்ந்து கவிதைகள் எழுதியுள்ளார்.

நீருக்குக் கதவுகள் இல்லை என்கிற இந்தத் தொகுப்பின் தலைப்பு தன்னுள் ஒரு வரியாய் வரும் கவிதையைக் கவனிக்கலாம்.

நீராலானவள்

எந்தத் தடையும் இல்லாமல்
உள்ளே புக முடிகிறது
ஒரு மீனைத்
தண்ணீர் வரவேற்பது போல்
அனுமதிக்கிறாய்
எந்தத் தயக்கமும் கொள்ளாமல்
வெளியில் வர முடிகிறது
ஒரு நீர்த்தாவரத்திற்குத்
தண்ணீர் விடை கொடுப்பது போல
வழியனுப்புகிறாய்
மீண்டும் நுழைந்து
மீண்டும் வெளியேறித்
தெரிந்து கொண்டவை
இரண்டு உண்மைகள்
மீனுக்கும் தாவரத்துக்கும்
நீரின்றி வாழ்வில்லை
நீருக்கு கதவுகளும் இல்லை.

பெண்ணுறவை இயற்கை மீதான மோகமாகக் காட்டிய கவிஞர்கள் எனச் சிலரை சுகுமாரன் குறிப்பிட்டு தன்னையும் அதில் சேர்த்துக் கொள்ளலாம் என்று சொல்கிறார். முதலில் சேர்க்கப்பட வேண்டியது அவர்தான்.

இத்தொகுப்பில் 'நந்தனும் மானஸியுமாக' அவரது காதல் உலகே விரிந்திருக்கிறது என்று கொள்ளலாம். இத்தொகுப்பின் முதல்க் கவிதையான மழையில் திளைக்கும் பெருநிலம் கவிதையை, அதிவீரராம பாண்டியன் மொழியில் சொன்னால். "சாயுஜ்யம்", (அல்லது இடக்கரடலுக்காக ஆங்கிலத்தில் சொன்னால் 'ஆர்காஸ்ம்') பற்றிய கொஞ்சம் வலி சேர்ந்த ஒரு காதல்க் கவிதையாகக் கொள்ள லாம். 'உடன் படுக்கை விதிகள்' கவிதையையும் சொல்லலாம். ஆனால் இதிலும், கவிதை முடியும்போது ஒரு முரணைச் சுட்டி முடிக்கிறார். இது அவருக்கே கை வந்த கலை.

புது உலகின் தொன்மரபுகளை உருவாக்கும் ஒரு கவிஞர் சுகுமாரன். மூட்டைப் பூச்சியை தன்னுடன் எடுத்துச் செல்லும் ஒரு கவிதையில் (இங்கு எளிமையான அனுபவம் அழகான கவிதை யாகி இருக்கிறது. ஒருவேளை முன் காலங்களென்றால் சுகுமாரன் இந்த எளிய அனுபவத்தைக் கவிதையாக்காமல் விட்டிருப்பாரோ என்னவோ). இதில் வருகிற மூட்டைப் பூச்சி வெளிப்படுத்தும் தற்காப்பு வாடை ஒரு புதிய தொன்மமாகத் தோன்றுகிறது. (நரியும் தன்னைப்பிடிக்க வருபவர்களிடமிருந்து தப்பிக்க கெட்ட வாடையை காற்றில் கரையவிட்ட படியே ஓடும் என்பார்கள். என் பாஷையில் இதைச் சொல்லியிருப்பேன் ஆனாலும் சுகுமாரன் கவிதைகள் படித்ததால், கவிதைகள் பற்றிப் படிப்பதால் கொஞ்சம் அவை யடக்கம் பேண வேண்டியிருக்கிறது.)

அது போலவே 'சிந்துபாத்தின் கடற்பயணம்' கவிதை. இதில் வருகிற 'கன்னித்தீவு' ஒரு புதிய தொன்மரபு. இது சற்றே எளிமை யான, குழந்தை உலகை விவரிப்பதுபோல நகர்ந்தாலும். முடிவில் ஆறே ஆறு வார்த்தைகள், பெரியவர்கள் உலகினதாகத் திருப்பிப் போட்டு விடுகிறது கவிதையை. (கவிதை பக் 19) இத்தாலிய நடிகை மோனிகா பெலூசியையும் மலேனா திரைப்படத்தையும் கூட ஒரு வகையில் தொல்லியல்ச் சித்திரமாக ஆக்கி விடுகிறார். 'Passion Of Christ' படத்தில் மகதல நாட்டு மேரியாக மோனிகாவை பார்க்கும் போது இந்தக் கவிதை நினைவுக்கு வந்தது. இந்தக் கவிதையில் தொன்மமும் நவீனமும் மாறிமாறி வந்து ஒரு அபூர்வ அனுப வமாக கவிதைமுடியும். கவிதையாக்கத்தின் பூடக வசீகரங்களை நன்கு அறிந்தவர் சுகுமாரன். கலாச்சாரத்தின் பகுதியாக மொழியைக் கருதுபவர் அவர்.

கவிதை புதிய அனுபவங்களுக்கான நிரந்தர வேட்கையுடன் இயங்குவது என்றும், என்னால் உணரமுடியாத, அடைய முடியாத

அனுபவம் எனக்கு உணர்வாக மாறுகிறபோது ஒரு பெரிய மானுடத் தொடர்ச்சியின் பகுதியாக நானும் என்னுடைய படைப்பும் மாறு கிறோம் என்று தெளிவாகப் பிற படைப்புகள் குறித்துச் சொல்கிற போதும் கவிதையின் பேருலகைத் தரிசிக்கிறவாராக அவரை நான் அடையாளம் காணுகிறேன்.

அவருடைய சிலைகளின் காலம் தொகுப்பில் ஒரு கவிதை 'பாட்டியின் மணம்' என்று அதில் சில வரிகள்.

பாட்டியிடம்
சொற்களின் வானம் இருந்தது.
ஒரு சூரியனும் இருந்தது.
அவ்வப்போது சூரியன் விடிந்து
எனது சின்ன உலகில்
அநேக முகங்களை அடையாளம் காட்டியது
எத்தனை முகங்கள்...
எத்தனை நபர்கள்.....

இதே வியப்புடன் விடை பெறுகிறேன். சுகுமாரனது கவிப் பேருலகிலும் எத்தனை கவிதைகள், எத்தனை முகங்கள். நன்றி சுகுமாரன், நன்றி நண்பர்களே..

(சுகுமாரன் கவிதைத் தொகுதி வெளியீட்டு விழா உரை)

11

கனிமொழியின் கவிதைகள்

The three of us

In this room, the three of us:
I, the knife and the word-
You know, the knife is only a knife when blood is
On its blade
No matter if it's my blood or that of the word.

- Sapardi Djoko Damono (Indonesia)

யாருமற்ற தனிமையோ, அல்லது ஒரு குழு மத்தியில் இருந்துகொண்டு மனதளவில் தனிமையோ, வார்த்தைகள் எப்போதும் நம்முடன் இருக்கின்றன. யாரோ பேச நம் காதில் விழுந்து கொண்டு அல்லது நம் சிந்தனைகளின் ஊடுபாவாக எப்போதும் ஓடிக் கொண்டு. இதில் குழு என்பதை இன்னும் விஸ்தரித்து சமூகம் எனக் கொண்டால், வார்த்தைகளின் வழியே எப்போதும் சமூகத்தோடு மிக அதிக ஒட்டுதல் கொண்டிருப்பது கவிஞனே என்பது புலனாகும். உதிரக் கறையுடன் கூடிய ஒரு கத்தி, கவிஞன், (என்ன செய்தாலும் இனி அவனிட மிருந்து பிரிக்கமுடியாத) வார்த்தைகள் என மூவர் மட்டுமே இருக்கும் ஒரு தனித்த அறையிலிருந்து சமூகத் துக்கான ஒரு உரையாடல் பிறக்கிறது, ஒரு கவிதையின் மூலம்.

கனி மொழியின் கவிதையான

விழி தவிர்த்த பெருமிதம்

மூடிய விழிகளைத் தாண்டி
துளைக்கின்றது குத்திட்ட பார்வை
அசைவற்ற முகத்தில்
உறைந்து கிடக்கிறது புன்னகை
சொல்லொணாப் பதற்றங்கள்
நிறைக்கின்றன என்னை
அறையின் கதவுகளுக்குப் பின்னால்
பத்திரமாய்ப் பதுக்கி வைத்திருக்கிறேன்
குருதியில் தோய்ந்த கத்திகளை,
உதிரத்தின் நெடியோடு!

என்கிற கவிதையைப் படிக்கிறபோது இந்த இந்தோனேசியக் கவிதை நினைவுக்கு வந்தது. நீண்ட நாட்களாக மனதையும் நாட் குறிப்பையும் ஆக்கிரமித்திருக்கிற கவிதை அது. அதே தீவிரத்தோடு ஆனால் வித்தியாசமான இன்னொரு தளத்தில் இருந்து வெளிக் கிளம்புவை கனி மொழியின் கவிதை. 'குத்திட்ட பார்வை', 'உறைந்த புன்னகை', 'சொல்லொணாப் பதற்றங்கள்' இவையெல்லாம் யாருக்கு 'விதிக்கப்பட்டவை'. ஏதோ ஒரு வகையில் அடக்குமுறைக் குள்ளாக்கப்பட்டவர்களின் துயரம் இவை. ஒரு பெண்ணியக் குரலாக மட்டுமே இதை வகை பிரித்து விடமுடியாது. அப்படியே பிரித் தாலும் அதுவும் நியாயமற்ற, தவறான குரல் என்றும் சொல்ல முடியாது. பெணகளுக்கான குரலை பெண்களே எழுப்புவது எப்படி நியாயமில்லாத செயலாகும். இந்தக் கவிதையை இதற்கு அடுத்த கவிதையோடு சேர்த்தும் வாசிக்கலாம்.

வரிகளின் உள்ளார்ந்து ஓடும் பரந்து பட்ட பார்வை. கனிமொழி கவிதைகளின் சிறப்புக்களில் ஒன்று. 'விருட்சமாய்ப் படர்ந்து / விரிந்தது உன் மௌனம் / வித்துக்களாய் விழுந்தது / உன் மௌனம்..... என்று ஆரம்பிக்கிற கவிதை, உலகம் பாசிஸ வாதிகளின் செயலுக்கு 'சமாதானத்தின் நிறம் சிவப்பு என சாட்சி' சொல்லும்போது பல பரிமாணங்களைத் தொட்டுவிடுகிறது.

'அவிழும் தினங்கள்' என்கிற கவிதை பல சிறப்புகளை உள்ளடக்கியது. முதலில் அதன் தலைப்பு. அடுத்து இரவை அவள் விழித்தே கழித்திருக்கிறதைச் சொல்வதுடன் ஆரம்பித்து, தெரு விளக்கு வெளிச்சத்தில் அலையும் நாய்களுடன் முடிகிறது கவிதை, 'கேட்பாரற்ற ஐஸ் வியாபாரி' பற்றிய ஒரு அழகான படிமம், இன்னோரன்ன தினச் சடங்குகளுடன் இன்றொரு தினமாகக் கழிந்து, நாளை மற்றுமொரு நாளாகவே விடியப்போகிறது என்பதைச் சொல்லாமல் சொல்லுகிற நல்ல கவிதை.

சொல்லாமல் சொல்லுவது கனிமொழிக்கு இயல்பாக வந்த கலையோ என்று எண்ணத் தோன்றுகிறது. ஆனால் வித்தை (craft) குறித்தெல்லாம் சங்கடப்படாத, வலிந்து செயல்படாத இயல்பான கவிஞர் அவர்.

மேசையின் விளிம்பில் / வைக்கப்பட்டிருக்கும் / மெல்லிய கண்ணாடிக் / குவளையைப்போல் உள்ளது / நம்பிக்கை... என்று தொடங்கிற கவிதை மிகச் சிறந்த கவிதைகளில் ஒன்று.

'அறியப்படாது போகும் ஸ்பரிசங்களையும் / எதிர் நோக்கி / சிதறிப் போதலை வேண்டியபடி' உடைந்து சிதறப்போகிற விபரீதக் கணத்தை எதிர்நோக்கி இருக்கிறது ஒரு கண்ணாடிக் குவளை.

ஒரு கவிதை உருவாகும் கணம் என்ற மன நிலையிலிருந்து பார்த்தால், தற்செயலாய்ப் பார்த்த ஒரு சிறிய காட்சி எப்படி ஒரு கவி மனத்தில் அற்புதமான துடிப்புகளை உருவாக்கி அதை எப்படி அதனுடைய மறுபக்கத்தோடு, (வெவ்வேறு பக்கங்கள் என்பதே பொருத்தம்) இணைக்கிறது என்பதை நன்கு உணரமுடிகிறது. இது வெறும் காட்சி, படபடப்பை உண்டு பண்ணுகிற ஒரு காட்சி, என்றதோடு நின்றுவிடாமல் அது ஒரு முழுமையான கவிதையாகிற இடம் அதன் கடைசி வரிகளான "ஆனால் என்றுமே காலியாய் இருப்பதில்லை மேசை" என்பதில்த் தான் இருக்கிறது. எப்பொழுதும் இப்படியான பரபரப்பை வாழ்க்கை கணந்தோறும் தந்து வேடிக்கை பார்க்கத்தான் செய்கிறது.

தமிழில் ஒட்டணி அல்லது பிறிது மொழிதலணி என்பார்களே அப்படி ஒரு மரபின் தொடர்ச்சியாக பல கவிதைகளை நாம் நவீன கவிதையில் காட்டமுடியும். கனிமொழியின் கவிதைகளிலும் இதற்கு பல உதாரணங்களைக் காட்டமுடியும்.

தொகுப்பின் ஆகச் சிறந்த கவிதையாக எனக்குத் தோன்றுவது 'மெல்லப் பரவிய தீ' என்கிற கவிதை. அதைப் படித்ததும், அதை யொட்டி தீட்டப்பட்டுள்ள சந்த்ருவின் அற்புதமான ஓவியத்தைப் பார்த்ததும், சட்டென்று எனக்குத் தோன்றியது. 18.06.1972 அன்று அமெரிக்க நாபாம் குண்டுகள் உமிழ்ந்த தீப்பந்துகளிலிருந்து தப்பி யோடி வரும், உலகையே உலுக்கிய Phan Thi Kim Pucன் புகைப் படமும் அதைப் படமெடுத்த Nick Ut–ம் தான். ஒரு கவிதை ஒவ்வொரு வருக்கும் ஒவ்வொன்றை நினைவுறுத்தலாம். கனிமொழியின் கவிதை வரிகள் காட்சிப்படுத்தும் படிமங்கள் நமக்கு தெற்கிலிருந்து

வீசும் பிணவாடையை நினைவுறுத்தி மனதைப் பிசைகிறது என்பதும் ஒரு உண்மை. எல்லா மதமும் எல்லாக் கடவுளும் தலைகுனிய வேண்டிய செய்தி கவிதையின் கடைசி வரிகளில் பதிவாகிறது. கைலாயத்து ஈசன் பாற்கடலின் ஆதி சேஷன்மீது இளைப்பாறிக் கொண்டிருக்கிறான், எனில் பாற்கடல்க்காரர் என்னவானார் என்று எனக்குத் தோன்றுகிறது.

சந்ததி என்கிற கவிதை, தன் சந்ததிகளுக்காக ஒரு நல்ல தாய்ப் பூமியைவிட்டுப் போகாத நம் தலைமுறை மீதான கோபமாக விரிந் திருக்கிறது. சுற்றுப் புறச்சூழலைச் சொல்ல ஆரம்பித்து போரையும், பிணங்களையும், மண்டையோடுகளையும் ஏவுகணைகளையும் நம் சந்ததிக்கும் நாம் விட்டுச்செல்லும், தொடரும் அவலம் பற்றிய அவரது கரிசனத்தைக் காண்கையில்

எனக்கு

வினை கலந்து வென்றீக வேந்தன் மனை கலந்து
மாலை அயர்கம் விருந்து

என்று விதும்புகிற வள்ளுவனின் ஒரு தாய் நினைவுக்கு வருகிறாள்.

இந்தத் தொகுப்பிலும் சரி, இதற்கு முந்திய 'அகத்திணை' தொகுப்பிலும் சரி, மரபின் நீட்சியாக கனிமொழியின் கவிதைகள் பயணப்படுவது நன்கு புரியும்.

இந்தத் தொகுப்பில் அண்ணா பற்றியும் கலைஞர் பற்றியும் கனிமொழி எழுதியுள்ள கவிதைகள் ஒரு உண்மையை உணர்த்து கிறது. இந்த விஷயங்களை, கலைஞரின் நடை, பாணி மற்றும் மொழியில் மட்டுமே சொல்லமுடியும், அதற்கு எங்கள் தலைமுறை என்றில்லை, அடுத்த தலைமுறையான கனிமொழி கூட விலக்காக முடியது.

ஒரு பேராசிரிய நண்பரோடு அண்மையில் பேசிக் கொண்டி ருக்கும் வாய்ப்பு கிடைத்தது. அவர் திராவிட இயக்கப் பின்புலத்தில் தோன்றியவர். நாமெல்லாம் இன்று வந்து நிற்கிற இடத்துக்கு திராவிட இயக்கம் ஆதி காரணமாய் இருந்ததை மறுக்கமுடியாது, என்று பேசிக்கொண்டிருந்தோம். திராவிட அழகியல் என்கிற கருத்துப் பற்றிப் பேச்சு வந்தது. உலக அரங்கிலும் சரி இந்திய அரங்கிலும் சரி, கவிதையியல் (Poetics) குறித்த திராவிட, குறிப்பாக தமிழ் அழகியல்க் கருத்துக்கள் முன்வைக்கப்படவே இல்லை. காலனிய

ஆதிக்கம் நமது தனித்தன்மைமிக்க பல அடையாளங்களை அழித் தாலும், பல வேற்றுமைகள் மத்தியிலும் தனித்தன்மையுள்ள திரா விட அழகியல் கனிமொழி உள்ளிட்ட சிலரால் இன்றைய நவீன இலக்கியதிற்குள்ளாக வந்து நிற்கிற காலத்தின் கட்டாயத்தைப் பற்றிப் பேசிக்கொண்டிருந்தோம். அது திராவிடமோ, உத்கலோ, வங்கமோ, மராட்டியமோ, பஞ்சாபோ சமச்சீர்மை என்கிற பெயரில் அதனதன் தனித்தன்மை அழிந்துபோகாமல் தடுக்க, இந்தப் பின் நவீனத்துவ காலத்தில் சில விஷயங்களை முன்னெடுக்கவேண்டும், விவாதம் தொடங்கப்படவேண்டும் எனப் பேசிக் கொண்டிருந்தோம். அந்த நிலையில் இந்தத் தொகுப்பு எனக்கு மிக முக்கியமானதாகப் படுகிறது. கனிமொழி முக்கியமான கவிஞராகப்படுகிறார்.

12

துளைத்தேழ் கடலைப் புகட்டி......

'கடவுள் துகள்' பற்றி அதிகம் பேசப்படுகிற நேரம் இது. கடுகைத் துளைத்தேழ் கடலைப் புகட்டி... என்ற 'இடைக் காடர்' பாடலை மறுதலித்து, 'அவ்வையார்', "அணுவைத் துளைத்தேழ் கடலைப் புகட்டி..." என்று கடுகிலும் சிறிய அணுவை கவிதைக்குள் கொண்டு வந்தார். அவருக்குப் பின் அணுவிலும் சிறியதான 'குவார்க்'கைத் துளைத்தேழ் கடலைப் புகட்ட யாரும் முன் வரவில்லை போலும். 'குவார்க்கிலிருந்து குவாஸர் வரை' என்று ஒரு விஞ்ஞான ஆவணப் படம் ஒன்றை (80களின் ஆரம்பத்தில்) சிங்கப்பூரில் பார்த்தேன். அதைப் பார்த்த சிறிது நாளில், பிரமிள் 'குவாஸர்' பற்றிக் கவிதையில் எழுதினார். குவார்க்ஸோ, அணுவோ, பொருளோ... எல்லாமே மாபெரும் தமிழ்க் கவியுலகில் பேசப்பட்டிருக்கிறது. குறள் வெண்பாவின் சின்னஞ்சிறிய வடிவ அதிசயமும், அது வெளிப்படுத்துகிற மாபெரும் வாழ்க்கை அனுபவமும் தான் இடைக்காடருக்கு கடுகுக்குள்ளும், அவ்வைக்கு (இது எந்த அவ்வையாரோ தெரியவில்லை) அணுவுக் குள்ளும், கடலைப் புகட்டும் 'கண்டு பிடிப்பை' பதிவு செய்யத் தோன்றியிருக்கும். விசும்பின் துளி விழுந்து பசும்புல் தலை காட்டுவதையும், கொடும் வெயில் என்பிலதனைக் காய்வதையும், வெள்ளத்தனைய மலர் உயர்வதும் தாழ்வதுமாக இயற்கை, கவிஞனைக் கால காலமாய்க் கவர்கிறது. இயற்கை மட்டுமில்லை, சுழலும்

வண்டிச் சக்கரமும் அதில் பயத்துடன் ஒட்டிக் கொண்டிருக்கும் பல்லியும்; என உருள்பெருந்தேரும் உருவில்ச் சிறிய அச்சாணி யுமாக, பிரம்மாண்டமான வாழ்க்கையும் மனிதனின் எளிய கண்டு பிடிப்புகளும் கவிஞனைக் காலகாலமாய் ஆச்சரியத்தில், வியப்பில், ஆழ்த்துகிறது.

எந்த நாடு எந்த மொழி என்றில்லை, எங்கும் இயற்கையும் வாழ்வும் கவிஞனைப் பிரமிப்புக்குள்ளாக்கி, தோல்விக்குள் தள்ளு கிறது. தன் தோல்விக்கு தன்னை மனபூர்வமாக ஒப்புக்கொடுக்கிற வனாக இருப்பவனே, சிறியோராயின் இகழ்தல் 'அதனினும் இல்லாது' இருப்பவனே கவிஞனாக நிலைக்கிறான்.

மகாகவி தாகூர் ஒரு சிட்டுக் குருவியாகி,

"பாவம் மயில் ஏன் இவ்வளவு பெரிய தோகையுடன் அல்லாடுகிறது...." என்று 'அழகாய்' வருத்தப்படுகிறார்.

"சிற்றோடை ஆடி ஆடி, உருட்டி இழுத்து வந்த கூழாங்கல்லின் திருத்தமான வடிவத்தை எந்த சுத்தியலாலும் செதுக்கமுடியுமா", என்று அவரே வியக்கிறார். தாகூர் தன் அற்புதமான, 'Stray Birds' தொகுப்பை ஒரு ஜப்பானிய நண்பருக்கு சமர்ப்பணம் செய்திருக் கிறார். ஒருவேளை தாகூருக்கு அவர்தான் ஜப்பானிய 'டண்கா' கவிதைகளையும் 'ஹைகு' கவிதைகளையும், அறிமுகப்படுத்தினாரோ என்னவோ. ஜப்பான் என்றால் ஏழைப் பிச்சைக் காரன் இல்லாமல் இருப்பானா என்ன.

"படுக்கை கரடு முரடான தரை என்றாலும், பூச்சிகளும் கொசுக் களும் அவனுடன் அந்நியோன்யமாய்ச் சொந்தம் கொண்டாடு வதை"க் கண்டு வியக்கிறான் ஜப்பானிய ஹைகு கவிஞன் 'ச்சியோ நி'. இன்னொரு கவிஞன் பாஷோ,

அடர் கருப்பு மேகமே நன்றி
நிலவின் அழகில் லயித்துக் களைத்த
அண்ணாந்த கழுத்துக்கு ஓய்வு தந்தாய்

என்கிறான்.

இது வெறும் காட்சி மட்டும்தானா, இது ஜப்பானில் மட்டும் தானா நிகழ்கிறது.

காய்ந்த சுள்ளிகளைக் காட்டுக் கொடிகள் பிணைத்த
தோட்டத்துப் படலக் கதவு
பூட்டுக்குப் பதிலாய் ஒரு நத்தைக் கூடு (ISSA)

இதை எழுதிய 'இஸ்ஸா' 'ஹைகு' கவிஞர்களிலேயே சற்று வித்தியா சமானவர், வாழ்க்கையின் பலமான அடிகள் அவரைப் பாதித்திருந் தாலும், வறுமை குழந்தையைக்கூட எடுத்துக் கொண்டாலும், பூப் போன்ற மனதுக்காரர். தன் சோகங்களையும், மற்ற அழகுகளையும் மென்மையாய்ப் பதிவு செய்திருக்கிறார்.

இனிய தோழனே, வெட்டுக்கிளியே
நீ காவல்காரனாய் இருப்பாயா
என் சிறிய கல்லறைக்கு. *(இஸ்ஸா)*

இதுவும் 'இஸ்ஸா' எழுதியதுதான்.

'ச்சியோ நி' கவிதையைப் போலவே 'நீலமணி'யின் அற்புதமான தமிழ்க் கவிதைகளில் ஒன்று நினைவுக்கு வருகிறது.

தெருவில் தூங்கும்
யார் கழுத்தில் விழும்
அரிவாள் நிலா"

உருள் பெருந்தேரும் அதன் அச்சாணியும் உணர்த்துவது, அதன் மறுபக்கமாக "உருவு கண்டு எள்ளாமையை" அல்லவா. ஒரு தண்ணீர்ப்பூ தாழ்வதும் நீள்வதும் அனையதுதானே, உள்ளுதலால் உயர்வும் தாழ்வும். ஒரு விதை விருட்சமாவது போலத்தான், (க)விதை. விதை விருட்சமாகி, பூவாகிக் காயாகிக் கனியாகி, மறுபடி விதையாகும் இயங்கியலின் இன்றையத் தொடர்ச்சியாக, அந்த நீளச் சங்கிலியின் ஒரு தங்க அலகீடாய், இன்று நம் முன்னே விரிந்திருக்கிறது கபிலனின் இந்தக் கவிதைகள். குறுகத் தரித்த வார்த்தைகளால், வரிகளால், நெடிய வாழ்க்கை அனுபவமும், வாசிப்பு அனுபவமும், குறில் நெடிலாய் உருவெடுத்திருக்கிறது ஒரு அழகிய நூலாக.

1976இல் தொடங்கி 36 வருடங்களாக எத்தனையோ கோடி இதழ்களில் ஒட்டிக் கொண்ட ஒரு புல்லாங்குழல், "இளையராஜா". "எத்தனை பேர் தாகம் தீர்த்த பின்னும் இன்னும் கொட்டிக் கொண்டிருக்கும் அருவி போல.." இன்னும் இசை வெள்ளம் பாய்ச்சும் இசைஞானிக்கு அன்பளிப்பு

ஒன்பது
துளைகள் கொண்ட
மனிதப் புல்லாங்குழல்
இசை ஞானி

எனத் துவங்கும் தன் சமர்ப்பணக் கவிதையிலேயே தன் வியப்பை யும் அன்பையும் பகிர்ந்து கொள்கிற கபிலன், நம் மனதையும் கவர்ந்து விடுகிறார்.

எத்தனை முறை
துவைத்தாலும்
வெளுப்பதே இல்லை
கருமணி

எத்தனையோ விஷயங்களுக்கு இழுத்துச் செல்கிறது கவிதை. கண்ணின் புகைப்பட நெகட்டிவைப் பார்த்தால் 'கருவிழி' நிலவு போலிருக்கும் என்கிற தொனியில் நான் எழுதி வைத்திருந்த கவிதைக் குறிப்பு நினைவுக்கு வந்தது. கருவிழியைக் 'கருப்பு நிலா' என்று குறிப்பிட்டிருக்கிறேன் அந்த நாட் குறிப்பில். அந்த நினைவை இழுத்து வந்தது இந்தக் கவிதை. இதில் ஒரு கஜல் பாடலின் 'துன்பம் போன்ற இன்பம்' ஒளிந்திருக்கிறது.

முதலில் குறிப்பிட்ட "ஆதித்ய பிரதாப் சிங்" அவர்களின் இந்திக் கவிதையில் வரும் பட்டாம்பூச்சிப் படிமம், 70களில் எங்களை அப்படித் துரத்தியது, தொடர்ந்தது. அது அப்படியொரு Haunting Image. பட்டாம்பூச்சி படிமம் இன்னும் கபிலனையும் விடவில்லை. மரபுக் கவிஞனுக்கு நிலா என்றால். நவீன கவிஞனுக்கு 'பட்டாம்பூச்சி. கபிலனது பட்டாம்பூச்சிக் கூட்டத்தில் தொலையும் அவரது வண்ணம் பற்றிய கவிதை இப்படி நினைக்க வைத்தது.

விவசாயியைப் போல்
நெல்லுக்கும்
சொல்லுக்கும்
கட்டுப்படுகிறது

ஜோசியக் கிளி என்றொரு கவிதை. இதில் 'விவசாயியைப் போல்' என்று 'வந்து விழுந்திருக்கும்' வார்த்தைதான் அற்புதம். ஒரு சிறிய 'கூற்று' (ஸ்டேட் மெண்ட்) கவிதையாக மலர்வது இப்படிச் சூரிய வார்த்தைகளால்த்தான்.

மனோன்மணியம் சுந்தரனார் பல்கலைக்கழகதின் கல்லூரி மாணவியர் மாணவர்களுக்காக நடைபெற்ற ஒரு கவிதைப் பயிலரங்கிற்கு அழைத்திருந்தார்கள். நாளை செல்லவேண்டும். இன்று இரவில் அவசர அவசரமாக கபிலனிடம் தொலை பேசியில், நாலைந்து கவிதைகள் சொல்லுங்கள் என்றேன். சொன்னார். அவற்றை வாசித்து விட்டுத்தான் பயிலரங்கையே ஆரம்பித்தேன். மாணவர்கள் அப்படியே கட்டிப் போட்டது போல பேச்சைக்

கேட்க ஆரம்பித்தார்கள். எனக்கே என் உரையாடல்மீது ஒரு நம்பிக்கை உண்டானதை உணர்ந்தேன். அவர்களை மதிய இடை வேளையில் எழுதி வரும்படிச் சொல்லியிருந்த கவிதைகளில், நிறையப் பேரிடம் தவிர்க்க இயலா வண்ணம் இந்த இரண்டு கவிதைகளின் பாதிப்பு பலமாக இருந்தது. அவை:

வாஸ்து மீனுக்கு
நான்கு புறமும்
வாசல் இல்லை.....

இன்னொன்று

காதல்
ஓர்
இலவம் பஞ்சு
பறக்கத் தெரியும்
திசை தெரியாது

இதிலும் 'திசை தெரியாது' என்கிற இரு வார்த்தைகளும் இரு மந்திரச் சொற்கள். அவை ரசவாதம் புரிந்து செப்புப் பாத்திரத்தைத் தங்கமாக்குகிறது.

காலங்களில் அவள் வசந்தம்
கலைகளிலே அவள் ஓவியம்
மாதங்களில் அவள் மார்கழி
மலர்களிலேஅவள் மல்லிகை

இது கண்ணதாசனின் அற்புதமான பாடல். இதில் இந்தப் பல்லவியையே, தோள் கண்டார் தோளே கண்டார் என்று ரசித்துக் கொண்டிருக்க நேரும், இதைக் கேட்கிற போதெல்லாம். தாஜ் மகாலைப் பார்க்கிற வாய்ப்பு இரண்டு முறை எனக்குக் கிடைத்தது, இரண்டுமுறையும் அது தூரத்தில் இருந்து கண்களில் பட்ட உடனேயே, அ. மருதகாசியின், "காவியமா நெஞ்சின் ஓவியமா...." பாடல், சி.எஸ். ஜெயராமன் குரலில், காதுகளில் ரீங்காரிக்கத் தொடங்கியது. அப்படி பல்லவியிலேயே, பார்த்த உடனேயே நம்மைச் 'சரணம்' அடைய வைக்கிற, வைத்துவிடுகிற அதிசயம் அது.

இவ்வளவு சிந்தனைகளை, இனிய நெடிய அனுபவங்களைக் கிளர்த்துகிற குட்டிக் கவிதை:

ஒரு
பல்லவிக்குள்
இரண்டு சரணம்
தாஜ்மகால்.

இதில் அவர் இரண்டு சரணம் என்று குறிப்பிடுவது ஷாஜஹானையும் மும்தாஜையும் என்று நினைக்கிறேன். ஆனால் கவிதையின் செய்நேர்த்தி, அவரது பாடலாசிரியர் வாழ்வனுபவம் சார்ந்து நிற்பதில்த்தான் இருக்கிறது.

மதுரைப் பல்கலைக்கழக விடுதியில் ‘ஜெட்மான் சிங்’ என்று ஒரு கூர்க் இன காவலர் உண்டு. அவரது இருப்பிடம் மொட்டை மாடிக்குச் செல்லும் படிக்கட்டின் முடிவில். எந்த மழைக்கும் வெயிலுக்கும் அதுதான் அவரது இடம். அவரது உடைமைகள் ஒரு கம்பளி, இரண்டு காக்கிச் சீருடை, ஒரு கத்தி. அப்புறம் ஒரு புல்லாங்குழல். தமிழ் சரியாய்த் தெரியாது. புல்லாங்குழலை நன்றாக மடித்த கம்பளியின் மேல் பதனமாக வைத்திருப்பார். தானாக விரும்பினால் அற்புதமாக வாசிப்பார். நாம் அருகே போனால் நிறுத்தி விடுவார். அதைத் தொடக் கூட விடமாட்டார். சில இந்திப் பாடல்களை விரும்பி வாசிப்பார். ‘பாபி’படம் வந்திருந்த சமயம். “மேம் ஷாய்ர் தோ நஹீன்...” என்ற ஷைலேந்திராவின் பாடலை, எங்கள் அறைக்கு வந்து டேப் ரிக்கார்டரில் கேட்டுக் கேட்டு ரசிப்பார். அதன்மூலம் நன்றாகப் பழக்கம் ஆகி நெருங்கி விட்டார். ஒரு நாள் அந்தப் பாடலை புல்லாங்குழலில் வாசித்தார், எங்கள் விருப்பத்திற்காக. அவரது கூர்மையான கத்தி கம்பளி மேல், புல்லாங்குழல் இருக்கும் இடத்தில் இருந்தது.

அடுத்து, தானாகவே ஜெட்மான் சிங்கின் குவிந்த உதடுகளிலிருந்து புறப்பட்ட காற்று அந்த வடகிழக்கு இந்திய மலைகளின் துளையிட்ட மூங்கில்த் துண்டின் துளைகள் வழியே, “மல்லிகை என் மன்னன் மயங்கும் மலரல்லவா....” பாடலை இசைத்து மதுரை நாகமலையின் அடிவாரத்தில் படரவிட்டது. நாற்பது வருடங்களை நொடியில் கடத்தி அந்த அருமையான முன்னிரவு நிலாப் பொழுதை இன்று நினைவுக்குக் கொண்டு வந்தது, ஒரு அற்றைத் திங்கள் அவ்வெண்ணிலவுக் ‘கதையை’ இந்தக் கூர்மையான கவிதை.

> வாசிக்கும்
> புல்லாங்குழலுக்கு
> ஒரு துளை அதிகம்.
> உதடு

இப்படி நம்மை நம் ‘நினைவின் தாழ்வாரங்களில்’ உலவ விடுகிற கவிதைகள் ஒரு ரகம் என்றால், நம் தொல்லியல்ப் படிமங்களை போகிற போக்கில், அளவான, அழகான கோட்டுச் சித்திரங்களாய்த்

தீட்டி காவியத்தின் முழு வீரியத்தையும் பார்க்க வைத்து விடுகிற கவிதைகள் இன்னொரு விதம்.

கும்பகர்ணன்
செத்துப் போவதற்காகவே
தூங்கிப் பழகியவன்

என்றொரு கவிதை

பத்துத் தலைக்கு
நேர்ந்த
ஒரு தலைக்காதல்

ராவணன் என்று இன்னொன்று. இதில் முதல் கவிதையின் கிண்டலான தொனியை மீறி, செஞ்சோற்றுக் கடன் தீர்க்க, சகோதர வாஞ்சையில் சாவைத் தழுவிய கும்பகர்ணனின் தியாகச் சித்திரம் சோகமாய் எட்டிப் பார்க்கிறது. எங்கள் பக்கத்தில் ஒரு நாடோடிக் கதை உண்டு. கும்பகர்ணன் இறப்பை வெல்வதற்கு கடும் தவமியற்று கிறான். அவன் தவத்தைக் கண்டு பயந்த தேவாதி தேவர்கள், சரஸ்வதியிடம் சென்று வேண்டுகிறார்கள். பிரம்மதேவர் தோன்றி, “என்ன வரம் வேண்டும் கேள் என்கிறார், கும்பகர்ணனிடம். வரம் கேட்கப் போகும் சமயம் பார்த்து அவனது நாவில் குடியேறிய சரஸ்வதி, நாக்கைப் பிரட்டிவிடுகிறாள். ‘நித்தியத்துவம்’ வேண்டும் என்று கேட்க நினைத்தவன், “நித்திரைத்துவம்” என்று கேட்டு விடுகிறான். “அப்படியே. தந்தேன்” என்று வரமருளி பிரம்மன் மறைகிறார். கும்ப கர்ணன் தவறை உணர்ந்து மறுபடி பிரம்மனிடம் கெஞ்ச, அவர், “ஆறு மாதம் தூங்கு, ஆறுமாதம் விழித்திரு” என்று சொல்லிவிடுகிறார். அதனால்த்தான் அவன் தூங்கியும் விழித்தும் கடைசியில் இறந்தும் போகிறான் என்று ஒரு (கர்ண பரம்பரைக்) கதை.

“மைக்கறை பற்றிக் கவலைப்படாத பேனா ரிப்பேர்க் காரனாய்ப் போ” என்று ஒரு கவிதையில் நான் எழுதியிருப்பேன். கார் ரிப்பேர், சைக்கிள் ரிப்பேர், என்று எந்தத் தொழிலாளிதான் கறை பற்றிக் கவலைப்படுகிறான், கவலைப்படமுடியும். பானை வனையும் குயவன் சேறு பற்றிக்கவலை கொள்ளமுடியுமா... அழகான வாழ்க்கை முரணை அற்புதமாகப் படம்பிடிக்கிறது, இந்தக் கவிதை:

மண் தாமரை
பூத்தது
குயவனின்
சேற்றில்

கவிஞனின் பார்வை பிரத்யேகமானது. ஒரு வகையில் சித்த மனோ பாவம் கொண்டது. பார்க்கிறவற்றில் எல்லாம் அழகை, அவலத்தை, ஒழுங்கின்மையை, ஒழுங்கை, விளையாட்டை, வினையை, எல்லா வற்றையும் ஒரு தரிசன உவப்புடன் பார்க்கும். அது கயிற்றை பாவாடையாகச் சுற்றிக்கொள்ளும் பம்பரமாக இருக்கும், எறும்பு ஊரும் பலாப்பழமாக இருக்கும், கடலுக்குள் ஆழ்கிற நதியாகவு மிருக்கும், நதியோடுவந்து கரைக்கு மீள்கிற மீனாகவும் இருக்கும். பார்க்கிறவற்றை சமூகப்பொறுப்புடன் கவிதையாக்குபவனே கவிஞன்.

ஓட்டுப்போட்ட வெள்ளை நகத்தில் வைக்கப்பட்ட அடை யாளமாய் வைக்கப்பட்ட மை வழிந்து, நகத்தை அமாவாசை ஆக்குகிறது. நகம் மட்டுமா இருள்கிறது. வாக்களித்தவன் வாழ்க்கை யுமே இருட்டுக்குள் தவிக்கிறது.

அரும்பு மலராவது போல், பிஞ்சு கனியாவது போல். உதவி இயக்குநன் ஒரு நாள் இயக்குநர் ஆவான். அவனை கைதட்டி வரவேற்பதைப் போல இன்னொரு அரும்பு “கிளாப்” அடிக்கும்.

இப்படி, பார்ப்பவற்றிலெல்லாம் கவிதையைத் தரிசிக்கிற இந்தக் கவி மனோபாவம் எங்கிருந்து வருகிறது. தன் சொந்த அவலங்கள் தந்த வலியுடன், வலியினால் இன்னொருவனின் வலியை உணரத் தலைப்படும்போது வாய்க்கிறது. இந்தத் தொகுப்பின் திலகக் கவிதை களில் ஒன்றாக நான் கருதும் கவிதை இதை விளக்கப் போது மானது.

மின் தகன
வெளிச்சத்தை
நினைவூட்டியது
அலமாரியில் இருக்கும்
அம்மாவின்
மூக்குத்தி.

திறந்து மூடும் ஒரு ‘பளீர் வெளிச்ச நெருப்பில்’ சாம்பலான தாய், மறுபடிப் பளீரென அலமாரி மூக்குத்தியில் தோன்றுகிறாள். ரொம்ப வும் அருமையான கவிதை. ஒரு நொடியில்... “மறுபடி ஜனனம், மரணம், மறுபடி தாயின் வயிறே சரணம்..” என்று என்னவெல் லாமோ நினைக்க வைத்துவிடுகிறது. அதுதான் கவிதை. அதுதான் கவிஞனின் வெற்றி. நீங்கள் வெற்றி பெற்றிருக்கிறீர்கள் கபிலன். இந்தத் தொகுப்பின் இறுதிக் கவிதை:

கைக்குஎட்டாதது
கவிதைக்கு
எட்டியது
வானம்.

இதைப் படித்ததும் கொண்டாட்டமான என் மனதில் பட்டென்று தோன்றியது,

காலுக்கு எட்டாதது
கவிதைக்கு
எட்டியது
ஆழம்

இப்படி வாசிப்பவனையும் சட்டென்று படைப்பாளி ஆக்கு கிறவன்தான் படைப்பாளி, இதுதான் படைப்பாளியின் வெற்றி. உங்கள் ஆழமான சிந்தனைகள் மூலம் நீங்கள் வெற்றி பெற்றிருக் கிறீர்கள் கபிலன். வானளவு உயர நெஞ்சார்ந்த வாழ்த்துகள்.

13
கண்ணதாசன் விருது உரை

அன்பார்ந்த நண்பர்களே

அனைவருக்கும் என் வணக்கம்.

கண்ணதாசன் என்ற பெயர் தமிழ் இலக்கிய வரலாற்றில் இடம் பெற்று அறுபது ஆண்டுகளுக்கு மேல் ஆகிறது. ஏன் எழுபது ஆண்டு என்று கூடச் சொல்லலாம். அரசியலிலும் ஆன்மீகத்திலும், இயல், இசை நாடகம் என்று முத்தமிழிலுமந்த அகரக் கவிஞனின் பெயரைத் தவிர்த்துவிட்டு எந்த தமிழ் வரலாறும் இருக்கமுடியாது. அவர் பெயரும் கவித்துவமும், அவர் பாடல் வரி களிலேயே சொல்வதானால்

கல்லில் வடித்த சொல் போலே அது
காலம் கடந்த இன்பநிலை...

பொதுவாக பெயர்கள் அகராதியில் இடம் பெறுவ தில்லை. அதற்கு ஏதேனும் இலக்கண வரையறைகள் இருக்கிறதோ என்னவோ. கண்ணதாசன் இலக்கண மில்லை, மீண்டும் அவர் வரிகளிலேயே சொன்னால்

"இலக்கணம் மாறுதோ இலக்கியம் ஆனதோ.."
என்று அவர் இலக்கணம் மீறிய இலக்கியமானவர்

கண்ணதாசன் என்ற பெயர் தமிழ் அகராதியில், இருக்கிறதா இல்லையா என்பதல்ல விஷயம். ஒரு வேளை

தொடையகராதியில் கண்ணதாசன் பெயர் இருந்தால் அதற்கு எதுகையாக வண்ணதாசன் என்ற பெயரும் கண்டிப்பாய் இடம் பெறும். இந்த நேரத்தில் என்னையும் என் வரிகளையும் வளர்த் தெடுத்த வண்ணதாசன் என் நினைவுக்கு வருவதில் வியப்பொன்றும் இல்லை. இந்த விருதை அவருக்கே நான் சமர்ப்பிக்கிறேன். அந்த வகையில் கண்ணதாசன் கழகம் தரும் இந்த பெருமைமிக்க விருதை வண்ணதாசன் இரண்டு முறை பெற்றவராகிறார்.

சக இருதயர்கள் உவப்பத் தலைக்கூடி, ஒன்று சேர்ந்து, சங்கம் அமைப்பது தொன்றுதொட்டு வரும் மரபு போலிருக்கிறது.. அதற்கு ஆண்டவனும் அரசனும் தலைமை ஏற்றதாகவும் சொல்லுவார்கள். ஆனால் இந்த மாதிரியான மன்றங்களும், சங்கங்களும் அந்தக் காலத்திலேயே மக்கள் மத்தியில் முதலில் தோன்றி பின்னரே அரசப் பிரதானிகளின் கவனத்திற்குச் சென்றிருக்கவேண்டும் என்று நினைக்கிறேன். ஏனென்றால் சாதாரணர்களாகவும் நாடோடி களாகவும் இருந்த பாணர்களே நல்ல கவிதைக்காரர்களாக இருந்திருப்பதாக சமீப ஆய்வுகள் சொல்கின்றன. பின்னரே ஏதோ ஒரு அரசியல் மாற்றம் காரணமாக புலமை மேட்டிமைக்காரர்களின் சொத்தாகிறது. கண்ணதாசன் நிச்சயமாக ஒரு பாணணாகத்தான் இருக்கவேண்டும். அவன் பாடல்களும் பாடு பொருளும் அதைத் தான் சுட்டுகின்றன. அவனைக் கொண்டாடுவோரில் பலதரப் பினரும் இருப்பினும் அவனிடம் அதிக அந்நியோன்யம் காட்டுப வர்கள் கனக ராஜும் காளிதாஸும், சிங்கை முத்தும், முத்தை யாவும் கிருஷ்ணகுமாரும், போன்ற அற்புதமான ரசிகர்களாகத் தான் இருப்பார்கள்.

அவர்களால் ஆதுரத்துடன் ஆரம்பிக்கப்பட்ட இந்த ‘கண்ணதாசன் கழகம்’ இன்று கண்ணதாசனைக் கொண்டாடும் விதமாக அவரில் தோய்ந்த அவரது வழித்தோன்றல்களை விரு தளித்துக் கௌரவிக்கிறது. அவர்கள் அத்தனை பேருக்கும் என் நன்றியைப் பணிவன்புடன் சமர்ப்பிக்கிறேன். என்னுடன் விருது பெறும் திரு ஆர்.பி. சங்கரன் அவர்களுக்கு என் அன்பான வாழ்த்துக் களைச் சொல்லிக்கொள்கிறேன். அவருடன் விருது பெறுவது உண்மை யிலேயே மகிழ்ச்சி அளிக்கிறது. இந்த அற்புதமானவர்களின் சங்கப் பலகையில் ஒரு ஓரமாகவேனும் நான் அமரும் தகுதி கொண்டவன். எனது எட்டுவயதில் இருந்து நான் கண்ணதாசனை யாரென்று அறிவேன். நாடோடிமன்னனும் அதைத் தொடர்ந்து ‘மாலையிட்ட மங்கையும்’ கண்ணதாசனை என் பால பாடத்தில் சேர்த்தன. அதற்கு என் சொந்தச் சகோதரர் மீனாட்சி சுந்தரம் தான் முக்கிய

காரணம். அன்று நான்காம் வகுப்பில், “எங்கள் திராவிடப் பொன் னாடே பாடலை.....” அபஸ்வரமாகப்பாடி அதற்காகவும், அதன் அப்போதையத் தீண்டாமைத் தன்மைக்காகவும் பாதியிலேயே நிறுத்தச் சொல்லிவிட்டார் ஆசிரியர்

இந்த நேரத்தில் நான், கண்ணதாசனின் தீராப்புதையலைத் தேடித்தேடிப் பதிப்பிக்கும் திரு ஆர்.பி சங்கரனிடமொரு வேண்டு கோளை வைக்க நினைக்கிறேன். கண்ணதாசனின் திரைப்படங் களின், திரைக்கதை வசனங்களை நூலாகக் கொண்டு வரவேண்டும். எனக்குத் தெரிந்து, பெரும்பாலான சிவாஜி சினிமாக்களைத் தவிர “சிவகெங்கைச் சீமை”யும் ‘மதுரை வீரனு’ம், ஒலிச்சித்திரங்களாக இசைத்தட்டு வடிவில் வந்துள்ளன. அவையெல்லாம் இப்போது கிடைப்பதில்லை. இரண்டுமே திரைக்கதை அமைப்பின் உச்சம் என்று சொல்லுவேன். ‘சிவகங்கைச் சீமைதான் தமிழில் வெளிவந்த உண்மையான ஒரே ஒரு வரலாற்று சினிமா. மற்றவையெல்லாம் ஜெய்ப்பூர் மாளிகைகளில், ஜோத்பூர் ஆடை அணிகலன்களுடன் தமிழ்க் கலாச்சாரத்தை அடகு வைத்தவை. கண்ணதாசன் தமிழ் உரைநடைக்கு ஆற்றியிருக்கும் பெரும்பங்களிப்பை அவை இன்னும் உறுதிப்படுத்தும். அந்தக் காரியத்தை திரு. சங்கரன் அவர்கள் செய்ய வேண்டும் என்று கேட்டுக்கொள்கிறேன்.

கண்ணதாசனின் திரைக்கதைகளை நான் ஏன் குறிப்பிட்டுச் சொல்கிறேன் என்றால், அவர் ஒவ்வொரு பாடலையுமே அந்தப் படத்தின் திரைக்கதையை மனசுக்குள் ஓடவிட்டுக் கொண்டே எழுதியிருக்கும் அதிசயத்தைக் கண்டு கொண்டவன் என்றுதான். எந்த படத்தின் பாடலாக இருந்தாலும், அதன் காட்சி விளக்கத்தைக் கேட்டபின், அவர் பல்லவியும் சரணமும் சொன்னால் அதுவே கதையை விளக்கியும் நகர்த்தியும் விடும். ஆயிரக்கணக்கான பாடல் களைச் சொல்லலாம். ஆனால் ரசம் மிக்க சிலவற்றைச் சொல்ல வேண்டும்.

சூடிக்கொடுத்தவள் நான் தோழி
சூட்டிக் கொண்டவளே நீ வாழி
பாடிக் கொடுத்தவள் நான் தோழி
பாட்டை முடித்தவள் நீ வாழி.

டீச்சரம்மா என்ற படத்தின் பாடல். கதைக் கேற்ற பாடல் என்பதிருக் கட்டும். அதற்குள் தொன்மமான படிமமாக ஆண்டாளை நினைவு படுத்திவிடுகிறார். இதேபோல் அபூர்வ ராகங்களில்,

தலைவன் திருச்சானூர் வந்து விட்டான்
மங்கை தருமதரிசனத்தைத் தேடுகின்றான்.

> அலமேலு அவன் முகத்தைப் பார்ப்பாளோ
> அவனோடு திருமலைக்குச் செல்வாளோ

என்று ஸ்ரீனிவாச புராணத்தை நடத்திக் காட்டிவிடுவார். இதில் அற்புதமென்னவென்றால் ஆண்டாளின், அலர்மேல் மங்கையின் நிறைவேறாக் காதலை கவிஞர் எப்போதும் அசை போட்டுக் கொண்டிருப்பதுதான்.

அந்தப் பெண்களுக்காக இவர் உருகுவது ஒரு பாட்டிலா இரண்டு பாட்டிலா, (பாட்டில் பாட்டிலாக உருகுவார், எங்களைப் போல் கைக்கிளையான்களையும் பருக வைப்பார் உருக வைப்பார் அது வேறு விஷயம்)

> கனியை மரமறியும் காதலை மனமறியும்
> கனிவிருந்தால் அல்லவோ கன்னியர் நிலைதெரியும்
> ஆண்டவனுக்கொரு மனது ஆண்களுக்கிரு மனது
> தோன்றிய நாள்முதலாய் துடிப்பதுதான் பெண் மனது.

என்று ஒரு சாதாரணப் பெண்ணையும், "சித்திரத்தில் பெண் ணெழுதி சீர்படுத்தும் மாநிலமே ஜீவனுள்ள பெண்ணினத்தை வாழவிட மாட்டாயோ....." / "அன்னையென்றும் தந்தையென்றும் ஆர்ப்பரிக்கும் பெரியோரே / இன்னமுத தெய்வமெல்லாம் ஏட்டில் வரும் தேன் தானோ / மன்னர் குல கன்னியரும் கண் கலங்க நேரு மென்றால் / மண்டலத்தில் பெண்களுக்கே வாய்த்த விதி இது தானோ..." என்று ராணி சம்யுக்தைக்கும் குரல் கொடுப்பது கண்ணதாசனே. ராணி சம்யுக்தா படத்தின் வசனமும் ராஜா தேசிங்கு பட வசனமும் 'மாநில சுயாட்சி' என்று முழங்குபவர்கள் மனப்பாடம் செய்ய வேண்டியவை.

ஆனால் உண்மையில் இந்த காதல்ச் சோகம் பெண்களுக்கு மட்டும்தானா ஆண்களுக்கில்லையா. பெண் அடக்கமாய் இருந்து விடுவாள் ஆண் அழுது அரற்றி அவளைப் பற்றிக் காவியம் பாடு கிறான். காலம் மாறினும் தேகம் அழியினும் கதையில் கவிதையில் கலந்தே வாழவைக்கிறான். கண்ணதாசன் அப்படி ஒரு ஆத்மா.

> பழகிய காதல் எண்ணிப் பள்ளியில் தனியே சாய்ந்து
> அழுவது சுகமென்பேன் நான், அறிந்தவர் அறிவாராக...

என்று எங்களையெல்லாம் கூட்டணி சேர்த்துக் கொள்கிறார். இது அவரது தனிப்பாடல். திரையிசையில் கேட்கவே வேண்டாம். அவரது நெஞ்சில் குடியிருக்கும் காவேரி எங்கெல்லாம், எல்லா அணைகளையும் மீறிப் பாய்கிறாள் தெரியுமா.

'நாயகியே எனது காவிய எல்லை / நரை விழுந்தாலும் நெஞ்சில் திரை விழவில்லை' என்றும்,

'உதயமாகும் நேரமென்று கிழக்கினில் சென்றேன் / அவள் பொழுது போகும் நேரமென்று மேற்கினில் சென்றாள் / அஸ்தமனச் சூரியன் என்று அவளைச் சொல்லலாம் – நான் அவளை வெல்ல முடியவில்லை விதியை வெல்லவா' என்று விதியையும் அவளையும் நினைத்து ஏங்கும் எத்தனையோ கவிஞர்களைப் படைத்து தனக்கு பதிலியாய் உலவவிட்டுச் சென்றிருக்கிறான் அரை நூற்றாண்டே வாழ விதிக்கப்பட்ட இந்த அற்புதக் கவிஞன்.

'கண் போல் வளர்ப்பதில் அன்னைஅவள் கவிஞனாக்கினாள் என்னை' என்றும் 'இங்கு நானும் கவியாக யார் காரணம் அந்த நாலும் விளையாடும் விழிகாரணம்...' என்று என் கல்லூரி நோட்டுப் புத்தகத்தின் மூலை முக்கெல்லாம் அவனது வரிகளே ஆட்சி செலுத்தின அந்தப் பதின் பருவத்தில்... அப்போது நான் எழுதிக் குவித்தவை ஏராளமாக நாட்குறிப்பில் மக்கிப்போய்க் கிடக்கிறது.

'நாங்கள் எழுதிய புத்தகம் / நானே சொன்ன தத்துவம் / இங்கே அந்தப் புத்தகம் / எங்கே அந்தத் தத்துவம் /

ஒரு பக்கம் பார்த்தால் கற்பனை / மறு பக்கம் பார்த்தாலற்புதம் /

அதை முற்றும்பார்க்கும்முன்னமே / ஏன்மூடச்சொன்னாய் தெய்வமே'

என்று கண்ணதாசன் எழுதிய பாடலைப்போல அந்த மகா கலைஞனை முற்றும் பார்க்கும் முன்பே.... ஏன் மூடச் சொன்னாய் தெய்வமே என்று பேராசை பிடித்த தமிழ் மனம் தவிக்கிறது.

கண்ணதாசனின் பன்முக ஆளுமையைப்பற்றி அவனது திரைப் படப் பாடல்களிலிருந்து மட்டுமே நிறுவிக்கொண்டே போகலாம். அப்படியொரு ஆளுமையின் பெயரால் வழங்கப்படும் இந்த விருதுனைப் பெறுவதில் உள்ளபடியே நான் பெரு மகிழ்ச்சி அடைகிறேன். இதை வழங்கும் "கண்ணதாசன் கழக "அன்பர்கள் அனைவருக்கும் நன்றி. கண்ணதாசன் சொல்வாரே "கண்கள் அருகே இமையிருந்தும் கண்கள் இமையைப் பார்த்ததில்லை" அது போலவோ இல்லை எங்கள் பக்கத்தில் சொல்வார்களே, 'நல்ல மாடு உள்ளூ ரிலேயே விலைபோகும்' என்று, அது போலவோ, உள்ளூரில் அடை யாளமே தெரியாத என்னை, கவிஞர் தேவமகள் இலக்கிய விருது, கவிஞர் சிற்பி இலக்கிய விருது என விருதுகள் வழங்கி எப்போதும் அடையாளப்படுத்துகிற கொங்கு மண்டலத்திற்கும் குறிப்பாகக் கோவை நண்பர்கள் அனைவருக்கும் என் நெஞ்சார்ந்த நன்றி வணக்கம்.

14

காண் என்றது இயற்கை-
எஸ்.ராமகிருஷ்ணன் நூலை முன் வைத்து...

'நதி' மலையாள சினிமா, வயலாரின் அற்புதமான பாடல் வரிகள் நினைவுக்கு வருகிறது.

இது மொழிபெயர்ப்பு

உன்னைக் குறித்து நான் பாடிய பாட்டுக்கு
ஓராயிரம் அலைகள் சுருதியிட்டன
உன் மனோராஜ்ஜியத்தின் நீலக்கடம்பில்
நீயென் விளையாட்டோடத்தைக் கட்டிப் போட்டாய்,
அன்பே கட்டிப் போட்டாய்.

ஒரு நதிக்கரை. இக்கரைக்கும் அக்கரைக்கும் ஓடுகிற ஓடம், ஓட்டுகிற ஓடக்காரன்.... ஓடத்தை சற்றே ஒரு முளையில் கட்டிப் போட்டுவிட்டு ஓய்வெடுத்துக் கொண்டிருக்கிறான். ஓடம் கரையோரம் அலையாடிக் கொண்டிருக்கிறது.... ராமகிருஷ்ணின் நதி போன்ற கட்டுரை அல்லது கதை அல்லது அது என்ன படைப்பானாலும் அதன் ஆற்றொழுக்கான வரிகளில் ஓடமென நீந்திக் களிக்கும் போது, அபூர்வமான ஒரு வரி நம்மை இப்படிக் கரையில் கட்டிப் போட்டுவிடும். அவர் ஓடக்காரனென ஓய் வெடுத்துக் கொண்டிருப்பார்.....

இப்படிப் படைப்பின் இடையே வரிகள் நம்மைக் கட்டிப் போடுவதுதான் படைப்பாளியின் வெற்றி.

நானும் ராமகிருஷ்ணனும் பேசிக் கொண்டிருந்தோம் எனது வீட்டில். அவர் அப்போது ஒரு கபந்தகப் பசியுடன் இருந்தார்... சாப்பிட்டு எத்தனை நாளாயிற்றோ.... என்கிற மாதிரி சாப்பிட்டுக் கொண்டே பேசிக் கொண்டிருந்தோம்... நானும் வேறு, பேச்சு சுவாரஸ்யத்தில் அதிகமாக விழுங்கிக் கொண்டிருந்தேன், வீட்டில் டீச்சருக்கு சப்பாத்தி போட்டு மாளவில்லை. அப்போதெல்லாம் ராமகிருஷ்ணன் அடிக்கடி தென்காசிக்கு வருவார். பேச்சு, 'கண் தெரியாத இசைஞன்' நாவல் பற்றிச் சுழன்றது. அதில் வரும் ஒரு வரியைக் குறித்து இருவரும் ஏக காலத்தில் பேச ஆரம்பித்தோம், அந்த வரி, இருவரையும் கட்டிப்போட்டது. கை கழுவ எழுந்திருந்தோம். (டீச்சர் அப்பாட என்று பெருமூச்சு விட்டிருப்பாள்).

அதில் கண் தெரியாவிட்டாலும், அவன் நன்கு குதிரை ஓட்டவும் பழகி இருப்பான்.. அப்படிக் குதிரை ஓட்டிச் செல்லும் போது, அவன் வழியில் ஒரு கல்லில் கால் ஊன்றி நிற்பான், அது ஒரு மைல்க்கல் என்று ஒரு வரி வரும். அவனுக்கு அது பற்றி எந்தப் பிரக்ஞையும் இல்லையென்பது சொல்லாமல் சொல்லப் பட்டிருக்கும். அப்படிப் பேசிக் கொண்டிருந்தவரின் இன்றைய வரிகள் என்னமாய் வாசகனைக் கட்டிப்போடுகின்றன... என்று நான் வியந்துவியந்து போகிறேன். "உலகினை ஒளியின் கைகள் தினமும் தூய்மைப்படுத்துகின்றன, குழந்தையை விழிக்க வைப்பது போன்று ஒளி மலையை எழுப்புகிறது. விழித்துக் கொண்டபடியே அம்மா எழுப்புவதற்காகக் காத்துக்கிடக்கும் குழந்தையைப் போன்று தான் மலையிருக்கிறது..." என்று ராமகிருஷ்ணனின் இந்த நூலில் ஒரு வரி வருகிறது. எந்த அழகிலிருந்து எது வந்தது என்று அறிய முடியாத ஒரு திகைப்பைத் தரும் வரிகள். ரிவர்ஸ் மெட்டஃபர் என்கிற மாதிரி எதற்கு எது மறு உருவகம் என்று ஒரு சந்தோஷ மான திகைப்பு. நீரெடுத்து நீருக்கே நீரால் அர்ப்பணம் என்கிற மாதிரி ஒரு அனுபூதியான நிலை. அங்கிருந்து வந்த மொழி அங்கேயே செல்வதுபோல ஒரு தொன்மையான உணர்வு.

இது எழுத்து தரும், அவரது அருமையான உரை நடை தரும் திகைப்பு. அவர் சொல்லுகிற, சொல்லத் தேர்ந்தெடுத்த விஷயங்கள் தரும் ரசானுபவம் இன்னும் சிறப்பானது. மலை என்பது மாபெரும் நிசப்தம் என்கிறார். ஆம்... அங்கே ஆயிரம் ஒலிகள் இருந்தாலும் அது நிசப்தம். பாபனாச மலையில் ஒரு அழகான விடுதி இருக் கிறது. மின் வாரியத்துக்குச் சொந்தமானது. அதில் குடும்பத்தோடு ஒரு பகலில் தங்கி இருந்தேன். அந்த விடுதியின் பக்கவாட்டில்

நடந்து சென்றால் வ.வே சு அய்யர் தவறி விழுந்து இறந்த கல்யாணி தீர்த்தம் வரும். அதைப் பார்த்துவிட்டு எல்லோரும் அறைக்கு நகர்ந்துவிட்டார்கள். நான், கீழே கொட்டிக்கொண்டிருக்கும் கல்யாணி தீர்த்த அருவியையும், அது பொங்கி வழிந்து நதியாகி ஓடுவதையும் பார்த்துக்கொண்டிருந்தேன்.. கருப்பென்றால் அப்படி யொரு கரும்பாறை... வெண்மையாய் விழும் தண்ணீர் பாறைகளை இன்னும் கருப்பாக்கிக் கொண்டிருந்தது..... நான் நின்றது நல்ல உயரம்... திடீரென்று எனக்கு எல்லாமே நிசப்தமாக இருந்தது. என்னருகிலிருந்து, ஒரு சங்கீதக் கிரீச்சலுடன் பறந்து, பாறைகளில் மோதிச் செல்லும் நதிப்பிரவாகத்தைக் கடந்து ஒரு பறவை எதிர்த் திசை மரமொன்றில் அமர்ந்தது. நதியும் சரி, அந்த சங்கீத ஒலியும் சரி... எதுவுமே புத்தியில் எட்டாமல் நிசப்தமோ நிசப்தமா யிருந்தது.... திடீரென்று தோன்றியது. 'அய்யர்' வேண்டுமென்றே விழுந்திருப்பாரோ என்று... இன்னும் கொஞ்சநேரம் நின்றால் நானே குதித்தாலும் ஆச்சரியமில்லை என்று தோன்றியது.... மரியா தையாக குடும்பத்தாரை நோக்கி நடந்தேன். அவர்கள் பேசுகிற எதிலும் என்னால் லயிக்க முடியவில்லை. மனம் கல்யாணி தீர்த்தத்தை, அந்தப் பிரம்மாண்ட உயரத்திலிருந்து பார்த்ததை நினைத்துக்கொண்டே இருந்தது.

இயற்கையை, கால நேரமின்றிப் பார்த்துப் பார்த்து அலுக் காதவனே நல்ல கலைஞனாயிருக்கிறான்.

தாகூரின் வழிபாடும் வெளிப்பாடும் எல்லாமே இயற்கை சார்ந்தவைதான். அவரது ஒரு வரி நினைவுக்கு வருகிறது

"Oh tiny grass under thy Foot is this great earth" ஒற்றைக்கால் புல்லின் காலடியில்தான் இந்த பூமி கிடக்கிறது. அங்குலப் புழுக் கள்தான் காட்டை அளந்த வண்ணமிருக்கின்றன. அவைகளுக்குத் தெரியுமா அது மாளாத விஷயம் என்று...... குழந்தைகள் தொட்டதும் சுருண்டு கொள்கிற வளையல்ப் பூச்சிகள் மறுபடி நிமிர்ந்து தன் புதிய பாதையில் சென்று கொண்டேதானே இருக்கின்றன.... புழுவின் பயணத்தை வைத்த கண் வாங்காமல்ப் பார்த்தவன் தானே எழுது கிறான்... "என்பிலதனை வெயில் போலக் காயுமே...." என்று.

ராமகிருஷ்ணனுக்கு எறும்பின் பயணத்தை, அது முப்பது மாடியை வெயிலில் ஏறுவதைப் பார்த்து அதிசயித்து மாளவில்லை, சிறு செடியை, அதன் இலைகளைப் பார்த்து அதிசயிக்கிறார். அதை, தான் சொற்களால் மட்டுமே அறிந்திருக்கிறேன் என்று ஒரு விதமான சுய பச்சாதாபமான உரையாடலை அதனுடன் மேற் கொள்ளும் போதுதான் அவர் ஒரு விருட்சமாகிறார், தன் எழுத்துக்

களில். ‘நகல் என்பதே இயற்கையில் இல்லை’ என்னும் ராம கிருஷ்ணனும் அசலான கலைஞன்தான்.

வெவ்வேறு காலப்பொழுதில் பெய்யும் மழையைப் பற்றிய அவரது கண்டுபிடிப்புகள்தான் எவ்வளவு சுவாரஸ்யமாய் இருக் கிறது. மழையும் மழை சார்ந்து அவர் கிளர்த்தும் ஆச்சரியங்கள் ஆச்சரியமானவை. “கள்ளன் போலீஸ் விளையாடும் போது வீடு ஒரு தீப்பெட்டி போலாகி விடுகிறது” என்று ஒரு வரி. மழையைப் பற்றி குழந்தைகளிடம்தான் எத்தனை புனைவுகள். மழையும் வெயிலும் சேர்ந்து அடித்தால்... “காக்காய்க்கும் நரிக்கும் கொண்டாட்டம்” என்று சொல்லுகின்றன. காக்காயைப் பார்த் திருக்கலாம். நரியை எங்கே பார்த்திருக்கின்றன, ஆனாலும் என்னவோ, குழந்தைகள் இரண்டு உயிர்களையும், இரண்டு இயற்கையையும் ஒரு அதிசயச் சரட்டில் இணைக்கின்றன. வானில் பறக்கும் கொக்குகளிடம் நகங்களில் பூ போடுமாறு கேட்கின்றன. கவிஞன், மழையிடம், வான் மேகங்களிடம் நிலவிடம் கவிதை கேட்கிறான்.

கலைஞனிடம் மழைக்கான தாகம் வற்றுவதேயில்லை. அது பெய்தும் தாகத்தை அதிகரிக்கிறது, பெய்யாமலும் அதிகரிக்கிறது. குழந்தைகளின் அபாரப் புனைவைப்போலவே, கலைஞனின் மழை குறித்த புனைவுகளும் அதிசயமானவைதான். ரிஷ்ய சிருங்கர் கதை ஓர் எடுத்துக்காட்டு. மழை துயர் தருகிறது, துயரைப் போக்குகிறது.

ராமகிருஷ்ணனை கோணங்கிதான் என்னிடம் அழைத்து வந்தான், அவனுக்கான பயணத் துணையாக. அவனே ராம கிருஷ்ணனை ஒரு அற்புதமான பயணியாக்கி இருக்கிறான் என்று எனக்குத் தோன்றுகிறது. நாம் இன்று எல்லோரும் இருவருடனும் கால்களாலன்றி ஒரு பயணம் மேற்கொள்கிறோம். ஆனால் இது ஒரு நகல்ப் பயணம். அதனால்த்தான் பயணத்தின் இடையே அவரை வசீகரிக்கும் மரத்தை, நிழல், தரையில், வீழ்த்துவதாக எழுத முடி கிறது. அவர் சொன்ன பிறகுதான் அந்தப் படிமத்தின் குளிர்ச்சி பிடிபடுகிறது. புதிய சாலைகளின் அருகே கைவிடப்பட்ட சாலை களின் தனிமையும் ஏக்கமும் அவரது நடையினால், அவரது புழுதி படிந்த கால்களினால், நம்மை எட்டுகிறது. அவரது இந்தக் கண்ணோட்டம் என்னும் களிபெருங்காரிகை மனதே இயற்கையை, நம் மடியில் ஒரு குழந்தையைத் தருவதுபோல் தருகிறது.

ராமகிருஷ்ணன் எழுதுகிறார், “ஒரு பூ வேறு வாசனைகள் தனக்குள் புகுந்துவிடாமல் தனது வாசனையைப் பூட்டி வைத்திருப் பதாக”. டி.கே.சி சொன்னதாக கி.ரா மாமா சொல்லுவார், செண்பகப்

பூவின் மணத்தில் ஒரு சோக பாவம் இருப்பதாக. செண்பகப் பூ கவலையைப் பூட்டி வைத்திருக்கிறது போலும்.

என் அம்மா சொல்லுவாள், "ஆனையப் பார்த்தா அன்னைய தோசம் (தோஷம்) அன்னைக்கே போயிரும்", என்று. அதற்காகவே நெல்லையப்பர் கோயில் யானை தெரு வழியாகப் போகும்போது (போகும்போது மட்டுமே) தெருவாசலுக்கு வந்து, படி தாண்டாமல் எட்டிப்பார்த்து, லேசாக கன்னத்தில் போட்டுக் கொள்ளுவாள். பல இளம்பெண்கள் வலைச்சன்னல் வழியாகப் பார்ப்பார்கள், விடலைக் கண்கள் அவர்களை மொய்க்க. என்னுடைய சுயம்வரம் கவிதையில் சினிமா விளம்பரவண்டி வாசல் கடக்க அதை இளம் பெண்கள் எட்டிப் பார்ப்பதாக எழுதியிருப்பேன். மூவருலா வந்த காலங்களிலும், பெண்கள் அரசனையும் யானையயும் இப்படிப் பார்த்திருக்கிறார்கள். பிச்சாண்டியாக வரும் கங்காளநாதரை சனகாதி முனிவர்களின் பெண்டுகள் ஆடை நெகிழப் பர்த்திருக் கிறார்கள். இது ஒரு தொல்லியல்த் தொடர்பு. யானை ஒரு தொல்லியல்ப் படிமம்.

நமது தொன்மங்களில் எத்தனையோ கதைகள், பறவை களையும் மிருகங்களையும் பேசவைத்து மகிழ்கின்றன. மகா பாரதத்தில் நிறையக் காணலாம். (இந்திரத்யும்னன் கதை)... ஆயிரம் கொக்குகள் என்ற கட்டுரை இந்த நூலின் மிகச்சிறந்த கட்டுரை யாக எனக்குப் படுகிறது. ஒன்றிரண்டு கட்டுரைகள் விஷயதானத் திற்காக பத்திரிகைகள் தரும் நெருக்கடிக்கிடையே எழுதப்பட்டவை போல் இருக்கின்றன. இந்த நெருக்கடி புதுமைப்பித்தன் தொடங்கி எல்லோருக்கும் உண்டு.

பிரபஞ்சத்துடனான மானசீக உரையாடலை இயற்கையின் புலனாகாத பல ஊடகங்கள் வழியாகவே நாம் நடத்தியாக வேண்டியிருக்கிறது. ராமகிருஷ்ணனுக்கு, பிரபஞ்சத்தின் மூளை யாக, உடலாக, பறவையும் மிருகமும், மலையும், செடி கொடியும், எறும்பும் சிறு செடியும், பெரு நிழலும், மழையும், நதியும் இயற்கைப் பருண்மையாக, அந்த உரையாடலுக்கான எல்லா சாத்தியங்களையும் வழங்கியிருப்பதை இந்தத் தொகுதியில் நன்றாக அனுபவிக்க முடி கிறது. அவர் அதில் மகத்தான வெற்றி அடைந்திருக்கிறார். அவருக்கு என் அன்பும் வாழ்த்துக்களும்.

15

அகழ்வாரைத் தாங்கும் நிலம்.......

நிலம் என்னும் நல்லாள் என்றும் கன்னி நிலம் என்றும் களிபேரு வகையுடன் கொண்டாடப்பட்ட நிலம். இன்று கண்ணி வெடிகள் விதைந்து, அவை கனவில்க் கூட வந்து குழந்தைகளின் கால்களைத் தின்று கொண்டிருக் கின்றன. பயிருக்கு எருவாய்ச் சாம்பலைத் தூவியது போக இன்று சாம்பல் மேட்டுக்குள் நிலம் புதையுண்டு கிடக் கிறது. நிலத்தை முற்றாக ஆக்கிரமித்தது காணாதென்று, கனவின் வேர்கள்கூட இருக்கக்கூடாதென கங்கணம் கட்டிக் கொண்டு செயல்படுகின்றனர்.

அக்கம் பக்கம் வசந்தமில்லை
ஒரு கபாலத்தின் மீது
வண்ணாத்திப் பூச்சி

என்று வியட்நாம் கொடூரங்கள் பற்றி இந்திக் கவிதை ஒன்று துயர் பகிர்ந்துகொண்டது போக, இன்று நமக்கே அந்நிலை விடிந்துவிட்டது. ஆனால் நமக்கு இரங்கு வாரில்லை, நம்மால் ஆதரவைத் திரட்டமுடியவில்லை, நாமே ஆதரிக்க அஞ்சிக் கொண்டிருக்கிறோம். பல வருட கால ஈழப்போராட்டம் பலவகையான கவிதைகளைச் சந்தித்து வந்துள்ளது. எழுபதுகளில், கணையாழி கசடதபற பத்திரிகைகளில் எழுதி எங்கள் மத்தியில் பிரபல மாயிருந்த ஈழக்கவிஞரான அ. யேசுராசாவின் கவிதை யொன்று நினைவுக்கு வருகிறது.

உன்னுடையவும் கதி... என்ற தலைப்பிலானகவிதை

கடற்கரை இருந்து நீ
வீடு திரும்புவாய்
அல்லது, தியேட்டரில் நின்றும்
வீடு திரும்பலாம்.
திடீரெனத் துவக்குச் சத்தங் கேட்கும்
சப்பாத்துகள் விரையும் ஓசையும் தொடரும்
தெருவில் நீ
செத்து விழுந்து கிடப்பாய்
உனது கரத்தில் கத்தி முளைக்கலாம்
'பயங்கரவாதியாய்ப்'
பட்டமும் பெறுவாய்
யாரும் ஒன்றும் கேட்க ஏலாது
மௌனம் உறையும்
ஆனால்
மக்களின் மனங்களில்
கொதிப்பு உயர்ந்து வரும்

யேசுராசாவின் கவிதை முன் மொழிந்தது போல், பல போராளி களைத் தோன்றவைத்த ஈழப்போர் இன்று தற்காலிகமாக ஒரு முடிவை நெருங்கி இருக்கிறது. ஆனால் இது முடிவல்ல. இது ஓயாத துயர், துயர் என்கிற சாதாரண வார்த்தையால் இதை சொல்லிவிட முடியாத துயர் இது. சுந்தரராமசாமியுடனான ஒரு அருமையான இரவு உரையாடலின்போது குர்ட்ஜிஃப் பற்றிச் சொல்லிக் கொண்டி ருந்தார். குளிர் என்கிற வார்த்தைக்கு, எவ்வளவு பெரிய அர்த்தங்கள் எல்லாம் உண்டு என்று உஸ்பென்ஸ்கியிடம், குர்ஜிஃப் விளக்காமல் விளக்கியதைச் சொல்லிக்கொண்டிருந்தார். ஒரு வார்த்தையின் போதாமையையும், அதை உபயோகிக்கும்முன் அதைப்பற்றிய ஆகக் கூடிய பிரக்ஞை பற்றியும் பேசிக் கொண்டிருக்கும்போது இதைக் குறிப்பிட்ட நினைவு. சாதாரணக் குளிருக்கும் சைபீரியக் குளிருக்கும் உள்ள வித்தியாசத்தை அனுபவத்தால் உணரமுடிவது வேறு. குளிர் அல்லது கொடுங்குளிர் என்று வார்த்தைகளில் சொல்லமுயல்வது வேறு. எங்கள் ஊர்ப் பக்கம் சொல்லுவார்கள் தயிர்க்குடம் உடைச் சவன் அழுதான்னு தண்ணிக் குடம் உடைச்சவனும் அழுதானாம்.... அந்தக்கதையால்ல இருக்கு என்று. அதுபோல ஈழத்தமிழன் துயரை 'துயர்' என்கிற சாதாரண வார்த்தையால் இன்று சொல்லிவிட முடியாது. அல்லது அதை எளிதில் அந்த வார்த்தை மூலம் உணர்ந்து விட முடியாது. யேசுராசாவின் மேற்சொன்ன மெலிதான தொனி யுள்ள ஒரு கவிதையிலிருந்து சேரனின் பிரபலமான 'இரண்டாவது

சூரிய உதயம்' கவிதைகளின் உக்கிரமானவரிகள் எவ்வளவு போராட்டத்தையும் கடும் இழப்பையும் தாண்டி வந்திருந்தது என்பதை உணரமுடியும்.

இரண்டாவது சூரிய உதயம்

அன்றைக்கு காற்றே இல்லை
அலைகளும் எழாது செத்துப் போயிற்று
கடல்
மணலில் கால் புதைதல் என
நடந்து வருகையில்
மறுபடியும் ஒருசூரிய உதயம்
இம்முறை தெற்கிலே
என்ன நிகழ்ந்தது?
எனது நகரம் எரிக்கப்பட்டது
எனது மக்கள் முகங்களை இழந்தனர்.
எனது நிலம் எனது காற்று
எல்லாவற்றிலும் அந்நியப்பதிவு
கைகளைபின் புறம் இறுகக்கட்டி
யாருக்காகக் காத்திருந்தீர்கள்
முகில்கள் மீது
நெருப்பு
தன் சேதியை எழுதியாயிற்று
இனியும் யார் காத்துள்ளனர்
சாம்பல் பூத்த தெருக்களிலிருந்து
எழுந்து வருக.

இன்று தீபச்செல்வன் எழுதுகிற நிலம் வேறு, நிலம் மீது அவர் எழுதும் செய்தி வேறு. ஆக்கிரமிப்பாளர்கள் மிக வேகமாக நிலம் தின்னும் இன்றைய காலத்தில் வாழ் நிலத்திற்காக ஈழ மக்கள் எத்தகைய அவலமிகு தருணத்திலும் போராடத்தயாராக இருக்கிறார் களென்பதுதான் அவரது மக்கள் அதாவது நம் தொப்புள்க் கொடி மக்கள் என்று நாம் சொல்லிக்கொள்கிற மக்கள், நிலம் மீதெழுதும் செய்தியாக இருக்கிறது.

தீபச்செல்வனின் இந்தக் கவிதைகள், அதன்மீது நம் புலமைகள், வாசிப்பு அளவுகோல்கள், அல்லது, சோ கால்ட் அழகியல் என வெற்று அளவுகோல்கள் எதையும் திணித்து அதன் உயிர்ப்பைக் கொன்றுவிட முடியாத வகையில் இருக்கின்றன. அடக்குமுறை மிக்க ஆக்கிரமிப்பு வாழ்க்கையிலிருந்து வார்த்தைகளை படைப்பது மிக ஆபத்தானது என்று உணர்ந்தே தனது கவிதைகளைச் சமர்ப் பிக்கிறார். அவரது இசைப்பிரியாவிற்கான கவிதையை அவரது

வலைத் தளத்தில் படித்தபோதே அவருடைய வாதையும் சமர்ப் பணமும் தொனிக்கிற வார்த்தைகளை, அவற்றின் துயரை உணர முடிந்தது. இந்தக்கவிதைகள் இப்படித்தான் இருக்கும் இருக்க வேண்டும் என்று தோன்றியது. அவருடைய வலைத்தளத்தின் புகைப் படங்களில் அங்கங்கே தென்படுகிற சைக்கிள்கள்.. என்னை வெகு வாகப் பாதித்தன. அந்தப் பாழ்நிலத்தில் பயந்து பயந்து நடந்த கால் களுக்கு அவை எவ்வளவு உதவியிருக்கக்கூடும் என்று தோன்றியது. ஆனால் கண்ணிவெடிகளுக்குப் பயந்த குழந்தைகளின் கனவில் அவர்களது எஞ்சியிருக்கும் கால்களை நிலம் தின்று விடுகிறதாக வருகிற வார்த்தைகள், அகாலத்தில் உறங்குகிற அந்தப் பெருநிலத்தின் மாளாத்துயரை மனதுக்குள் படிமித்துக் கொண்டேயிருக்கின்றன.

ஈழக்குழந்தைகளுக்காகவே அதிகமும் பேசுகிறது இந்தக் கவிதைகள். பாழ்நிலத்தின் புதிய தலைமுறை தங்கள் வாழ்நிலத் திற்கான புதிய போராட்டங்களுக்கான உந்துதலைப் பெறுவதற் காகவே, முற்றிலும் புதிதானதொரு கவி வார்த்தைகளில் பெரிதும் பேசுகிறது தீபச் செல்வனின் பெருநிலம்.

(2011 நாகர் கோவில், நூல் வெளியீட்டு நிகழ்வில் வாசிக்கப்பட்டது.)

16
ஒரு கடிதம்

அன்பு மிக்க தம்பி திரு லிங்குசாமி அவர்களுக்கு வணக்கம்,

எங்கள் திருநெல்வேலி வீட்டில், என் பால்ய காலத்தில் சமையல் வேலை பார்த்த ஆச்சி, வீட்டின் ஒரு பகுதியில் இருந்த சிறிய குச்சு வீட்டிலேயே வசித்து வந்தாள். நான் அவ்வப்போது ஆச்சி வீட்டுக்குப் போவேன்... வீட்டை சுத்தமாக வைத்திருப்பாள். ஆனாலும் நான் நுழைந்து விட்டால்... அவளது பெரிய மரப்பெட்டி ஒன்றை மீண்டும் மீண்டும் துடைத்து உக்காரு ராசா என்று உபசரிப்பாள்... கைச்சுற்று முறுக்கு எப்படியும் இருக்கும் இரண்டைத் தந்து தின்னாமல்ச் செல்லவிடமாட்டாள். அந்த உபசரிப்பைவிட நான் அழுக்காகாமல் இருக்கவேண்டுமே என்றுதான் அவள் கவன மெல்லாம் இருக்கும்.

உங்கள் புத்தகம் என் வீட்டில் நுழைந்த நொடி யிலிருந்து அதை அழுக்காகாமல் பாதுகாக்கிற எண்ணம் மேலோங்கிவிட்டது. அவ்வளவு அழகான தயாரிப்பு. அழகான ஓவியம். அற்புதமான கவிதைகள். "கலைகளிலே அவள் ஓவியம்....." என்கிற கண்ணதாச வரிகள் கேட்ட காலத்திலிருந்தே ஓவியர்கள்மீது பிரியம் கலந்த பொறாமை உண்டு. உங்கள் தன்னுரையில் நீங்கள் சொல்லி யிருப்பது போல் ஓவியங்களை உருவாக்கும்போது, உங்கள் மனது ஒரு பறவையாக மிதப்பதை உணரமுடிகிறது. தேனுகா

சொல்லியிருப்பதுபோல் எழுது கோலும் எண்ணங்களும் ஒரு புறமும், தூரிகையும் வண்ணங்களும் ஒரு புறமாக உங்கள் கவிதை நூல், entwined genre ஆக, உயர உயரச் சிறகடிக்கிறது.

அது *1970*. 'கசடதபற' என்ற இதழில் ஒரு ஹைகு கண்ணுக்கு தென்பட்டது

நாற்று நடும்
பெண்கள் பாடும் பாட்டில்
மட்டும்தான் சேறு
பட்டிருக்கவில்லை *(கொனிஷ் ரைஸான்)*

(women planting rice....

Ugly every bit

About them

But their ancient songs)

அப்படியே எங்களையெல்லாம், எங்கள் கவிதைகளையெல்லாம் தூக்கிப்போட்டது இந்த ஒரு கவிதை. பல கவிதைகளை எழுதிப் பார்த்தேன்...

தூசிக்குப் பயந்து
வாயும் கண்ணும்
மூடிக் கிடக்கும்
களத்து மேட்டுத் தொட்டில்ப்
பிள்ளைகளின்
கனவெல்லாம் வண்ணாத்திப் பூச்சி

•••

எல்லா வண்ணத்துப் பூச்சிகளும்
செத்துச் சருகான பின்
இவள் என் பூந்தோட்ட வாசலில்
ஈரக் கூந்தலுடன்...

•••

நீ சிரிக்கையில் நடக்கும்
திருவிழாக்களில் நான்
வழி தப்பும் குழந்தையாகிறேன்.

என்றெல்லாம் எழுதினேன்... நிறையப் பாராட்டுகளும் வந்தன ஆனால் அந்த ஒரு ஜப்பானிய ஹைகு கவிதைதான், கேரட்டாக முன் தொங்கிக்கொண்டிருந்தது நான் அதை நோக்கி ஓடிக் கொண்டிருந்தேன். இன்று நீங்களெல்லாம்

> மயானக் கூரையின் மேல்
> காக்கையின் சத்தம்
> யார் வரப் போகிறார்கள்....

என்று அற்புதமாக எழுத வந்திருப்பது கண்டு மகிழ்ச்சியாக இருக்கிறது.

> நல்லவேளை நீ
> ஹெல்மெட் அணிந்து வந்தாய்
> விபத்து தவிர்க்கப் பட்டது

என்று கேரட்டைக் கொய்ய முடிந்திருப்பது கண்டு உவகை பொங்குகிறது.

> Take the round flat moon
> Snap this twig
> For handle
> What a pretty fan....   (-SOKAN)

இதைப் படித்துவிட்டு, நான், ஏற்கெனவே பார்த்திருந்த காட்சி யொன்றை, கொஞ்சம் விலகித் தழுவி எழுதினேன்.

> மொட்டைப் பனைமரத்தின்
> உச்சியில் கோடை நிலா
> ஓ... புழுக்கத்திற்கேற்ற
> அழகான விசிறி...

ஆனாலும் எனக்கு, தனித்துவமான திருப்தியாயில்லை. இன்று உங்கள் கவிதையான

> மொட்டைப் பனை மரத்தில்
> தோகை விரித்த படி
> மயில்...

படிக்கையில் ஆஹா இதை எழுத நமக்கு வாய்க்கவில்லையே என்று ஆற்றாமை பொங்குகிறது.

நண்பர் கதாசிரியர், பா. செயப்பிரகாசம் அடிக்கடி சொல்லு வார், "நெல் வயல் நடுவே ரோஜா பூத்திருந்தாலும் அதுவும் களை தான், என்பது விவசாயியின் பாடு" என்று. அதை சற்றே நினைவு படுத்துகிறது, ஆனால், முற்றிலும் வேறு தளத்தில் இயங்கும் உங்கள் கவிதை.

> வயல் முழுக்க வண்ணத்துப் பூச்சிகள்
> என்ன செய்ய
> களை பறிக்க வேண்டும்

இதிலும் ஒரு விவசாயியின் பாடும் ஒரு கலைஞனின் பாடும் நன்றாகத் துலங்குகிறது.

சுமை தாங்கிக் கல்லை
கடந்து செல்கிறாள்
கர்ப்பிணிப் பெண்

சுமைதாங்கிக் கல் வைக்கப்படுவதின் காரணம் உணர்ந்த யாரையும் உலுக்கி விடுகிறவை இவை.

வயிறு முட்டச் சாப்பிட்டிருந்திருக்க வேண்டும்
ஆப்பிள் விழுந்த கணத்தில்
நியூட்டன்

இதில் பசிக்கிறவன் மீதான கரிசனமும் ஒரு விஞ்ஞானி மீதான பாரட்டுரையும் இணைந்து இரு தளத்தில் செயல்படுகிறது உங்களின் பிரத்யேகமான கவி மொழியில்.

நீ கண்ணாமுச்சி சொல்லித் தராததால்
நான் தூங்கத் தெரியாமலே
போனேன்.

இது என்னுடைய வரிகள்.

இந்தத் தவிப்பையும் ஆற்றாமையையும் மீட்டுக்கொண்டு வந்தன உங்கள் வரிகளான

நீ படித்துறைக்கு
வந்தபிறகு
எனக்கு நீச்சல் மறந்து விடுகிறது.

ஒரு விதை மரமாகி, பூ உதிர்த்து காயாகிக் கனியாக, மறு படி விதையாதல் போல கலை தலைமுறை தலைமுறையாய் தோள் மாற்றப்பட்டு வருகிறது.

ஒரு கலைஞன் இல்லையென்றால் வாழ்விற்கு அர்த்தமென்பதே கிடையாது. வாழ்வில் நம்பிக்கைப் பூவை மலர்த்துபவன் கவிஞனே.

இன்றைக்கு நான் காக்கைக்கு விசிறிய அரிசி
பாரதி விதைத்தது.

என்று கல்லில் வடித்த சொல் போலக் காலம் கடந்தும் நிற்கக் கூடிய வரிகளை நீங்கள் எழுதியிருப்பதே உங்களை நீங்கள் நிருபித்துவிட்டதைக் காண்பிக்கிறது. என் அன்பான வாழ்த்துகள்.

அன்புடன்
கலாப்ரியா

17
மாசிலா உண்மைக் காதலே மாறுமே....

பக்திப் பட காலத்திலிருந்து பக்கங்கள் காணாமல் போகிற படம் வரை, பாபனாசம் சிவன் தொடங்கி யுக பாரதி வரை எத்தனை பாடலாசிரியர்கள், எத்தனைக் காதல் பாட்டுக்கள். ஒரு கதாநாயகன் சீக்கிரமே செத்து அவன் 'ஈ'யாகக் கூட மாறலாம், ஆனால் காதல் சொட்டும் பாடல்கள் இல்லாமலிருக்க முடியாது. ஒரு கதாநாயகி மட்டுமே வரும் படத்தின் ஃபார்முலாப்படி மூன்று காதல் பாட்டுக்கள் மினிமம் கியாரண்டி. சிலப்பதிகாரம் தொடங்கி ஒரு நாயகனுக்கு இரண்டு நாயகிகள், இரண்டு நாயகிகளுடன் தலா இரண்டு பாடல் என்று நான்கு பாடல்கள். சமயத்தில் நாயகர்கள் மூன்று முகம் கொண்டு தோன்றுவார்கள், அல்லது இரண்டு வேடத்திற்கு மூன்று கதாநாயகிகள், ஆக ஆறு லவ் டூயட்டுகள். இவ்வளவு காதல் பாட்டுகளுக்கும் 'மேட்டர்' கிடைப்பது ஒரு அதிசயம்தான். மனிதனின் கண்டு பிடிப்பு களில் மிகச் சிறந்த அதிசயமான கண்டு பிடிப்பு என்பது, 'வாக்கியமே' என்று படித்த நினைவு. அதைவிட அதிசயம் காதல் பாடல்களுக்கு சங்கதி கிடைப்பது என்று தோன்று கிறது. மருதகாசி, கண்ணதாசனின் ஆயிரக்கணக்கான பாடல்கள், அப்புறம் வாலி, வைரமுத்து, நா. முத்துகுமார், கபிலன் பா. விஜய். என்று பாபனாசம் சிவனின் 'மன்மத லீலையாய்' காதல், வெல்லமுடியாமல் கொட்டிக் கொண்டே இருக்கிறது.

உத்தம கதாநாயகர் ஒருவரின் உடல் வாசனை, உள்ளுக் குள்ளிருக்கும் திரவ வாசனை இரண்டும் பி. கண்ணாம்பாவை இரண்டடி தள்ளி நின்றே காதல் செய்ய வைத்த காலங்கள் ஒன்று உண்டு. பாகவதர், ரஞ்சனுடன் இழைந்து இழைந்து நடித்த ராஜகுமாரிகளும் உண்டு. பானுமதி தென்னிந்திய சினிமாவின் ஒரு ஆளுமை மிக்க நடிகை. அவரை முழங்கைக்கு மேல் தொட்ட நடிகர்களே மூன்று மொழியிலும் கிடையாது. 'மாசிலா உண்மைக் காதலே.....' என்று பாடிய பானுமதி எம்.ஜி.ஆர். ஜோடி, நடித்த படம் ஏழெட்டு இருந்தாலும், பாடிய டூயட் இரண்டுக்கு மேலிருக் காது. 'என்னைச் சுற்றிப் பறந்த வண்டு/சும்மா நீ போகாதே/புத்தம் புது மலரின் தேனை சுவைத்துப் போவாயே...' என்று பண்டரி பாய், சிவாஜி கணேசனிடமிருந்து பத்தடி தள்ளி நின்றுதான் பாடுவார். நாயகனும் நாயகியும் 'முகத்தில் முகம் பார்க்க நினைத் தால்,' திரை முழுக்க இரண்டு தாமரையோ ரோஜாவோ முத்த மிட்டுக்கொள்ளும். 'சிட்டுக் குருவிமுத்தம் கொடுத்து சேர்ந்திடக் கண்டேனே' என்று சரோஜாதேவியும் சிவாஜி கணேசனும் ஃப்ரேமுக்குக் கீழேபோய் முத்தம் கொடுத்ததாகப் பாவனை செய்து உதட்டைத் துடைத்துக் கொள்வார்கள். கமல்ஹாசன் முத்தமிடாத நடிகைகளே இல்லை எனலாம். அதிலும் கௌதமி என்றால் கொண்டாட்டம்தான்... சோகத்தில் அழுது கரையும் துன்பம் நேரும்போது கூட யாழெடுத்து இன்பம் சேர்க்காமல் இதழோடு இதழ் சேர்த்து முத்தம் கொடுப்பார். இது காதல் இளவரசனின் கதை. அவருக்கு முன்னால் காதல் மன்னனாயிருந்த ஜெமினி கணேசன், பைஜாமா அணிந்தாலும் சரி பேண்ட் சட்டை போட்டாலும் சரி, இடுப்பில் கை வைத்து டூயட் பாடுவார். இவரை எப்படி காதல்மன்னனாகப் பட்டம் சூட்டினார்கள் என்று தெரிய வில்லை. நிஜவாழ்க்கையில் காதல் மன்னனாகத்தான் இருந்திருக் கிறார். (இளைய ஆதீனமும்.) சிவாஜி–பத்மினி, எம்.ஜி.ஆர்–சரோஜா தேவி, ஜெமினி–சாவித்ரி காதல்க் காட்சிகளின் ரசாயனம் காலம் கடந்தும் நன்றாய்த்தான் இருக்கிறது. இதன் பாதிப்பை அறிய வேண்டுமென்றால் ஐம்பதுஅறுபதுகளில் வாலிபர்களாய் இருந்து இப்போது வயோதிகம் எய்திவிட்ட அன்பர்களின் வீடுகளில் ஒரு பப்பியோ, சாவித்ரியோ இல்லாமல் இருக்கமாட்டார்கள். குறைந்த பட்சம் அது குழந்தைகளின் செல்லப் பேராகவாவது இருக்கும்.

எங்கள் மாமா ஒருவர் இருந்தார். அவரை அன்போடு வளர்த்த தெல்லாம் அவரது அப்பாவின் இரண்டாவது மனைவியான முத்தம்மாச் சித்திதான். மாமா, தன் பெண் குழந்தைகளுக்கு அம்மாவின் பெயரான அறம் வளர்த்த நாயகியையும், சித்தியின்

பெயரான முத்தம்மாவையும் பெயராய் வைத்தார். இரண்டு பெயரை யும் கூப்பிடமுடியாத அத்தைக்காக லல்லி, பப்பி, என்று செல்லப் பேரும் சூட்டிக்கொண்டார். நல்ல வேளை அத்தை மூன்றாவது ஆண் பிள்ளை பெற்றார். ராகினி பெயர் தப்பித்தது. ஆனால் அவனுக்கு தாத்தாவின் பெயரான கணேசன் வாய்த்துவிட்டது. அது ஜெமினி கணேசனா, சிவாஜி கணேசனா மாமாவுக்குத்தான் வெளிச்சம்.

இன்றைக்கு த்ரிஷா, ஹன்சிகாமோத்வானி, அனுஷ்கா, காஜல் அகர்வால், தமன்னா, அமலா பால், ஆண்ட்ரியா, சமந்தா (ரீமா சென்னை ஏன் விடுகிறாய் வசீகரா என்று மனக்குறளியின் குரல்) பெயரை தங்கள் ஒற்றைக் குழந்தைகளுக்கு யாராவது வைக் கிறார்களா தெரியவில்லை. யாராவது மச்சான்ஸ் நமீதா பெயரை வைத்திருக்கலாம். குஷ்புவுக்குக் கோயில் கட்டியவர்கள் கூட குழந்தைகளுக்கு அவர் பெயரை வைத்ததாகத் தெரியவில்லை.

ஜெமினி சாவித்ரி ரசாயனத்தைவிட, சாவித்ரி சிவாஜியுடன் வடிவுக்கு வளைகாப்பு, ரத்ததிலகம், படங்களில் காட்டும் நெருக்கம், பயோ கெமிஸ்ட்ரி. 'எல்லாம் உனக்காக' படத்திலும் நெருக்கமாய் நடித்திருப்பார். ஆனால் பாசமலர் படத்திற்கு அடுத்து வந்ததால் அந்தக் காதலை தமிழ்மனம் 'சாத்திரோக்தமாய்' புறந்தள்ளிவிட்டது. மகாதேவிக்குப் பிறகு, ஏழு வருடங்களுக்குப் பின் எம்.ஜி.ஆருடன் ஜோடி சேர்ந்த சாவித்ரி, 'பரிசு', 'வேட்டைக்காரன்' படங்களில் அநியாயத்திற்கு நெருக்கமாய் நடித்திருப்பார். பரிசு படத்தில் சில காதல் கட்சிகளில் ரசிகர்கள் சந்தோஷமாய் சத்தமிடுவார்கள்.. "வாத்தியாரே, ஜெமினி கணேசன் வாரான்.." என்று. வேட்டைக் காரன் முதல்க் காட்சி முடிந்து வருகையில் கேட்ட மெஜாரிட்டி குரல்கள், "செத்தான் ஜெமினி கணேசன்". 'போலீஸ்காரன் மகள்' படத்தில், விஜயகுமாரி பாலாஜி நெருக்கத்தின்போது. "ஏல, எஸ்.எஸ்.ஆர் வாராருலே.." என்று கூச்சல் வரும் பூமி டிக் கெட்டிலிருந்து.

பரிசு, வேட்டைக்காரன் இந்த இரண்டு படங்களுக்குப் பிறகு எம்.ஜி.ஆர் காதல் மன்னனாகிவிட்டார். கிட்டத்தட்ட இதே நேரத் தில் சரோஜாதேவி ஜோடி நின்று போக ஆரம்பித்தது. அப்புறம் எம்.ஜி.ஆர் - ஜெயலலிதா, சிவாஜி - கே.ஆர் விஜயா, ஜோடி. இருவருமே ஜெய்சங்கர், ரவிச்சந்திரனுடன் அதிக இயல்பான காதல் நடிப்பை வெளிப்படுத்தினார்கள் என்றே சொல்லவேண்டும். இந்த நுணுக்கத்தை உன்னிப்பாக 'அவதானிப்பது' எங்கள் பொறாமை யான பொழுது போக்கு. 'நான்', 'நீ', 'யார் நீ' போன்ற படங்கள்

பார்க்கும்போது எங்கள் ஜோலியே இதுதான். ஜெய்சங்கரை லக்ஷ்மி, எல். விஜயலட்சுமி, பாரதி என பல நடிகைகளுக்கு உள்ளூரப் பிடிக்குமோ என்று நினைக்கிற மாதிரி அவரது காதல் காட்சிகள் இருக்கும்.

மஞ்சுளா இரண்டு பெரிய திலகங்களுடனும் காதலை வாரி வழங்கினார். இவர்கள் போக அவ்வப்போது ராதா சலூஜா, ஜரீனா வகாப்போல் இந்தி நட்சத்திரங்கள் தோன்றி மறைவார்கள். இதயக்கனி படத்தில் “இன்பமே.....” பாடலில், “கை விரல் ஓவியம் காண காலையில் பூமுகம் நாண...” என்று பாடுகிறபோது எம்.ஜிஆர், ராதாசலூஜாவின் மார்பு மேட்டில் விரல்களை ஓடவிடுவதைப் பார்க்க, உடனேயே அடுத்த காட்சிக்கு வரிசையில் நின்றனர் நண்பர்கள். கொஞ்ச நாளில் அது வெட்டப்பட்டுவிட்டது. இப்போது தொலைக்காட்சியில் காணக்கிடைக்கிறது. எம்.ஜி.ஆரும் சரி சிவாஜியும் சரி வைஜயந்தி மாலாவைவிட உயரம் குறைந்த வர்கள். இன்றைய அனுஷ்கா, சமிரா ரெட்டி என்றால் மேஜை மீது ஏறித்தான் டூயட் பாடவேண்டும். பாரதிராஜாவின் வெண்ணிற தேவைதைகளுக்கிடையே இளையராஜாவின் மகத்தான பாடல் களைப்பாடி காதல் செய்தவர்கள். இன்று ஹாரிஸ் ஜெயராஜ் தாமரை பாடல்களுக்கு வசீகரமாய் காதலிக்கிறார்கள். குத்துப் பாட்டுப் பாடி கெட்ட ஆட்டம் ஆடி பப்புக்குப் போகச் சொல்லி ஆற்றுப்படுத்துகிறார்கள். மாசிலா உண்மைக் காதல்மாறி விட்டதோ...

அந்தி மழை

18

பத்து கேள்விகளும் பதில்களும்

கேள்விகள்: கீரனூர் ஜாகிர் ராஜா, இதழ்: புத்தகம் பேசுது

1. தமிழின் முக்கியமான கவி ஆளுமையாக அறியப்படும் நீங்கள், 'நினைவின் தாழ்வாரங்கள், உருள்பெருந்தேர், ஓடும் நதி ஆகிய மூன்று நூல்களின் மூலமாக உரைநடையாளராகவும் வாசகர்களுக்குப் பரிச்சயமாகி உள்ளீர்கள், இந்த அனுபவம் எப்படி இருந்தது?

எல்லாக் கலைஞர்களுக்கும், எல்லா வகையான எழுத்து முயற்சிகளையும் செய்து பார்த்துவிடுகிற எண்ணம் இருக்கத்தான் செய்யும். அதிலும் வண்ணதாசன் பின்னாலேயே வருகிற எனக்கு சிறுகதை எழுதுகிற ஆசை இல்லாமலிருந்தால் தான் ஆச்சரியம். 'கசடதபற', 'ஞானரதம்' (ஆசிரியர்: தேவசித்ரபாரதி), கணையாழி, தினமணி கதிர் ஆகியவற்றில் தலா ஒன்றாக நான்கு சிறுகதைகள் எழுதி யிருக்கிறேன். மதுரைப் பல்கலைக்கழகத்தில் ஒரு வருடம் பணி புரிந்த அனுபவத்தை வைத்து ஒரு நாவல் போல ஒன்று எழுதி யிருக்கிறேன், அதை வண்ணதாசன், கி.ரா ஆகியோர் படித்துவிட்டு அபிப்ராயம் சொல்லாமல் திருப்பித் தந்துவிட்டார்கள். நகுலனின் 'நினைவுப்பாதை' வந்த சமயம் அது. என் நாவல், அதுபோலவும் இல்லாமல், யதார்த்தமாகவுமில்லாமல் ஏதோவாக இருந்தது. அப்புறம்

'வீடு' என்று ஒரு நாவல் எழுத ஆரம்பித்தேன். நாலைந்து அத்தியாயம் எழுதியிருப்பேன். என் முதல்க்குழந்தை ஆறு மாதத் தில், திடீரென இறந்துபோயிற்று. அபத்தமாகத் தோன்றினாலும், நாவலுக்கும் எனக்கும் 'ஆகாது' என்று ஒரு பயம் வந்துவிட்டது. விட்டுவிட்டேன். அப்புறம், நினைவின் தாழ்வாரங்கள் முன்னுரை யில் சொல்லியிருப்பதுபோல நண்பர்களின் தூண்டுதலால் நினைவு களைச் சற்றே புனைவுடன் எழுத ஆரம்பித்தேன். எனக்குப் பெரிய விஷயமாகத் தெரியவில்லை. 'ஏதோ அழுது கொண்டிருப்பதைவிட உழுது கொண்டிருப்பது மேல்' என்ற மனோபாவம்தான் இருந்தது. எஸ். ராமகிருஷ்ணன், தமிழ்ச் செல்வன் வீட்டுத் திருமணத்தில் வைத்துச் சொன்னான். "அண்ணாச்சி நான் அதைப் படிக்கிறேன் நல்லாருக்கு..." என்று... "நெசமாத்தான் சொல்லுதியா," என்று கேட்டேன். "நான் என் வலைத்தளத்தில் அதுபற்றி எழுதப் போகிறேன்" என்றான். எழுதவும் எழுதினான். "இந்த ராட்சசனே சொல்லு கிறானே இன்னும் கொஞ்சம் உழுது வைப்போமே..." என்று ஆரம்பித்ததுதான். விமர்சனங்களும் வராமலில்லை, ஆனால் நையாண்டியும் நக்கலுமாக இருந்தது. "அண்ணாச்சி என்ன, 'வேட்டைக்காரன்' சினிமா பத்தி எழுதுவாரு... வேறென்ன...", "அவரு, எங்க படிச்சாரு, அவரு சினிமாப் போஸ்டரெல்லாம்லா பாத்து கிட்டு இருந்தாரு..." என்பது போலும், சொன்னார்கள். ஆக எனக்கு கலவையான உணர்வே இருந்தது.

2. மன அடுக்குகளில் பொதிந்து வைத்திருக்கிற ஞாபகங்கள் பலவற்றை கவிதைகளாக எழுதியுள்ளீர்கள். பல சிறுகதைகளாக, ஒரு பெரும் புதின மாக உருவாகியிருக்க வேண்டிய அனுபவப் பிழிவுகளை உரை நடை உருவத்தில் தந்த பின்னணி என்ன?

நாமே பொதிந்து வைத்தால், எது வேண்டுமோ அதைத் தேடி எடுக்கலாம். ஆனால் ஞாவகங்கள் ஒளிந்து கிடக்கின்றன. "நரி, நண்டு வளைக்குள் வாலைவிட்டுச் சுழற்றுகிறபோது,ஓடியொளிந்த ஒற்றை நண்டுடன், பல நண்டுகள் வாலைப் பிடித்துக்கொண்டு வெளிவருவது மாதிரி இன்னதென்று இல்லாமல் ஒரு நினைவைத் தொடர்ந்து ஒவ்வொன்றாக வருகிறது. ஒன்றுக்கொன்று 'தொடர் பற்ற தொடர்பு'டன் இருக்கும்போது அது கவிதையாகிறது. சீராகத் தொடர்பு படுத்தினால் அது உரைநடையாகிறது, என நினைக்கிறேன். இந்த நினைவுகளில் தள்ள வேண்டியவற்றைத் தள்ளி கொள்ள வேண்டியவற்றைக் கொண்டால், கொஞ்சம் 'எடிட்' செய்தால் அது கதையாகலாம். எனக்கு இப்போதைக்கு கதை எழுத வர வில்லையென்றே நினைக்கிறேன். ஆனால் வரவே வராது என்றும்

சொல்வதற்கில்லை. சில கவிதைகளின் 'தொடர்பற்ற தொடர்பு'டைய படிம அடுக்குதல்களை, அந்தக் கவிதை உருவான பின்னணியை விளக்குவதாகவும் (poetic process) இந்த உரை நடை அமைந்தது.

3.) பாரம்பர்யம் மிக்கதொரு குடும்பத்தின் சரிவுகளை நினைவின் தாழ்வாரங்களில் எழுதினீர்கள். உருள்பெருந்தேர் முழுக்க உங்கள் வாலிபத்தில் சந்தித்த முகங்கள் குறுக்கும் நெடுக்குமாக அலை மோது கின்றன. சமகாலத்தையும் எழுதி முடிக்கும்போது, அது ஒரு கவிஞனின் சுய சரிதையாக இருக்கும் என்பது வாசகர்களின் கருத்து.

சமகாலம் என்பது எதுவரை என்பதில் கேள்விகள் எழுகின்றன. நான் இன்னும் கவிதைகள் (என்று) எழுதிக் கொண்டிருக்கின்றேன். அனுபவங்களைச் சந்தித்துக் கொண்டிருக் கிறேன். இன்னும் கொஞ்சகாலம் கழித்து அப்படியொன்றை எழுதினால் அது, செய்திகளற்ற (messageless) சுய சரிதையாக இருக்கும் என்று நானும் நம்புகிறேன்.

4) வாழ்வனுபவங்களை இதழ்களில் எழுதாமல் இணையத்தில் பகிர்ந்து கொள்வது ஏன்?

அந்திமழை இணைய இதழில்தான் முதலில் எழுதக் கேட்டார்கள். மூன்று நான்கு வருடங்களுக்கு முன் சமகால நிகழ்வு களின் மீது அறச்சீற்றம் (அப்படி எழுதினவர்கள் ஒன்றும் சமரசம் செய்து கொள்ளாத முனிவர்கள் இல்லை) கொள்வது போன்ற எழுத்துக்களையே அச்சு ஊடகம் விரும்பியது. என் எழுத்தின் தன்மையே வேறு. அதில் வருகிற விளிம்புநிலை மனிதர்களின் 'சீலைப்பேன்' வாழ்க்கை அச்சு ஊடகங்களின் 'தர்மங்களுக்கு' (ethics) ஒவ்வாதவை என்று நியாயமாகவே நினைக்க வழியிருக் கிறது. 'குங்குமம்' இதழில் கிட்டத்தட்ட ஒரு வருடம் எழுதின "ஓடும்நதி" தொடர் மற்ற இரண்டிலிருந்தும் நிறைய வேறுபட்டது. ஒரு இலக்கிய இதழுக்கு ஒரு கவிதை அனுப்பி அது பிரசுரமாகி அது பற்றிய அபிராயம் நமக்கு வந்து சேர கிட்டத்தட்ட மூன்று மாதங்கள் ஆகும். ஆனால் இணையத்தில் பத்துக்கு ஐந்து பழுதில் லாத எதிர்வினைகள் உடனேயே கிடைக்கின்றன. பணி ஓய்வு பெற்று கொஞ்சம் தனிமையான வாழ்க்கை நடத்தும் என் போன் றோருக்கு இணைய ஊடகம் ஏதோ ஒரு துணை தருகிறதாலும் இருக்கலாம்.

5) உரைநடையில் வெளிப்படுகிற உங்கள் மொழியில் (அங்கங்கே கவித்துவம் தெறிப்பினும்) இயல்பை மீறிய ஒரு அப்பாவித்தனம்

தொனிப்பது, அந்தக்கால கட்டத்து மனநிலையை ஒட்டி எழுதிய தாலா? அல்லது கவிஞன் உரைநடையில் துருத்திக்கொண்டு தெரியவேண்டாம் என்கிற முன்ஜாக்கிரதை உணர்வா?

அந்தந்தக் காலத்து மனநிலையை ஒட்டியிருக்கவேண்டும் என நினைத்துக் கொண்டதுண்டு. அது தானாகவே வந்ததும் உண்டு. "டோட்டோ சான்" மாதிரி குழந்தை மொழியில் சொல்லப்பட்ட குழந்தைக் கதை தமிழில் இல்லவே இல்லை. கி.ராஜ நாராயணனின் பிஞ்சுகள் நாவலை ஓரளவு சொல்லலாம். தரை டிக்கெட் பெண்கள் கியூவில், நிற்கிற 12 வயதுச் சிறுவனுக்கு என்ன 'கவிமொழி' தெரிந் திருக்கமுடியும். இயல்பான அப்பாவித்தனம்தான் அது.

6.) நாடகம், திரைப்படம், திராவிட இயக்க அரசியல், மனதைச் சுண்டிவிடுகிற பெண்கள், சுவை மிகு உணவு, நண்பர்கள், கேளிக்கைகள் என விரியும் உரை நடை உலகம் வசீகரமானது. சமகாலத்தை எழுத நேரும்போதும் இவை தொடருமா?

நாடகமும், 'திராவிட இயக்க அரசிய'லும் தங்கள் 'மிளிர்ப்பு' (sheen) இழந்து நிற்கிற காலமிது. உலகத் திரைப்படங்களை மிக எளிதாகப் பார்க்க முடிவதால் தமிழ்த் திரைப்படத்தையும் இப்போது அறிவு சார்ந்தே பார்க்கிறோம். திரையரங்கின் கொண்டாட்டங்கள் இனிமேல் கிடைக்கவே கிடைக்காது. "ஆவியில் எளிமையுள்ள அந்த பாக்கியமான" காலங்கள் இனி வாய்க்காது. நவீனமயமாக் கலுக்கு நம்மை ஒப்புக்கொடுத்துவிட்ட வாழ்வில் வேறு விதமான கொண்டாட்டங்கள் இல்லாமலில்லை. ஆனால், அவை உடலையும் பொருளாதாரத்தையும் பாதிக்கக்கூடியவை. இங்கே தனியாய் இருப்பவனும் தனிமையில் இருக்கிறான். கூட்டத்திலிருப்பவனும் தனிமையிலிருக்கிறான். நான் கவனிக்கிறேன், இப்போது ஒரு அறையில் ஐந்து பேர் ஒரு உரையாடலையோ, கொண்டாட்டத்தையோ ஆரம்பித்தால் இரண்டு பேர் தங்கள் அலைபேசியுடன் வெளியே சென்று பேசிக்கொண்டிருக்கிறார்கள். மீதிப்பேர் அறைக்குள்ளேயே தங்கள் அலைபேசிக்குள், அல்லது பேசியபடியே குறுஞ்செய்தி அனுப்பிக்கொண்டு. வசீகரம் தொடருமா? சொல்ல முடியவில்லை எப்படி இருக்குமென்று.

7) தேர்ந்த திரைப்பட ரசிகராகிய நீங்கள் தற்போதைய தமிழ்த் திரைப்படங்கள் குறித்து என்ன நினைக்கிறீர்கள்?

தேர்ந்த திரைப்பட ரசிகன் என்று சொல்ல முடியாது. சினிமா பற்றியும் கொஞ்சம் தெரியும். இன்னும் தமிழ் சினிமா 'ஹீரோ'

சார்ந்தே இயங்குகிறது. கதாநாயகிகள் எப்போதும் போல அண்டை மாநிலத்துக்காரர்களுடன், இப்போது வடமாநிலமும். அங்காடித் தெரு, ஆடுகளம், மௌனகுரு, சூது கவ்வும், மூடர்கூடம் போன்ற படங்கள் புதிதாக இருந்தன. ஆனால் கொஞ்ச நாட்கள் கழிந்ததும் யாராவது இது இந்த வெளிநாட்டுப் படத்தின் தழுவல் என்று சொல்லி விடுவார்களோ என்று நினைக்க வேண்டியிருக்கிறது. அன்று மலையாள, வங்காள சினிமாவை அன்னாந்து பார்த்துக் கொண்டிருந்தோம். இன்று ஈரானிய, கொரிய, ஸ்பானிய சினிமாக் களைப் பார்த்து ஏங்குகிறோம். தொழில் நுட்ப ரீதியாக நிறையவே முன்னேற்றமிருக்கிறது, ஆனால் அது இயற்கையானது. இசை யமைப்பாளர்கள் நல்ல சவுண்ட் இஞ்ஜீனியராக இருந்தாலே போதும் என்று இசை தெரிந்த சினிமா நண்பர் ஒருவர் சொன்னார். அது உண்மையென்றே தோன்றுகிறது. சில நல்ல படங்களில் பல காட்சிகள் தனித்தனியான நல்ல சிறுகதைகளைக் கோர்த்தது போல் இருக்கின்றன. ஒரு ஒருங்கமைவு இல்லையோ என்று தோன்று கிறது. உதாரணம் தங்கமீன்கள். ஒரு ப்ளஸ் டூ மாணவியே கதாநாயகி என்று பெரும்பாலான படங்களில் காண்பிக்கப்படுவது பல கலாச்சாரச் சிதைவுக்கு வழி வகுக்கும் என்று நண்பர்கள் சொல்லுவதில் பெரிய உண்மையிருக்கிறது.

8.) ஜீவகளை ததும்பிய தாமிரவருணியை,திருநெல்வேலியை தரிசித்த கண்களின் வழியே இன்றைக்கு கிடைக்கிற வெறுமை - மேலும் இருளக் காத்திருக்கிற எதிர்காலம் உங்கள் கவிமனதின் அந்தரங்கத்தில் இது குறித்த உரையாடல் நடக்கிறதா?

எதிர்காலச் சந்ததிக்காக, கணந்தோறும் செத்துக் கொண்டிருக் கிற நிகழ் காலத்தில், இறந்தகால விழுமியங்களை, தொன்மையை, அழகை காப்பாற்றத் துடிப்பவனே ஒரு கலைஞனாக இருக்க முடியும். கேரளாவில் ஒரு ஆற்றில் கூட மணல் அள்ளக்கூடாது. அதற்காக இங்கிருந்து கடத்தப் படுகிற மணலுக்கு அளவே கிடை யாது. அங்கங்கே தண்பொருநைக்கு சவக்குழி தோண்டிக் கொண்டிருக்கிறார்கள். அநேகமான குளங்களை அரசே மூடி ஆசியா விலேயே பெரிய பேருந்து நிலையம் என்று கட்டுகிறார்கள். நெல் வயலையெல்லாம் தரிசாக்கி, வீட்டு மனைகளாக மாற்றி கல் நட்டி ‘கல்வேலி’யாக்கிவிட்டார்கள். இனி தாமிரபரணியைப் பாபனாசம் அணையில் மட்டுமே, சிறிய குளமாகப் பார்க்கமுடியுமோ என்ற பயம் எப்போதும் உள்ளோடிக் கொண்டுதான் இருக்கிறது.

9) ஆறுமுகம், சரக்குமாஸ்டர், விஜயரெங்கன், நாநா, பெர்னி, வசுமதி, ஜோயல் நல்லையா, ஸ்ரீ என தொடர்ந்து வந்து கொண்டேயிருக்கிற உங்கள்

கதாபாத்திரங்கள் நிஜ மனிதர்கள் எனப்புரிகிறது. ஆனால் காலமும் சூழலையும் தவிர்த்து நிகழ்வுகளைப் பெரும் பாலும் புனைவாகவே பதிவு செய்ததாகக் கூறுகிறீர்கள். இந்த நுட்பம் எப்படிக் கை கூடியது.?

விஜயரெங்கன் இரண்டு மூன்று நிஜங்களின் கலவையான ஒரு கதாபாத்திரம். மூன்று வெவ்வேறு நிகழ்வுகளை அவன் மூலம் நடத்திக் காட்டுகிறேன். மூக்கம்மாவும் சரக்கு மாஸ்டரும் மஹாவும், விபத்தும் நிஜம். தாம்பத்யம் இல்லாத தம்பதிகள் வேறு இருவர். எல்லோருமே ஒரே திருநெல்வேலி மண்ணின் வெவ்வேறு செடிகள். கைபழகிய ஒரு தோட்டக்காரனின் லாவகத்தோடு ஒட்ட வைத்த ஒட்டுச் செடிகளாய் வாசகனின் தோட்டத்தில் இவர்கள் பூக்கவும் காய்க்கவும் செய்கிறார்கள். ஆனால் இவ்வளவெல்லாம் யோசிக்க வில்லை, ஏதோ எழுதினேன் என்பதும் நான் மனிதர்களுடன் வாழ்ந்தவன் என்பதுமே நிஜம்.

10. திராவிட இயக்கங்களின் சமகாலப் போக்குகள் குறித்த தங்களின் விமர்சனம் என்ன?

தண்ணீர் விட்டோ வளர்த்தோம் இப்பயிரை... என்று கசியும் தொண்டர்களைப் பார்க்கையில் சமூக நீதிக்காகத் தோன்றிய பகுத்தறிவு இயக்கம் அரசியல் கட்சியாக மாறிய விபத்து நேர்ந் திருக்கக்கூடாதோ என்று தோன்றுகிறது.

19

சொந்த ரயில்காரி

அன்பார்ந்த நண்பர்களே

வணக்கம்,

இந்த நிகழ்ச்சிக்கு கோவையைக் கொண்டாடுவோம் என்று தலைப்பு வைத்திருக்கிறார்கள். கலைஞனைக் கொண்டாடும் கோவையைக் கண்டிப்பாகக் கொண்டாட வேண்டும். சுமார் 43 வருடங்களுக்கு முன்னால் கங்கை கொண்டானும் மணிமொழியும் எனக்கு முதன் முறையாக கோவையை அறிமுகப்படுத்தினர். என்னுடைய கவிதை வரிகளை கசடதபறவும் கணையாழியும் அதிகம் பிரசுரித்தாலும், என் வரிகளுக்கு முகவரி தந்தது கோவை வானம் பாடி நண்பர்களே. அப்போதைய என் கோவை முகவரிகளாக புவியரசின், லங்கர்கானா, வி.சி.எஸ் காலனி வீடும், மணிமொழி, கங்கை கொண்டானின் கோவை வேளாண் பல்கலைக்கழக விடுதியறையும் இருந்தன. மலர்விழி அச்சகம், வெரைட்டி ஹால் ரோட்டுக்கும் மு.மேத்தாவின் அறைக்கும் நானும் கங்கையும் பலமுறை சென்றிருக்கிறோம். மேத்தாவின் கண்ணீர்ப்பூக்கள் முதல்ப் பதிப்பின் சில பக்கங்களுக்கு நானும் மெய்ப்புத் திருத்தியிருக்கிறேன். புவியரசு ஒரு வாசிப்புச் சுரங்கம்.

அவர் ஒரு டையரியில்

எனக்கு எதுவுமே முழுதாக வேண்டும்
இந்த பிரபஞ்சத்தையே தந்தாலும்
முழுதாகத் தாருங்கள்
சாய்ந்து ஒருக்களித்துறங்கும்
என் காதல்ப் பெண்ணின்
ஒரு கன்னத்தை ஏந்தி
முத்தமிட்டுக் கொண்டிருக்கும்
தலையணையின்
அந்த ஒரு புறத்தை மட்டும்
தந்தால்போதும்.

●●●

காகிதத்தில் இனி
ஒரு வரி எழுதக்கூட
இடமில்லை
அதனால் என் சூடான
முத்தங்களை இதோ
இந்த தபால் வில்லையின்
பின்னாலிட்டிருக்கிறேன்...

●●●

$E=mc^2$
he erased Hiroshima
with a piece of chalk

என்று ஏகப்பட்டவை குறித்து வைத்திருப்பார்.

இதெல்லாம் கோவைக்கும் எனக்குமான அன்றையக் கதை. இன்றைக்கும் கோவையும் கோவை சார்ந்த நிலமான பொள்ளாச்சி யும் திருப்பூருமே என் சொற்ப விருதுகளின் அதிக விழுக்காடுகளைக் கொண்டவை. திருப்பூர் தமிழ்ச்சங்க விருது இரண்டு முறை, கவிஞர் தேவமகள் இலக்கிய விருது, சிற்பி விருது, கண்ணதாசன் விருது எல்லாமும் கோவைத்திணை / ஆலைத்திணை எனக்களித்தவை. என்னைக் கொண்டாடுகிற கோவையை, எந்தக் கலைஞனையும் கொண்டாடுகிற கோவையை கோவையின் எழுத்துக்களை நானும் கொண்டாடுவதில் மரியாதை கலந்த மகிழ்ச்சியடைகிறேன்.

கோவையின் எழுத்துப் பாரம்பரியத்தைத் தொடர்ந்து எடுத்துச் செல்வதில், இன்னும் புவியரசுவும், ஞானியும், சி ஆர்.ரவீந்திரனும், நித்திலனும், தஞ்சை மண்ணின் மைந்தனும் மரபின் மைந்தனுமான முத்தையாவும், நாஞ்சில்நாடனும், என என் தலைமுறை சார்ந்த இன்னும் பலரும் காத்திரமான பங்களிப்பை வழங்கிக் கொண்டிருக் கிறார்கள். இந்த வரிசையின் புது ஸ்வரங்களைச் சேர்க்கிறவர்களாக

இசை, இளங்கோ கிருஷ்ணன், இளஞ்சேரல், தென்பாண்டியன்.... நறுமுகை, சம்யுக்தாமாயா, கனக லக்ஷ்மி என்று தொடர்கிறார்கள். இந்த நீளப்பட்டியலில் இணைந்திருக்கிற ஒரு பாட்டுக்காரன்தான் சொந்தரயில்காரிக்குச் சொந்தமான ஜான்சுந்தர். (இந்த இடத்தில் பட்டியல் பற்றி ஒன்று சொல்லவேண்டும்.. வரையறை, பட்டியல் என்றாலே ஒரு உருப்படியான பெயராவது விட்டுப் போவதுதான் பட்டியல், அதனால் நான் சொன்னது பட்டியலில்லை அதில் யாரும் விட்டுப்போயிருந்தாலும் தவறாக எடுத்துக்கொள்ள வேண்டாம். அவங்களும் ஆட்டைக்கு உண்டுதான்).

சரி ஜான் சுந்தருக்கு வரலாம், ரயில் ரொம்ப நேரம் காத்திருக் காது. இங்கிருந்து எங்க ஊருக்கு ரயிலே இல்லை

இந்தத் தொகுப்பைப் பொறுத்தவரை ஜான் தன் கலைமானின் கொம்பைத் தானே வரைந்திருக்கிறார். தன் இரவின் முழுநிலவைத் தானே கொண்டாடியிருக்கிறது, இந்த இளைய நிலா. கிரிக்கெட் மொழியில் சொன்னால் தன்னுடைய இயல்பான ஆட்டத்தை பிரமாதமாக ஆடியிருக்கிறார். அவருடைய ஆட்டச்சக்கரம் – வேகன் வீல் உராய்வேயின்றி அழகாகச் சுற்றியிருக்கிறது.

நெல்லிக்காய் மூட்டை சிதறினாற்போல என்று ஒரு பேச்சு வழக்கு உண்டு எங்கள் பக்கத்தில், அதுபோல அக்காவின் மடியி லிருந்த பச்சைப் பயிறு சிதறியோடுவதில், அலைக்கழிப்பில் ஆரம்பிக் கிறது, எந்தக் கலைஞனையும் போலவே ஜான் சுந்தரின் ஆரம்ப வாழ்க்கையும். வலியைத் தருகிற வாழ்க்கை, கலைஞனுக்கு ஒரு பார்வையைத் தரும். அது பார்ப்பதையெல்லாம் படைப்பின் மகத் துவத்தோடும், படைப்பின் முரண்களோடும் பார்க்கும். மகத்து வத்தை வியந்தும் முரண்களை உணர்ந்தும் பார்க்கும். கலை மனம் மகத்துவ மலரை முரண் நாரில் கோர்க்கும். அல்லது அந்தச் செடி யிலேயே வண்ணத்துப் பூச்சிக்காய் வாடவிட்டுக் காவல் காக்கும். இந்தப் பார்வை வாய்த்தவருக்கு வார்த்தை வாய்க்கும். தேர்ந்தெடுத்த புதுப்புது வார்த்தைக் கூட்டங்கள் மூளைக்குள் வடம் பிடிக்கும். அப்போது அவனது மொழியே மைதுன மகிழ்ச்சி கொள்ளும், தன் கொழிப்பைப் பார்த்து, செழிப்பைப் பார்த்து.

ஜானுக்கு எப்படி மொழி வாய்க்கிறது பார்ப்போமா

உங்கா மரத்தின் கனி

நூல் கிளைகளில்
கொத்துக் கொத்தாய்
கனிந்திருந்த மார்புகளைப் பார்த்து

ஏங்கி அழுகிறது குழந்தை
ஐந்து ரூபாய் கொடுத்து
அதிலொன்றைக் கொய்து தந்தவுடன்
அம்மாவைக் கட்டிக் கொள்வது மாதிரி
அதனைக் கட்டிக் கொள்கிறது குழந்தை
இது அம்மாதான்... இது அவளேதான்
கண்ணாடிக் கரைசலாய்
வாயிலிருந்து ஒழுகும் அன்பில்
அபிஷேகம் செய்யப்படுகிறது
வாயுலிங்கம்
எச்சில்சாலைகளில்
காம்பைத்தேடும் நெடும்பயணம்
ஊறுகளால் நடந்தே இந்த உலகத்தை
சுற்றி வந்தாயிற்று ஓரிரு முறை
தொப்புள் முடிச்சைக் கண்டதும் அத்தனை சிரிப்பு
இது அம்மாதான்... இது அவளேதான்
'உங்கா' வென குழந்தை வீறிடக் கேட்டு
முகம் சுண்டி விட்டபலூனுக்கு
மெதுமெதுவாய்... மெதுமெதுவாய்..
முலைக்கத் தொடங்குகிறது ஒற்றைக் காம்பு
இப்போது... நிஜமாகவே
இது அம்மாதான்... இது அவளேதான்.

தாயின் முலையூட்டலுக்கு ஏங்கும் ஒரு குழந்தைமையின் தவிப்பைக் கவிதையெங்கும் வழியவிட்டிருக்கும் ஜான் சுந்தரின் கவித்துவம் காளமேகப்புலவரின் 'யானையும் வைக்கோற்போரும்' போல ஒரு சிலேடைக் கவிதையாகிற அபாயத்தை அழகாகத் தவிர்த்திருக்கிறது. அதிலும் காற்று நிரம்பிய பலூனை வாயுலிங்கமாகப் பார்ப்பதும், அதுவே சுருங்கத் தொடங்கையில், பால் சுரக்கும் காம்பாவதும் தானாகக் கை வந்த செய்நேர்த்தி.

கவிதை தானாகக் கைவருவதில் எனக்குப் பெரிய நம்பிக்கை யில்லை. ஒரு வலிய அனுபவம் பசுமரத்தாணி போல, பின்குஷனில் யத்தனங்களின்றிச் சொருகிக்கொள்ளும் குண்டூசி போல, மூளைக் கூழில், அல்லது ஈர மனத்தில், ஏற்படுத்தும் சித்திரம் மொழியாக உருப்பெறுவதென்பது ஒரு பழக்கத்தின் காரணமாகவே என்று நினைப்பவன் நான். சொல்லவில்லையா அவ்வைக் கிழவி சித்திரமும் கைப்பழக்கம் என்று. ஆனாலொரு கவிதையைக் காப்பாற்ற வேண்டிய பொறுப்பு கவிஞனுக்கு இருக்கிறது. மண்ணிலிருந்தோ, விலா எலும்பிலிருந்தோ செய்யப்பட்ட பொம்மையின் நாசியில் ஊதி ஜீவன் தருவது போல், ஒரு மூச்சுக்காற்றில் கவிதைக்கு ஜீவன் தர வேண்டிய கட்டாயத்தில் இருப்பவன் கவிஞன்.

"அப்படியல்ல...." என்று ஒரு கவிதை,

இங்கே...
துணிக்கடையில்
பணிமனையில்
உணவகத்தில்
மதுக்கடையில்
பொடியன் என்றால்
கொஞ்சம் இளப்பம்தான்.
அங்கே அப்படியல்ல
உங்கள் மட்டிலுமொரு
விளிச்சொல்தான்
தம்பியென்பது
ஈழத்தில் அப்படியல்ல

மேலும்.....

காணவில்லை என்பதும்
நாதியில்லை என்பதுவும் கூட...

கடைசி மூன்று வரி இல்லாவிட்டால் இந்தக் கவிதை ஒரு மண்பொம்மை. மூனு வரிகளில் ஆறு தேர்ந்தெடுத்த வார்த்தை களில் ஜீவ சுவாசத்தை ஊதி துடி துடிக்கும் உயிர்ப்பைத் தருகிறார், கர்த்தராகிய ஜான்சுந்தர். கவிதையைப் பிழைக்க வைத்து விடுகிறார்... கவிஞராகிய ஜான் சுந்தர். ஆனால் நாம் தான் ஈழத்தமிழனை நம் இறையாண்மைக்கு பலி கொடுத்துவிட்டோம்.

நீங்கள் செல்லும் பக்கமெல்லாம் திரும்பும் சூரியகாந்திக் கவிதைகள் நிறைந்த இந்தப் புத்தகத்தில், குட்டி இளவரசர்களும், இளவரசிகளும் ஆலிஸும் அலையும் அற்புதமான ஜானின் உலகில் பூத்திருக்கும் இன்னொரு சூரியகாந்தி இந்தக் கவிதை.

எல்லாக் கவிதைகளின் எல்லா வரிகளிலும், வரிகளுக்கிடை யேயும் ஜான் தன் பார்வை சென்று பற்றியதையெல்லாம் அற்புத மாகப் பதிவு செய்திருக்கிறார்.

புதிய வார்ப்புகள் கவிதையில் (பக்62) பரோட்டாக் கடையின் நிகழ்வுகளையும் கூடவே மாஸ்டரின் கனவுகளையும் அவர் எழுத்தில் வார்த்திருக்கும் விதமே அருமையான உதாரணம். பார்வை யில் கூர்மையுள்ள, ஆவியில் எளிமையுள்ள, பாக்கியவானின் பதிவுகள் இந்த அறுபத்திச் சொச்சம் கவிதைகளும். கவிதையைக் கைவிடாத நமக்குத் தூரமாயில்லாத கவிதைகளைத் தரும் இந்த சங்கீதக் காரனை வாழ்த்தி விடை பெறுகிறேன் வணக்கம்.

20
என் கவிதைகளில் பெண்கள்

நண்பர்களே

இந்தக் கருத்தரங்கம் மற்றும் பயிலரங்கத்தில் பங்கேற்கும்படி பேராசிரியர் ராமசாமி கேட்டபோது "உங்கள் கவிதைகளில் வரும் பெண்கள் பற்றி உரையாற்ற முடியுமா" என்று கேட்டார். நான் சொன்னேன், "அய்யா என் கவிதைகளில் ஒரு பெண்தானே வருகிறாள்..." என்றேன். "இல்லை நன்றாகப் பாருங்கள் அவரே பல பெண்களாக மாறி வருகிறார்..." என்று அவர் சொன்னார். இதுதான் ஒரு படைப்பாளிக்கும் வாசகனுக்கும் உள்ள வேறுபாடு. படைப்பாளியின் பார்வைக்கு எட்டாதவை கூட வாசக மனதில், வாசகப் பார்வையில் பல மேகச் சித்திரங்களா கவிரியும். என் ஆரம்பகாலக் கவிதைகளில் ஒன்று,

சசி

எதுவுமே தெரியாத நான்
இறைவனுடன் போட்டியிடுகிறேன்
எழுதிக் குவித்த என் முன்னே
அவன் தன் கவிதையை
உலவ விட்டான்
அதன் தலைப்பிலேயே
என் தோல்வியை நான்

ஊர்ஜிதப் படுத்தி விட்டேன்
அந்தப்படு பாவி
அவன் கவிதைக்கு
'சசி' என்றல்லவா
தலைப்பிட்டிருக்கிறான்.

இது எனது பதின்வயது முடியப்போகும் போது (1969ல்) எழுதப்பட்ட கவிதை. இப்போது படித்தாலும் ஒரு சின்னக் கிளுகிளுப்பு, ஒரு ரொமாண்டிக் மூட் உண்டாகாமல் இல்லைதான். ஆனால் ஒரு அடலஸன்ஸ் அதாவது விடலைத் தனத்தை உணர முடிகிறது.

என் இன்னொரு கவிதை, தலைப்பு, 'பசி'

இந்தக் கவிதை
உங்களுக்குப் புரியாமலே
போகட்டும்

சாகுந்தலக் கர்ப்பமாய்
நான் தாங்கிக்
கொண்டேயிருப்பேன்
இதை

பேசப் பழகும் முன்
குழந்தைக்கு
தெய்வம் தெரியும்
புதையலிருக்குமிடம் தெரியுமாம்

பிச்சைக்காரியின்
பிள்ளைகள்
பேசத் தொடங்கும் முன்னேயே
விறைத்துச் சாகும்
பசிக்கு வழி சொல்ல
பாஷையின்றி,

இந்தக் கவிதை பேசத்
தொடங்கும் முன்
சசி இதை
வீசியெறிவாள்
இந்தக் கவிதை
உங்களுக்கும்
புரியாமலே
போகட்டும் (1974)

அதே பெண்ணின் பெயர் இதிலும் வந்தாலும் இந்தக் கவிதை நிச்சயமாய்க் காதல் கவிதை இல்லை. இதில் ஒரு தொன்மம் வரு கிறது. சகுந்தலை பற்றிய மகாபாரதக்கதை. சமூக அவலத்தைப் பார்க்கிற, அதன் வலியை உணர்கிற ஒரு வளர்ச்சி மனோபாவம் தெரிகிறது. “காதலுற்ற மானுடன் கவிஞனாகிறான்...” என்று பாரதி கூறுவதன் அர்த்தமிதுதான் போலிருக்கிறது. காதல், காதலிப்பவர் களை ஏமாற்றிவிட்டு தான் மட்டும் ஜீவிக்கிறது. காதல் தரும் சோக பாவம், melancholy, வாழ்வின் ஏனைய சோகங்களைப் பார்க்கும் ஒரு மனதை உண்டாக்குகிறது.. இது வாடிய பயிரைக் கண்ட போதெல்லாம் வாடுகிற வள்ளலாரின் ஒரு மனோ பாவம். வருந்தி வருந்தி மனதில் ஒரு தார்மீகக் கோபம் உண்டாகிறது. எப்படி இந்தப் பெண் என் காதலை உணர வில்லையோ அதேபோல நாம் மற்றவர்களின் பசியை உணர்வதில்லை என்கிற கோபம் உண்டாகிறது. சொந்தச் சோகங்களை உதறிவிட்டு ஒரு உலகளா விய பார்வை உண்டாகிறது. விளிம்பு நிலை மனிதர்களின் வரம் பில்லாத துயரங்களைக் கண்ணுறும் வாய்ப்பு உண்டாகிறது. இந்த ‘உண்டாகுதல்களிலிருந்து’ ஒரு வித்தியாசமான கவிதை உண்டா கிறது. காதல் செய்யும் ரஸவாதத்தால் மட்டுமே, காதலிகளால் மட்டுமே இதெல்லாம் உண்டாகிறது என்பதில்லை. பொதுவாகவே பெண்மனம் போல “ஆவியில் எளிமையும் பாக்கியமும்” நிறைந்தது ஒன்றுமில்லை.

“கடலில் அலைகளும்,கரையில் சோகங்களும் தீருவதே யில்லை..” என்கிற மலையாளத் திரைக் கவிஞர் வயலாரின் வரிகள் போல, காலங்காலமாகப் பெண்ணின் துயர் தீராத ஒன்று. புற நானூற்றுப் பெண்ணாக இருந்தாலும் சரி நம் நூற்றாண்டுப் பெண் ணாக இருந்தாலும் சரி.

கலம் செய் கோவே! கலம் செய் கோவே!
அச்சுடைச் சாகாட்டு ஆரம் பொருந்திய
சிறு வெண் பல்லி போல, தன்னொடு
சுரம் பல வந்த எமக்கும் அருளி,
வியல் மலர் அகன் பொழில் ஈமத் தாழி
அகலிதாக வனைமோ
நனந் தலை மூதூர்க் கலம் செய் கோவே! (புறம்256)

இதில் வருகிற வண்டிச் சக்கரத்தில் ஒட்டியிருக்கும் பல்லி என்கிற அற்புதமான படிமம் எந்த மொழியிலும் இருக்காது என்றே தோன்று கிறது. கணவனுடைய இறப்பிற்குப் பின்னான இருண்ட உலகில் தினமும் நடைப் பிணமாக, யார் வண்டிச் சக்கரத்திலோ ஒட்டிக்

கொண்டு வாழ நேரும் பெண்ணின் திக்கற்ற அவலத்தை அந்தப் படிமம் சொல்கிறதாகவே படுகிறது,... இப்படியான சங்கக்கவிதைப் படிமங்கள் நவீன தமிழ்க் கவிதையிலும் ஏராளமாக உள்ளன.

சங்க இலக்கியங்களில் பொருள் வயின் பிரிவு காரணமாகத் துயருறும் பெண்கள், நிறையவே இருக்கிறார்கள். அது போலவே பகை வயின் பிரிவு காரணமாகத் துயருகிறவர்கள் நிறைய உண்டு. அது குறளிலும் 'அவர் வயின் பிரி'வாகத் தொடர்கிறது.

  வினை கலந்து வென்றீக வேந்தன் மனை கலந்து
  மாலை அயர்கம் விருந்து   (குறள்1268)

என்று இன்பத்துப் பாலில் ஒரு குறள் வருகிறது. இதற்கு உரை யாசிரியர்கள் கொஞ்சம் தட்டையான உரை எழுதி இருக்கிறார்கள். எனக்கென்னவோ "அரசன் சீக்கிரம் வென்று தொலையட்டும், அவரும் சீக்கிரம் வீட்டுக்கு வரட்டும் நாங்கள் மகிழ்ச்சியாக மாலையைக் கொண்டாடி எவ்வளவு நாளாச்சு..."... என்கிற தொனியிலேயே உரை எழுதப் பட்டு இருந்தால் நன்றாக இருக்கும் என நினைக்கிறேன்.

புதுக் கவிதைகளில் தொனி ஒரு முக்கியமான அம்சம். 1973களில் என்னுடைய 'எம்பாவாய்' கவிதையின் பகடித் தொனி சிறப்பான வரவேற்பைப் பெற்றுத்தந்தது

எம்பாவாய்....

  நேற்று மாலை
  சூரியன் கடைசியாய்
  முத்தமிட்ட
  உடை மரப் புதர்களை
  யாரும் வெட்டியிருக்கக்
  கூடாதென்றபடி
  காளை மாட்டுக்காலில்
  ஒட்டியிருக்கிற அட்டைக்காய்
  நாக்கு நீட்டி ஏமாந்த
  தவளை - இடைத்
  திட்டுகளில் ஏறி
  கெடத் துவங்கும்
  கால்வாயில்புது
  நீரைக் கவனித்தபடி
  காவல் வருகிற
  கருப்பு நாயை
  பொதி சுமந்து

உணவு மறுத்த ஊரோரக்
கழுதைகளிடையே
விளையாடப்போக
விடக்கூடாதென்றபடி
ஆரஞ்சு நிறச் சூரியன் - பாதி
அம்மணத்தைப்
பார்த்து விடக்கூடாதென்றபடி
வருகிற பாதையை
இருட்டால்
வழி மறைத்து விடக்
கூடாதென்றபடி
கொஞ்சம் சிரித்துப்
பேசினபடி
நகரோரத்துக்
குடிசைப் பெண்கள்
ஆண்டாளின் வம்சங்கள்
சொரியுதிர்க்கும்
கருப்பு நாயைத் துணைக்கழைத்து
ஊரை விட்டு
வெளியே
கக்கூஸ் தேடிப்போவார்
கருக்கலில்

(ஸ்ரீமத். கலாப்ரியா......... அருளிச் செய்த திருப்பாவை)

இப்படிப்பட்ட விளிம்பு நிலை மனிதர்கள் குறிப்பாகப் பெண்கள் என் கவிதைகளில் அதிகமாகவே வருகிறார்கள்.

இரண்டு கவிதைகள்

வியூகப் பிரக்ஞையற்ற-வர்க்கங்கள்

1 *விதவைநிலா பார்த்து*
விறகாய் எறிகிற டயர்நாற்றம்
பொறுத்து
இடுப்புச் சொறியலுடன்
உலைப்பானைக்குள்
பவள மல்லிகைகள்
பார்த்துக் காத்திருப்பாள்
சாராய வாடை இடையிடையே
கனவு கலைத்துப் பயமுறுத்த
குதிரைக்காரன் வைப்பாட்டி

2 *பிள்ளைகளின் பசியடக்க*
புதிய வசவுகள் தேடி

> முலையடைவாள் அம்மை
> பீடிகள் தேடிச் சலித்து
> யூனி ஃபாரத்தைத் தேடச்சொல்லி
> அன்பாய்க் கூப்பிடுவான்
> ஒரே மாதிரி வசவுகளில்
> அழவும் மரத்துப்போன
> பிள்ளைகளை
> அப்பன்

என்னுடைய கவிதைகளில் திருநெல்வேலியும் அதன் மனிதர்களும் சிதைந்து போகிற பிள்ளைமார் குடும்பப் பெண்களும் அதிகம் வருகிறார்கள். இது புதுமைப்பித்தனின் மரபு நீட்சியாகக்கூட இருக்கலாம்.

> 'சிறப்பொடு பூசனை
> செல்லாமற் போகு'
> மெனப் பயந்து
> பெய்யும்,மழை.
> சூலிப் பிள்ளைக்குச் சாரல்
> ஆகாதெனச்
> ஜன்னல் சாத்துவாள்
> சண்முகத்தாச்சி
> புறத்தே ஒட்டியிருக்கும்
> குளவிக் கூட்டை
> உதிர்த்துப் பார்ப்பாள்
> மண்ணால் ஆக்கியிருக்கக் கண்டு
> மருகுவாள்
> வைப்பாட்டி வீடு
> போய்த் திரும்பும்
> நெல்லையப்ப முதலியார்
> ஈரக்காலுடன் நுழைவார்
> துண்டு தந்து
> தலை துவட்டச் சொல்லி
> வையத் தொடங்குவாள் ஆச்சி
> புழுங்கி வீசும்
> தலையணையில் முகம்புதைத்து
> பொய் வலி மறைக்க விரும்பாது
> அழுவாள் ஆவுடையம்மாள்
> கொஞ்சநேரம்
> மாமியார்க்காரியை
> மறந்துவிட்டு

பொதுவாக நெல்லைச் சீமையில் பெண்களிடையே ஒரு தொன்மை யான நம்பிக்கை உண்டு. வீட்டில் மகளோ மருமகளோ கருத்

தரித்திருந்தால் வீடுகளில் குளவி கூடு கட்டும் என்று. அதிலும் அது மெழுகால் கூடு கட்டினால் ஆண் குழந்தை பிறக்கும் என்றும் மண்ணால் கட்டினால் பெண் குழந்தை பிறக்கும் என்றும் ஒரு நம்பிக்கை. சில வீட்டுப் பெரியவர்கள், குளவி பறந்துபோனதும் கூட்டை உதிர்த்துப் பார்த்துவிட்டு, "சே, சவம் மண்ணாலல்லா கட்டிருக்கு பொட்டைப்புள்ளைதான் பொறக்கும்போலருக்கு." என்று சலித்துக் கொள்வார்கள்.

என்னுடைய கவிதைகள் குறித்த விமர்சனங்களில் பாலுணர்வும் வன்முறையும் தூக்கலாக இருப்பதாகக் கூறப்படுவதுண்டு. நான் இயல்பான தளத்தில் சந்தித்த அதிர்ச்சியான அனுபவங்களின் பாசாங் கில்லாத வெளிப்பாடாகவே அவற்றை நினைக்கிறேன். அநேகமான அனுபவங்களின் பின்னால் பருண்மையான மனிதர்கள் இருக் கிறார்கள். சில கலாச்சாரக் காவலர்களால் பெரிதும் விமர்சிக்கப் பட்ட என்னுடைய நீள் கவிதையொன்றின் சில வரிகள், பராசக்தியை முன்னிறுத்தி எழுதப்பட்டது. ஆனால் இந்த நீள்கவிதை, பாரதி விதந்து ஓதிய தொனியில் இல்லை.

கவிதையின் தலைப்பு "முலை தேடி, முலை தேடி"; கவிதை வரிகள்:

    ஒரு அரவமற்ற பகலில்
    வழி பூராவும்
    இவளைத் தேடி
    மூளை கரைந்து போய்
    (தலை கரையாமல்)
    உன் வாசல் வருவேன்
    என் இந்தக் களைப்பும் காத்திருப்பும்
    உன் முலைப் பாலில்
    தீரும் என்று எண்ணி
    உலை கொதிக்காமல்
    அரிசி போடப் போனவளின்
    முலைகள் கழண்டு
    உலையில் விழ
    தொட்டில் பிள்ளை
    பசியால் அழும் முன்
    உன்னிடம் முலை
    கேட்க வந்திருப்பாள்
    எனக்கு முன்பே
    ஒருத்தி.

நாற்பது வருடங்களுக்கு முன் இந்தக் கவிதை எழுதப்பட்டபோது. இரா.மீனாட்சி, திரிசடை, தேவமகள் என்று மிகக்குறைவான பெண்

கவிஞர்களே இருந்தார்கள். இது ஒருவகை சர்ரியலிஸக்கவிதை போலத் தோன்றினாலும், ஒருநாள் நான் கோயிலுக்குப்போன போது, என்னுடன் இரண்டாம் மூன்றாம் வகுப்பில் படித்த ஒரு பெண், தனியாகத் தூணில் சாய்ந்து அழுது கொண்டிருந்தாள். மடியில் குழந்தை. நான் அவளைத் தாண்டிப்போய் அம்மனை வணங்கிக் கொண்டிருந்தபோது பின்னாலிருந்து அழைத்து ஒரு ரெண்டு ரூவா இருந்தாக் குடுத்துட்டு போடா, பால் கூடக் குடுக்க முடியாம, மிதிச்சுக் கிழிச்சு வச்சுருக்கான் குடிகார நாயி..” என்றாள். ஒரு ருபாய்தான் இருந்தது, கொடுத்தேன். இதில் ஆகப்பெரிய முரண் என்னவென்றால் அவள் பெயர் மீனாட்சி. மூன்று முலை களுக்குச் சொந்தக்காரியான தடாதகைப் பிராட்டியின் பெயர். இந்தக் கவிதையை நான் எழுதியதும் மதுரையில் வைத்துதான்.

இன்றைய ஆரோக்கியமான கவிதைச் சூழலில், நுட்பமான பெண்கவிஞர்கள், துடிப்புடனும், தைரியமான சொல்லாடல்களு டனும் எழுதுகிறார்கள். குட்டி ரேவதி தன் தொகுப்புக்கு “முலைகள்” என்றே பெயரிட்டிருந்தார். இதன் மூலம் நான் எதையும் கோர வில்லை. பெண்களின் காதல் கவிதைகள் ஆண்களின் கவிதை களைப்போல் “ராணியுந்தன் மேனி என்ன ராஜ வீதி தோற்றம் தானோ” போன்ற அபத்த வர்ணனைகள் எதுவும் இல்லாமல் சங்கக் கவிதையின் தண்மையுடனிருக்கின்றன. ஆண்குறி மையப் பிரதி களை உடைத்து தங்களெண்ணங்களை திண்மை உடன் முன் வைக்கிறார்கள், சக்தி ஜோதி போன்றவர்கள்

இந்த அரங்கிற்காக என் கவிதைகளை மேலோட்டமாக மறு வாசிப்புச் செய்தபோது தோன்றியது, நான் அழகின் அழகிலிருந்து, அசிங்கங்களின் அழகிற்கு நகர்ந்திருக்கிறேனோ என்று, “மத்திய வர்க்க அகஜீவிகளின் அந்தரங்க டைரியாக மட்டும் கவிதை தேங்கி யிருந்த நிலையில் அவ்வறைக்குள் ததும்பி நுரைத்தபடி கலாப்ரியா கவிதைகளின் ஊடாக நிதர்சனத்தின் சாக்கடை உள்ளே நுழைந்தது,” என்று ஜெயமோகன் சொல்லுவது உண்மையோ என்று.

(மனோன்மணியம் சுந்தரனார் பல்கலைக் கழகத்தில் 4.3.2014இல் நடைபெற்ற கருத்தரங்கில் வாசிக்கப்பட்ட கட்டுரை)

21

உன்னைக் கடந்து செல்லும் காற்று கடிகாரம் பார்க்காது.....

"உன்னைக் கடந்து செல்லும் காற்று கடிகாரம் பார்க்காது" என்று எனக்குப் பிடித்தமான வரியொன்று உண்டு. "உன்னைக் கடந்து செல்லும் நதி காலம் பார்க்காது" என்று இதன் தொடர்ச்சியாகவே நான் ஒன்று கூறவும் விழைகிறேன். 'மொழி நதி'யின் கரையில் நின்று கவிதைக் காற்றுத் தழுவிச் செல்லும் வாழ்வு வாய்த்ததற்காக, நான் எனக்கு இலக்கியத்தை அறிமுகப் படுத்தியவர்களையும் தங்கள் விளைநிலங்களில் என் கவி விதையைத் தூவ அனுமதித்து என்னை வளர்த்தெடுத்த இலக்கிய இதழ்களையும் நன்றியுடன் இந்நேரம் நினைத்துக் கொள்கிறேன். அதனாலேயே என் கவி வாழ்வில் முக்கியப் பங்காற்றிய கணையாழி இதழ் நடத்து மிந்த பரிசு வழங்கும் விழாவில் மகிழ்ச்சியுடன் பங்கு கொள்கிறேன்.

என் இலக்கிய வாழ்வில் கணையாழி இதழுக்கு பெரும்பங்கு உண்டு. உண்மையில் கலாப்ரியா என்கிற பெயர் அச்சில் முதன் முதலில் வந்ததே 1970 ஜூன் கணையாழி இதழில் வெளியாகிய ஒரு கடிதத்தில்த்தான். கணையாழி 1965இல் வெளிவரத் தொடங்கியது. அதன் ஆரம்ப இதழ்களில் சிலவற்றையே நான் வாசித்திருக் கிறேன். சுஜாதாவின் கடைசிப்பக்கம் எல்லோரையும் போல்

எனக்கும் உவப்பானது. அது கடைசிப் பக்கமென்றாலும் அவ்வப்போது முதலிலும் வரும். இடையிலும் வரும். அவரே வேடிக்கையாய்க் குறிப்பிட்டிருப்பார், "முதலில் வந்துவிட்ட கடைசிப்பக்கம்" என்று. சுஜாதா எழுதிய "6969" என்ற நாவல் கணையாழியில் தொடராக வந்தது. அதிலிருந்து நான் கணையாழியை தொடர்ந்து வாசிக்கிறேன். அப்போது எஸ். வைதீஸ்வரன், ஞானக்கூத்தன், சி. மணி, கோ. ராஜாராம், இலங்கை யேசுராசா... ஐராவதம் போன்றோரின் கவிதைகள் எனக்கு ஒரு கவி மேடையை அமைத்துக் கொடுத்தன. கணையாழியின் நிறுவன ஆசிரியரான கி. கஸ்தூரிரங்கன், கி. கஸ்தூரிரங்கன் என்ற பெயரிலும் முஸ்தபா என்ற பெயரிலும் கவிதைகள் எழுதுவார்.

எனக்கு மறக்காத அவரின், ஒரு கவிதை

கடவுளும் கவர்மெண்டும் ஒன்று
அதைத் தூற்றாதே: பழி வந்து சேரும்
உனக்கு. அதற்கு
ஆயிரம் கண்கள்: காதுகள்
ஆனால் குறையென்றால்
பார்க்காது கேட்காது
கை நீளம்: பதினாயிரம்
கேட்கும்: பிடுங்கும்
தவமிருந்தால்
கொடுக்கும்.
கவர்மெண்ட் பெரும் கடவுள்
அதைப் பழிக்காதே
பழித்தால்
வருவது
இன்னும்
அதிகம்
கவர்மெண்ட்தான்.

இந்தக் கடைசி வரிதான் கவிதை. அதுவும், அசலான நடுத்தர வர்க்கக் கவிதை.

முஸ்தபா என்ற பெயரில் அவர் "உள்ளது உள்ளபடி" என்ற தலைப்பில் நாட்டு நடப்பு, இலக்கியப் போக்கு பற்றி அவ்வப்போது எழுதுவார். நூல் விமர்சனங்களும் எழுதுவார். ஒருமுறை எழுதியிருந்தார், ஒரு கவிதை உருவாவது பற்றி. முதலில் ஒரு சிறு பொறி (ஸ்பார்க்) தோன்றும் அதை மனதுக்குள்ளேயே வைத்து ஊதி ஊதிக் கனல வைத்து பெரிய நெருப்பாக்குவதே கவிதை. ஒரு கவிதை உருவாகக் காத்திருக்கலாம் என்பது அவர் சொல்லும் செய்தி.

சொல்லிவிட்டு அதே கட்டுரையில் அவரது ஒரு கவிதையையும் போட்டிருப்பார்.

> சுருட்டைப் புகைத்து
> சொர்க்கம்
> காண்கையில்
> நானே எரிந்து
> நரகம்போனேன்.

ஞானக்கூத்தனின் பிரபலமான கவிதையொன்று கணையாழியில் வந்தது.

> மோசிகீரா! (மகிழ்ச்சியினால்
> மரியாதையை நான் குறைத்தற்கு
> மன்னித்தருள வேண்டும் நீ.)
> சொந்தமாக உனக்கிருக்கும்
> சங்கக் கவிதை யாதொன்றும்
> பார்த்ததில்லை நானின்னும்.
> ஆனால் உன்மேல் அளவிறந்த
> அன்பு தோன்றிற்று இன்றெனக்கு:
> அரசாங்கக் கட்டிடத்தில்
> தூக்கம் போட்ட முதல்மனிதன்
> நீதான் என்னும் காரணந்தான் (ஏப்ரல் 1970)

பெருஞ்சேரல் இரும்பொறையின் முரசுக் கட்டிலில் தூங்கிய மோசி கீரனார் பற்றிய பகடிக் கவிதை இது. கணையாழியில் பல்வேறு விதமான கவிதைகள் வந்தன. 70களில், அவை பலருக்கும் ஆதர்ச மாக விளங்கின என்றால் மிகையில்லை. 1970ல் வெளிவந்த கசட தபறவுக்கும் கணையாழிக்கும் பெரிய வேறுபாடு உண்டு. கணையாழி யில் வந்த கவிதைகளில் பெரும்பாலும் இருண்மைக் கவிதைகளே இருக்காது. இன்னொன்று வானம்பாடிக் கவிஞர்களான சிற்பி, கங்கை, புவியரசு, நா.கா, சி.ஆர். ரவீந்திரன், மு. மேத்தா, பிரபஞ்சகவி என்கிற பிரபஞ்சன், தேவ மகள் என எல்லோரும் எழுத ஒரு ஜன நாயகத்தளம் அமைத்துக் கொடுத்த முதல் இதழ் கணையாழிதான். அதற்குப் பின் சுபமங்களாவைத்தான் அப்படிச் சொல்லமுடியும். 1971 ஜுன் இதழில் என்னுடைய கவிதை பிரசுரமானது. நான் எழுதும்போது கல்யாண்ஜி (எ) வண்ணதாசன் எழுதி வந்தார். என்னுடனேயே எழுத வந்தவர்கள் பாலகுமாரன், நா.விச்வநாதன், சுப்ரமணிய ராஜு, மாலன் ஆகியோர்.

கணையாழிக்குப் பலர் ஆசிரியப் பொறுப்பை ஏற்றபோதும் இந்த ஜனநாயக அம்சம் இன்னும் மாறாதிருப்பதுதான் கணையாழி யின் பலம் என்பேன். அப்போதுதான் பல புதியவர்களுக்கு எழுத

ஒருமேடை கிடைக்கும். கணையாழி ஒரு இதழின் விலை நாற்பது பைசாவாக இருக்கும்போது கணையாழியில் வெளிவரும் ஒரு கவிதைக்கு பத்துரூபாய் சன்மானம் தந்தார்கள் இன்றும் தரு கிறார்கள். எனக்குத் தெரிந்து எந்த இலக்கியப் பத்திரிக்கையும், எழுத்துக்குப் பணம் தந்ததில்லை. (உயிர் எழுத்து ஆசிரியர், நண்பர் சுதிர் செந்தில், படைப்புகளுக்கு சன்மானம் வழங்கிக் கொண்டிருந் தார்) குமுதம்கூட ஒரு சிறுகதைக்கு அன்று 25ரூபாய் கொடுத் திருந்தால் அது அதிகம். இன்று சிறந்த கவிதையைத் தேர்ந்தெடுத்து பத்தாயிரம் ரூபாய் வழங்குகிறார்கள். இதற்காக கணையாழி நண்பர்களைப் பாராட்டவேண்டும். குறிப்பாக இந்தப் பரிசுகளை நிறுவியுள்ள நண்பர் முனைவர் கே.எஸ் அவர்களைப்பெரிதும் பாராட்டவேண்டும். அவர் தன்னை முன்னிலைப்படுத்திக் கொள்ளாத 'கிரியாஊக்கி'. நல்ல மொழி பெயர்ப்பாளர்.

பரிசுக்குரிய கவிஞரைத் தேர்ந்தெடுப்பது சற்றே கடினமான பணியாகவே இருந்தது. குறைந்தது நூறு கவிதைகளையாவது உன்னிப்பாக வாசிக்க வேண்டியிருந்தது. இதழுக்கு சராசரியாக நான்கு நல்ல கவிதைகள் என்று வைத்துக் கொண்டாலும் ஐம்பது சிறப்பான கவிதைகள் இருந்தன. தாய் சுரேஷ், பூர்ணா, ஹரணி, யூஜின், ஸ்ரீதர் பாரதி, அமுதா, கமருதீன், த. வாசு, பிரேமபிரபா, நிவேதிதா, சசிஅய்யனார், மலர்மகள் என்று பத்துப்பேருக்கும் அதிகமாகப் போட்டியாளர்களாகத் தோன்றினார்கள். என்னை விடவும் மூத்த, சிறந்த கவிஞர்களான எஸ். வைதீஸ்வரன், நீலமணி ஆகியோரின் குறிப்பிடத் தக்க பங்களிப்பும் இதில் அடக்கம்.

நான் முதலில்க் குறிப்பிட்டது போல நம்மைக் கடந்து செல்லும் நதி காலம் பார்க்காது. ஒரு நல்ல கவிதை காலம் கடந்தும் நிற்க வேண்டும். காலமும் அதனூடாக நகரவேண்டும். அதற்கான உள்ளீடுகள் அதிலிருக்க வேண்டும். கல்யாண்ஜி கவிதை ஒன்று.

> ***இக்கரைக்கும் அக்கரைக்கும்***
> ***பரிசல் ஓட்டி பரிசல் ஓட்டி***
> ***"எக்கரை***
> ***என்கரை?"***
> ***என்று மறக்கும்***
> ***இடையோடு நதி மெல்லச்***
> ***சிரிக்கும்.***

இது வெளியான ஆண்டு கணையாழி ஜூன் 1974. சமீபத்தில் கேரளத்தில் நடந்த ஒரு இலக்கியச் சந்திப்பில் இந்தக் கவிதையை ஒரு நண்பர் சொன்னதும், கல்பற்றா நராயணன் என்கிற சிறந்த

மலையாளக் கவிஞர் கேட்டார் இது எப்போது எழுதப்பட்டது. நான் சொன்னேன் நாற்பது வருடங்கள் இருக்கும். நாற்பது வருடம் ஒரு கவிதை நிற்கிறதென்றால் அது மிகவும் நல்ல கவிதை என்று வியந்தார். இதெல்லாம் தமிழின் ஸ்ரீதனக் கவிதைகளான சங்கக் கவிதைகளோடு சேர்ந்து கொள்ளும் என்றார் அவர்.

காலம் கடந்து நிற்பதும் காலத்தைத் தன் ஊடாகக் காட்டுவதும், நல்ல கவிதைக்கு ஒரு அளவு கோல். இன்னொன்று, ஒரு கவிதை நம் அனுபவத்தைப் பங்கிட்டால், நம் எண்ண அனுப வங்களைக் கிளர்த்தினால் அது நம்மோடு ஒன்றாகி ஒன்றிவிடும். அந்தவகையில் பார்த்தால்,

உதித்து மறந்து போகிற படிமங்கள்
கொட்டி விட்டெங்கேனும்
பதுங்கிக் கொள்ளும் தேள்

இது எனது ஒரு குறுங்கவிதை. நமக்கு அவ்வப்போது ஏதாவது சிறு சிறு படிமங்கள், பொறிகள் தோன்றும் அவை தொடர்ந்து நினைவில் இருக்கும். ஆனால் பெரும்பாலும் மறந்தும் போகும்.

அப்படி ஒரு அனுபவத்தினை முன் வைக்கிறது மலர்மகளின் இந்தக் கவிதை.

உருள் பெருங் கவிதை

முறத்தில் புடைத்தாற் போல்
உதயத்தின் போதே
உற்சாகமுடன் வந்து விழும்
கனமான சொற்கள்
காணாமற் போகின்றன
கடமைகளின் ஆக்கிரமிப்பால்!

சுனை நீரை ஊற்றெடுக்கும்
சுவை நிறை சிந்தனைத் திவலைகள்
ஆவியாகி மறைகின்றன
பொறுப்புகளின் சீரான வெப்பத்தால்

புணர்ச்சிகளின்றிக் கருத்தரிக்கும்
உயிர்ப்புமிகு சொல் முட்டைகள்
மரணித்துப் போகின்றன
எழுதுகோலின்
அணைப்புச் சூட்டைப் பற்றும்முன்!

பயண வேளைகளில் மின்னலாய்ச்
சீண்டிப் போகும் வசீகர வார்த்தைகளும்

உறக்கம் தழுவா நேரங்களில்
உன்மத்தமாய் உறவாடிக்
கிசுகிசுக்கும் கவிதை வரிகளும்
நழுவிச் செல்கின்றன
நினைவின் ஈர்ப்பு விசையிலிருந்து!

கடமை, பொறுப்பு கவசம் கழற்றி
எனக்கான தேரில் உலாவர
எத்தனிக்கையில்
வீதிவிடங்கன் சக்கரமென
உருள்கிறது வாழ்க்கை
கரைந்து போன கவிதைகளோடும்
காலம் தொலைத்திட்ட அடையாளங்களோடும்!

காலத்தைத் தன் ஊடாகக் காட்டும் மனுநீதிச் சோழன் காலத் தொன்மம் ஒன்றை நிகழ் காலத்திற்கு கொண்டு வந்து, இன்றைய வாழ்க்கையைத் தேராக்கி, கவிதைகளை, சிந்தனைப் பசுவின் கன்று களைப் பலியிட்டு உருள்கிறது. அதிலும் கவிஞர் தேர்ந்தெடுத்துள்ள வார்த்தைகளும் இறுக்கமான கட்டுமானமும், மிக மிக நேர்த்தி யானவை. (ஒரு பெண்ணுக்கு மறுக்கப் படுகிறவைகளும் கவிதைக்குள் வந்து போகிறது.) பல கோணங்களிலும் பரிமாணங்களிலும் விரிகிறது இந்தக் கவிதை. எந்த வகையிலும் குற்றம் சொல்ல முடியா திருப்பதும் இதன் சிறப்பு.

கணையாழியின் சென்ற ஆண்டு இதழ்களில் வெளியான அவரது மூன்று கவிதைகளுமே நிச்சயம் சிறந்த கவிதைகளைப் படைக்கிற ஒருவர் இவர் என அடையாளம் காட்டுகின்றன. அவருக்கு என் வாழ்த்துகள்.

அவருடன் பரிசு பெறுகிற திரு ஜோதிக்கும் என் வாழ்த்துகள். பழ. அதியமான் கட்டுரைகள் பற்றிச் சொல்லவே வேண்டாம். எப்போதும் புதிய செய்தியை காத்திரமான தகவல்களுடன், சுவா ரஸ்யமான நடையில் தரக்கூடியவர். அவருக்கு அகில இந்திய வானொலி பற்றி எழுத கேட்கவா வேண்டும் மிக அருமையான கட்டுரை. ஆகாஷ் வாணி என்பது மைசூர் / கர்நாடக வழக்கு என்று குறிப்பிடுகிறார். தமிழ்நாட்டைப் பொறுத்து அது ஆல் இண்டியா ரேடியோவாகவே இருக்க 1968இல்நாங்கள் நடத்திய போராட்டங்களும், அதன் விளைவாக அண்ணா இரு மொழிக் கொள்கையை சட்டமன்றத்தில் அறிவித்ததும் நிகழ்ந்ததை என் மனம் நினைவு கொண்டது. அதை வாசிக்கையில்.

❖❖❖

22
மருது – மொழியை மீட்கும் ரஸவாதி

ஓவியர் மருது என்னைவிட நாலைந்து வயது சிறியவர்தான். ஆனால் அவரைப் பார்க்கும்போதோ தொலைபேசியில் அழைக்கும் போதோ வணக்கம்ண்ணேன் என்றே வாயில் வரும். ஒருவேளை தும்பைப் பூ போன்ற அவரது தலைமுடியும் அதற்குப் போட்டியாகச் சிரிக்கின்ற, வாய் நிறைந்த சிரிப்பும், மலர்ச்சி பொங்கும் முகமும் பார்வையிலும் நினைவிலும் படிவது ஒரு காரணமாயிருக்கும். மருதுவுடனான சந்திப்புகள் எனக்கு எப்போதுமே ஒரு 'தேஜா வூ' மனநிலையைக் கொண்டு வரும். ஏதோ காலகாலமாகப் பழகின சிநேகிதர்கள் மறுபடி மறுபடி அதே சூழலில் சந்திப்பதுபோல. இது அவருடைய கோடுகளுடன் நான் எப்போதும் கைகுலுக்கிக் கொண்டே இருப்பதானாலோ என்னவோ.

கணபதியண்ணனும் கல்யாணியண்ணனும் எனக்கு இலக்கியத்தையும் ஓவியத்தையும் காட்டித்தந்தார்கள். இலக்கியம், கவிதையிலாவது பாதிக்கிணறு தாண்டியிருப்பதாகச் சொன்னாலும், ஓவியம் குறித்து நான் கிணற்றை எட்டிப்பார்க்கிறவனாகவே இருக்கிறேன். வண்ணதாசன் இல்லமான 'அன்பக'த்தில் அறிமுகமாகாத பத்திரிகை களோ ஓவியர்களோ இல்லையென்றே சொல்லலாம். கணபதியண்ணன் பத்திரிகை ஓவியர்களைப் பற்றி சுவாரஸ்யமான தகவல்கள் தருவார். குமுதத்தில் அப்போது

வரைந்து கொண்டிருக்கும் வர்ணம் என்பவரின் பெயர் 'பஞ்ச வர்ணம்', கல்பனா என்று கல்கியில் வரைபவர் பெயர் திருநாவுக்கரசு, 'வினு' பெயர் நரஸிம்ஹன், கண்ணனில் வரையும் சுப்பு, ரமணி எல்லாம் ஒரே ஓவியர்தான். மாருதியின் பெயர் ரங்கனாதன், அவர் கே.மாதவன் ஸ்கூல் என்றெல்லாம் அவர் சொல்லுவார். இன்னின்னார் ஓவியங்களில் 'ப்ரப்போர்ஷனே' இருக்காது (உதாரணம் மாருதி) என்றெல்லாம் தேர்ந்த விஷயங் களைச் சொல்லுவார்கள். திருநாவுக்கரசு என்று புதிதாய் குமுதத் தில் வரைய ஆரம்பித்த திருநாவுக்கரசை 'எஸ்.ஏ.பி,' அரஸ் ஆக்கினார். அரஸ் நல்ல ஓவியர் ஆனால் விலங்குகள் 'அனாட்டமி' அவருக்கு சரியாகவராது. இதெல்லாம் அங்கே கற்றுக்கொண்டவை. அப்போது குமுதத்தில் Phantom சித்திரக்கதை 'முகமூடி' என்ற பெயரில் வந்தது. நானும் கல்யாணியண்ணனும் 'லீ ஃபால்க்'கின் முகமூடி சித்திரங்களை அப்படி ரசிப்போம். முகமூடி காட்டில் ஒரு வகை சிலந்தி வலையில் மாட்டிக்கொள்வார். அதிலிருந்து அவர் கையைப் பிய்த்து எடுப்பதுபோல் ஒரு சித்திரம். இருவரும் அதை அப்படி வியந்து பார்த்தது நினைவுக்கு வருகிறது.

மருதுவின் கோடுகளும் அப்படித்தான். அவற்றிலொரு அற்புத மான இயக்கம் இருக்கும். அவை வெறுமனே அடுக்கி வைக்கப் பட்டிருக்கும் தோல்ப்பாவைகள் அல்ல. பாவைக் கூத்துக் கலைஞனின் சொற்கேட்டு திரையில் ஆடும் பிம்பங்கள். 'நடை' இலக்கிய இதழின் பின் அட்டையில் எம்.கோவிந்தன் கொண்டுவந்த 'சமீக்ஷா' மலையாள இலக்கிய இதழுக்கான ஒரு விளம்பரம் இருக்கும். அது ஆதி மூலம் ஓவியம் என்று நினைவு. ஒருவர் தலையைச் சாய்த்து செண்டை அடிப்பதுபோல இருக்கும். அதைப் பார்க்கையில் செண்டை ஒலி காதில் விழும். அதுபோலத்தான் மருது ஓவியங்களும். அவருடைய வாளோர் ஆடும் அமலை ஓவியங்களைப் பார்க்கிற யாருக்கும் இது புரியும்.

அவர் சொல்வது போல "வார்த்தைகள் பொய் சொல்லும், கோடுகள் பொய்யே சொல்லாது". நாம் ஒரு பூவை கையில் வைத்து முழுமையாகப் பார்த்துவிட முடியும். ஆனால் ஒரு செடியை முழுமை யாகப் பார்த்துவிட முடியுமா. நம் உருவத்தையே கண்ணாடியில் முழுமையாகப் பார்க்கமுடியாது. இதை எனக்கு உணர்த்தியது ஒரு பாமர சினிமா ரசிகன். அவனை, எம்..ஜி.ஆரை நேரில் பார்க்க, வாய்ப்பு வந்து, அழைத்தபோது வர மறுத்துச் சொன்னான், "திரை யிலதாம்ல முழுசா பார்க்கமுடியும்". ஆதி ஓவியன் தான் முதன் முதலில் இதைச் செய்தான்.

பேருருக் காட்டினாலும்
கொண்டு கூட்டிக்
காண்பதென்னவோ
சின்னக் கண்கள்தானே

– இது எனது ஒரு கவிதை.

நான் ‘குங்குமம்’ இதழில் ஐம்பது வாரங்கள் எழுதிய ‘ஓடும்நதி’ தொடருக்கு மருதுதான் ஓவியம் தீட்டினார். வெறும் விளக்கப் படமாக இல்லாமல், அவை கட்டுரைகளைப் புதிய பரிமாணத்தில் வாசிக்க உதவியது. ஒவ்வொரு வாரமும் அவர் படங்களைப் பார்த்த பின், என் எழுத்தின் போதாமையை உணர்வேன் நான். ‘இடது கைக் குறும்பு’ என்று ஒரு கட்டுரை. அதற்கு அவர் விதவிதமான இடது கை விரல்களையும் மணிக்கட்டுகளையும் வரைந்திருந்தார். அதைப் பார்க்கையில் என் எழுத்தை பொய்யாகவே உணர முடிந்தது. அந்தக் கட்டுரைத் தொடரின் இன்னொன்றில், ஜெர்மன் ஓவியரான ‘அல்ப்ரெக்ட் டியூரரின்’ பிரபலமான “வணங்கும் கைகள்” ஓவியத்தைக் குறித்து ஒரு கட்டுரை எழுதினேன். அதைப் படித்த மருது கொண்டாட்டமாக உணர்ந்து என்னுடன் பேசினார். அந்த வாரம் அவரது ஓவியத்தில் “டியூரரின் கோடுகளுக்கு நான் அடிமை” என்று குறிப்பிட்டு தன் கையொப்பத்தை இட்டிருந்தார். ஆளுமை மிக்க கோடுகளுக்குச் சொந்தக்காரன் தனக்கு முன்னோடியான ஓவியனை இதைவிட வேறு எப்படிக் கொண்டாடமுடியும்.

கவிஞர் இளைய பாரதியின் 9 நூல்களை வண்ணதாசன் தலைமையில் கலைஞர் வெளியிட்ட ஒரு நெகிழ்வான நிகழ்வின் இரவில் நாங்கள் ‘ஆந்திரா கிளப்’பில் சாப்பிட்டுக் கொண்டிருந் தோம். மருது என் அருகில் இருந்தார். அப்போதுதானவர் ஐரோப் பியச் சுற்றுலா ஒன்றை முடித்துத் திரும்பி இருந்தார். அதைப் பற்றிப் பேசிக்கொண்டிருந்தார். இடையிடையே தன் அபூர்வச் சிரிப் பால் தன் பேச்சுக்கு வர்ணம் தீட்டியபடி அற்புதமான உரையாடல் நிகழ்த்திக் கொண்டிருந்தார். முன்ஸ்டர் (ஜெர்மன்) நகரில் பார்த்த மியூசியம் ஒன்றில் இருந்த ஒரு பழங்காலத் தெருவின் ஓவியம் பற்றிப் பேசிக் கொண்டிருந்தார். மியூசியத்தை விட்டுவெளியேவந்த போது அந்தத் தெரு அப்படியே முன்ஸ்டர் நகரிலுள்ள ஒரு தெருவாக இருந்ததையும், அது பழமை மாறாமல் அப்படியே பேணப்பட்டு வருவதாகவும் சொல்லிக் கொண்டிருந்தார். அந்த நகரின் நிர்வாகமே இரண்டு விதமாக பழைய நகராட்சி புதிய நகராட்சி என்று பிரிக்கப் பட்டு பழமையைப் பேணுவது பழைய நகராட்சியின் பொறுப்பு

என்று இருப்பதாகவும் குறிப்பிட்டார்.இங்கே, "பிங் சிட்டி"யான ஜெய்ப்பூரில் நகர வீதிகளின் எந்தக் கட்டிடத்திற்கும் அடர் ரோஸ் நிறமே பூசப்படவேண்டும் என்று அம்மாநிலத்தில் சட்டமிருக்கிறது.

அவர் ஒரு வாழ்நாள்க் கலைஞனாக இருப்பவர், வாழ்பவர். நாற்பது வருடங்களாக எழுதினாலும் எழுத்தை வாழ்வாகக் கொண்டதில்லையெனும் குறை எனக்கெல்லாம் கொஞ்சம் உண்டு. அவருக்கு புகைப்படத்திலும் ஆர்வம் உண்டு. புகைப்படம், கணினி, ஓவியம் ஆகியவற்றை ஒன்றிணைத்து, தமிழில் ஒரு புதுப் பாணியை அவர் கொண்டு வந்திருக்கிறார். அவரது ஓவியத்தைப்பார்த்த உடனேயே அது நம்மை வியப்பு நிறைந்த மௌனத்தில் ஆழ்த்தி விடும். நம் மொழியை ஊமையாக்கும் அவரது ஓவியம். அப்புறம் கொஞ்சங் கொஞ்சமாக மொழியை மீட்டு வரும் ரஸவாதத்தையும் அதுவே செய்யும். அந்த ரஸவாதிக்கு என் அன்பு வாழ்த்துகள்.

23

ஒரு வாசகனின் பொற்கணம்

அன்பார்ந்த நண்பர்களே

வணக்கம்.

எப்பொழுதுமே வாசகனின் ஒரு பொற்கணத்தைத் தீர்மானிப்பது கவிதையாகவே இருக்கிறது. அல்லது அந்தக் கணத்தைத் தீர்மானிப்பது கவிதைக்கே அதிக சாத்தியமுள்ளது. ஒரு நாவலிலோ, சிறுகதையிலோ ஒரு நிகழ்வுக்கோ, சூழலுக்கோ, ஒரு குண நலனுக்கோ உருக் கொடுக்க அற்புதமான வரிகள் அமைவ துண்டு. நாமும் அதைக் கவித்துவமான வரிகள் என்று சொல்லுவோம். இந்த விதமான கவித்துவ வரிகளின் இயங்குதளம் சற்றே அளவிடக்கூடியது. அதிக பட்சம் மிகப்பெரிய சட்டகத் துக்குள் அடங்கிவிடும். ஆனால் கவிதையின் இயங்கு வெளி என்பது அளவிடற்கரியது. அதிலும் ஒவ்வொரு வாசகனின் மனம் பொறுத்தும், இதன் பிரம்மாண்டம் மிகவும் அதிசயிக்கத்தக்கது. சுஜாதாவின் வார்த்தைகளில் சொல்வ தானால், "இன்றைய அறிவியலின்படி உண்மை என்பது, 'ஒரு' உண்மையல்ல, ஒவ்வொருவருக்கும் ஒரு உண்மை இருக்கிறது," என்பது போல ஒவ்வொரு கவிதையின் வாசகனுக்கும் ஒவ்வொரு உலகையும் அனுபவத்தையும் வழங்கக்கூடியது கவிதை. அப்படிப் பார்க்கையில் ஒரு கவிதை என்பது ஒரு கவிதையல்ல. இப்படி ஒன்று பலவாகும் கவிதையை நல்ல கவிதையாகக் கொள்ளலாம்.

ரவி உதயனின் ஒரு கவிதை:

கல்விழுந்த கண்ணாடியில்
தெரிகிறது
உடைந்து மலர்ந்த
ஒருபுள்ளிக் கோலம்.
அல்லது
சிலந்தி பின்னிய
வலை

இதில் சிலந்தி வலை சமாச்சாரத்தினைத் தவிர்த்துவிடலாம். ஒரு புள்ளிக் கோலம் என்பதை ஒரு புள்ளிக் கோலம் என்று சற்றே சந்தி பிரித்து, தொனி வித்தியாசமாக வாசித்தால் இதில் கவிதை இல்லாமலே போய்விடும் அபாயமிருக்கிறது, அதாவது அப்படி வாசிக்கிறவர்களுக்கு உண்மை கிடைக்காது போய்விடலாம்

இதை இப்படி,

கல் விழுந்த கண்ணாடி
உடைந்து மலர்ந்திருக்கிறது
ஒருபுள்ளிக் கோலம்

என்று எழுதியிருந்தால் ஒரு ஹைகு ஆகிவிடும் என்று சுஜாதா கொண்டாடி இருப்பார். ஏனென்றால் ஒரு ஹைகு ஒரு ஹைகுவாகவே இருக்கவேண்டும், சமத்காரமான குறுங்கவிதை வேறு, ஹைகு கவிதை வேறு என்று திடமாக நம்பியவர் அவர். அது அவர் சார்ந்த ரசனை அல்லது உண்மை.

ரவி உதயன் நீண்டகாலக் கவிதை வாசகர், கவிஞர். அவருடைய முதல் கவிதைத்தொகுப்பு "பழகிக்கிடந்த நதி", அதற்கு நான் முன்னுரை எழுதியிருந்தேன். அது வெளிவந்து கிட்டத்தட்ட 12 வருடங்களுக்குப் பின் அருமையான இறகுகளைச் சேமித்து மீண்டும் கவிப்பறவையாக வானில் பறக்கிறார். இம்முறை உயரப் பறக்கும் அவரது கவிதைகளுக்காக நாம் இறகுகள் சேமித்து அவருக்கு விருதாக (மகுடம்) சூட்டுகிறோம்.

- "Military justice is to justice what military music is to music." --(Groucho Marx).

என்று சொல்லுவார்கள். ராணுவ இசையில் ஒரு அற்புதமான ஒழுங்கு இருக்கும்.. ஆனால் ஒரு சுதந்திரமிருக்காது. அதைக் கேட்டால் மார்ச் ஃபாஸ்ட் போல நடக்கலாமே தவிர நடனம் ஆடமுடியாது.

ரவி உதயனின் ஒரு அழகான கவிதை

அம்மாவின் இசை
இரவில் செவி மடுக்கிறேன்
தாழ்ந்த குரலில்
முனுமுனுக்கிற வரிகளை
அது ஒரு பாடல் அல்ல
விதிகளுக்குட்பட்ட
இசையும் அல்ல
அது தன்
நெடிய மௌனத்தை
உடைக்கிற முயற்சி
சுமைகளை அகற்றும் ஒருசாதுர்யம்
தற்காலிகமாய்
மூச்சுவிடுவதற்கான
ஒரு போராட்டம்

இதில் நான் சொல்லிய, “இராணுவ நீதியைப் போன்றதுதான் இராணுவ இசையும்,” என்கிற மேற்கோளின், ஒரு நடைப்பிண அழகை இதில் உயிருள்ள சித்திரமாக ஆனால் ஒரு சோகச் சித்திர மாகத் தீட்டியிருக்கிறார். ரவி உதயனின் வெற்றி என்பது அவரது கவிதைகளில் காணப்படும் சொற் சிக்கனம் என்பேன்.

சூடான தேநீரை
ஊதி ஊதித் தருகிறாள்
தாய் சிறுமிக்கு
கோடையும்
குளிரும்
வந்து வந்து போகின்றன
அச்சிறிய தேநீர்க் கடைக்கு

பல பரிமாணங்களை உள்ளடக்கிய குறைந்த கோடுகளால் ஆன ஓவியம்போல, வாசகன் மெனக்கெட வேண்டாத எளிய வரிகளில் இரண்டு பருவ காலங்களையும் இரண்டு தேவதைகளையும் கொண்டு வந்துவிடுகிறார் இந்தக் கவிதையில்.

கண்மலராத கடவுள் என்றொரு கவிதை. பிறந்த குழந்தையின் அபூர்வக்கணங்களையும் அதன் அற்புத அசைவுகளையும் படம் பிடிக்கிற கவிதை. குழந்தையைத் தொடும்போது “அது அசைக்கிற கை கால்களில் / அரூப சிறகுகளிருப்பதை அறிந்து தொடுங்கள்...” என்கிறார்.. நம்மைக் குழந்தையாக்கி அவர் கவி வரிகளால் தொடுவது போல் இருக்கிறது. ‘புன்னகை தயாரிப்பு’ என்று அவரது பழைய கவிதை ஒன்றை இது நினைவுபடுத்துகிறது. அதிலும்,

பெயரிடப்படாத
அந்தக் குழந்தைக்கு
அழுகையே பாஷையாயிருந்தது
சூசகமாய்
அழுகை நிறுத்த
நீகொடின் புற்றாய் வளர்ந்த
உதட்டைக் குவித்து
ஒரு முத்தம் மட்டுமே
வைக்க முடிந்தது என்னால்.

என்ற வரிகளின் நிதர்சனம் என்னை வெகு நாட்களாகத் துரத்திக் கொண்டிருந்தது.

அதேபோல இந்தத் தொகுப்பில் சில வரிகள்,

காணாமல்ப் போனவர்கள்
அகப்படாத போது
தேடிப்போனவர்கள்
தொலைந்து போன
மனோபாவத்துடன் திரிகிறார்கள்.

இதுவும் என்னைத் துரத்தப் போகிற வரிகளாய் இருக்குமென்று நினைக்கிறேன்.

வாழ்வின் அற்புதக்கணங்களைக் கவிதையாக்குவதில் பாரிய வெற்றி பெற்றிருக்கிறார் ரவி உதயன். ரவி உதாரணனின் இந்த உதாரணத்தைப் பாருங்கள்

ஒரே மழைதான்
வெவ்வேறு துளிகளில்
நனைகிறோம் நாம்

2013 சுஜாதா உயிர்மை விருது பெற முற்றிலும் தகுதியுள்ள தொகுப்பு இது என்பதை மூன்று வரிகளில் அமைந்த இந்த ஆறு வார்த்தைகள் சந்தேகத்துக்கிடமின்றி நிறுவுகின்றன. இந்தக் கவிச் சாரலில் நனைந்தபடி அவருக்கு என் வாழ்த்துகளைத் தெரிவித்துக் கொள்கிறேன்.

24

அன்பென்னும் பெரு வெள்ளம்...

அது 1962 வருடக் கோடை. தேர்வுகள் எல்லாம் முடிந்து வண்ணதாசன் வீட்டில், கேரம் போர்ட், சீட்டு விளை யாட்டு என்று விடுமுறை கழித்துக் கொண்டிருந்தோம். தி.க.சி அப்போது கொச்சியில் பணிபுரிந்து கொண்டி ருந்தார். ஊருக்கு வந்திருந்தார். எங்களிடம், “என்னவே தம்பிகளா நல்லாப் படிக்கேங்களா, பரிச்சையில் எல்லாம் தொன்னூறு பெர்செண்ட் வாங்குவீங்கள்லா, வெரிகுட்...' என்று சொன்னார். இப்படி நம்பிக்கையான வார்த்தை களை அந்தக் காலப் பெரியவர்களிடம் கேட்கமுடியாது. எல்லோரும் சிரிப்புடன், “ஆமாம்” என்றோம் “அப்படித் தான் இருக்கணும் படிப்பை விட்ராதிங்க, இப்ப விளை யாடுங்க” என்றார். 1970 என்று நினைவு. அவரது பெரிய மகன் கணபதியின் சென்னை வீட்டிற்குச் சென்றிருந்தேன். தி.க.சி, அந்த அண்ணனிடம் கேட்டார்,” கணபதி அது யாரு, கணையாழில ஒரு லெட்டர் வந்திருக்கே தம்பிக்குத் தெரியுமான்னு கேளு” என்று. முதன்முறையாக, தி.க.கலாப்ரியா, திருநெல்வேலி-6 என்ற பெயரில் கணையாழியில் எனது கடிதம் பிரசுரம் ஆகி யிருந்தது. எனக்கே அது தெரியாது. “அப்படியா, வந்திருக்கா, அது நான்தான்,” என்றதும் அவருக்கு அவ்வளவு மகிழ்ச்சி. “நல்லா எழுதிருக்கீங்க தம்பி, எழுதுங்க, நிறைய எழுதுங்க,” என்றார். சிறியவரென்ன பெரியவரென்ன மரியாதை, மரியாதை வாய் நிறைந்த மரியாதை, அதுதான் திருநெல்வேலி கணபதியப்பன் சிவசங்கரன், அன்பும் மரியாதையும் பொங்க ‘தி.க.சி.’

திருநெல்வேலி, தி.க, என்று கண்ணில் பட்ட ஒரு பெயரைக் குறித்து அவர் விசாரிக்க வேண்டிய அவசியமே இல்லை. அதுவும் அது ஒரு சாதாரணக் கடிதம். ஆனால் அந்தத் தோட்டக்காரரால் ஒரு இளங்குருத்தைக் கண்டு சும்மா இருக்கமுடியாது. அவர் பொறுப்பில் வந்த தாமரை இதழ்களில், "மலரும் அரும்பு" என்ற தலைப்பின் கீழ் பல புதியவர்களின் கதை, கவிதைகளை அவர் வெளியிட்டார். வண்ணநிலவனின் கதையான 'யுகதர்மம்', பா.செயப்பிரகாசத்தின் கதைகளான ஒரு ஜெருசலேம், அம்பலகாரர் வீடு, 'கைதி' என்கிற கை. திருநாவுக்கரசின் கவிதைகள், கல்யாண்ஜியின் கவிதைகள், கோ. ராஜாராமின் விமர்சனங்கள் எல்லாம் அவரால் அறிமுகப்படுத்தப்பட்டவை. நான் சென்னை யில் தங்கியிருந்த இரண்டு நாட்களிலும், கோவேந்தன், 'கைதி', என்.ஆர். தாசன், கே.சி.எஸ். அருணாசலம் என்று, நான் கேள்வி மட்டுமே பட்டிருந்த பல படைப்பாளிகள் அவரைப் பார்க்க வந்து கொண்டே இருந்தார்கள். சமீபத்தில் கூட அவரோடு மாற்றுக் கருத்துகள் கொண்டிருந்த எஸ்.வி.ராஜதுரை, வெங்கட்சாமினாதன் ஆகியவர்கள் அவரைப் பார்ப்பதற்கென்றே தங்கள் உடல் நலத்தைக் கூடக் கருதாது, பெரும் தொலைவுகளில் இருந்து நெல்லைக்கு வந்து பார்த்துப் போனார்கள். அவர்கள் இருவருமே சொன்னது, "இனிமேல் எங்களால் உடலை வருத்தி அலைய முடியுமோ என்னவோ..." அதற்குள் தி.க.சியைப் பார்த்துவிட வேண்டுமென்றே வந்தோம் என்பதுதான். எனக்கு ஆச்சரியமாக இருந்தது. அவரின் தன்னலமற்ற அன்பல்லவா எல்லோரையும் இப்படி இழுத்து வருகிறது. "அன்பென்னும் பெரு வெள்ளம் இழுக்குமேல் அதனை யாவர் பிழைத்திட வல்லரே.." என்பது தி.க.சியின் வாழ்வைச் சமைத்த பாரதியின் சுய சரித வாக்கல்லவா. 'அன்பகம்' என்று தன் வீட்டிற்குப் பெயரைச் சூட்டிய தி.க.சி, உண்மையிலேயே ஒரு தீர்க்கதரிசி.

நாங்கள் பார்க்கையில் எல்லாம் அவர் வாசித்துக் கொண்டே தான் இருப்பார். அல்லது இலக்கிய நண்பர்களுடன் பேச்சு. அவர் 90வது அகவையை எட்டும் விழா நினைவாக அவரது 1948ஆம் ஆண்டு நாட் குறிப்புகள் புத்தகமாகத் தயாராகி இருக்கிறது. அதில் முதல் எட்டு நாட்களில் மட்டும் அவர் படித்தவை, 'தலைமறைவு வாழ்க்கை' 'Sexual Ethics, Iron Heel, World famous Books in outline, Tess, Mills on the floss, Vicar of Wakefield, Madam Bovary ஆகியன. இது தவிர தின, வார, மாத இதழ்களான இந்து, தினமணி, சுதேச மித்ரன், தமிழ்நாடு, ஜனசக்தி, ஆனந்த விகடன், கல்கி, பிரசண்ட

விகடன் (ஆசிரியர்: நாரண துரைக்கண்ணன்), காண்டீபம், கலைமகள், தாமரை, என அவர் தினமும் படித்தவைகளைப் பார்க்கையில் மூச்சுத் திணறுகிறது. வீட்டில் இருந்து படித்த சொந்த, இரவல்ப் புத்தகங்கள், மூன்று நான்கு நூலகங்களுக்குச் சென்று படித்தவை. நண்பர்களின் வீடுகளில் வாசித்தவை, அலுவலக இடைவேளையில் வாசித்தவை, நண்பரும் பத்திரிகை முகவருமான வேணுப்பிள்ளை கடையில் அளவளாவியபடியே வாசித்த புத்தகங்கள் என வாழ்வின் அனைத்து நொடிகளிலும் புத்தகமும் கையுமாகவுமே வாழ்ந்த மனிதர் அவர். 1948இன் முதல் எட்டு நாட்களில் எட்டு நூல்களென்ற சராசரியில் பார்த்தால் அவர் ஆண்டுக்கு 300 புத்தகங்களாவது படித்திருக்கவேண்டும். இது ஒரு சராசரி மனிதனின் செயல்பாடே அல்ல. வாசிப்புக்கு அடுத்தபடியாக அவரைக் கவர்ந்தது தினமும் தாமிரபரணியில் திளைக்கும் ஆற்றுக் குளியல். அந்த அம்மச்சி, (என் தோழியொருத்தி சொன்ன மாதிரி) அவருக்கு ஊட்டிய எச்சில்ப் பாலைத்தான் எங்களுக்குக் கொஞ்சம் அளித்திருக்கிறாள்.

1962லிருந்து கேரள வாழ்க்கை, அதன் பின் 1964லிருந்து 'சோவியத் லேண்ட்' பத்திரிகைப் பணியிலான சென்னை வாழ்க்கை குறித்து, அவருக்கு ஒரு நாவல் எழுதவேண்டுமென்ற ஆவலிருந்ததாகக் கடைசிச் சந்திப்பில் கண்கள் பனிக்கக் குறிப்பிட்டார். அந்த நீர் வழியும் கண்களைப் பார்க்கையில், அவரைப்போல் ஈடுபாடும், பிடிப்பும், அர்ப்பணிப்பும், தியாகமும் மிக்க எந்த இடது சாரித் தோழனுக்கும் பிடித்த கனவு பூமி சோவியத்தில் பாயும் வால்கா நதியின் நீர்த் தெறிப்பாகவே தெரிந்தது. யார் கண்டது, அவரின் வாசிப்பு விசாலமும், தத்துவ ஈடுபாடும், மனிதநேயமும் வரிக்கு வரி வெளித்தெரிய அது ஒரு அற்புதமான நாவலாக இருந்திருக்கும். அதன் தலைப்பு "வால்காவிலிருந்து தாமிரபரணி வரை" என்று கூட இருந்திருக்கலாம். அவர் இன்னும் கொஞ்ச காலம் இருந்திருந்தால் இது நிகழ்ந்திருக்கலாம். எல்லோரும் விரும்பியது போல், குறைந்த பட்சம் அவர் ஆசைப்பட்ட 90வது பிறந்த நாளான இந்த மார்ச்சு 30 வரையாவது அவர் ஆயுசோடு இருந்திருக்கலாம். ஆண்டுக் கணக்கு முடிக்கிற அவசரமோ என்னவோ, ஆணடவன் அந்த ஆதி வங்கித் தொழிலாளியின் கணக்கை நான்கு நாட்கள் முன்னதாகவே முடித்துவிட்டான்.

25

கவிதைகளின் பலிகடா

போகன் சங்கர் தற்போது எழுதி வரும் கவிஞர்களில் நிறையப் பேரின் கவனத்தை ஈர்த்த கவிஞராக விளங்கி வருபவர். அவரது கவிதைகள் நல்லபிப்ராயத் தடத்திலேயே பாதுகாப்பாகப் பயணம் செய்வதாக நினைக்கிறேன். அதிலும் அவருக்குப் பெண் வாசகர்கள் அதிகம். இதில் எனக்கு ஆச்சரியமும் லேசான பொறாமையும் உண்டு. ஏனென்றால் என் ஆரம்ப காலத்தில் என் கவிதைகளைப் பெண்கள் ஏற்றுக் கொள்ளவில்லை. உண்மையில் இப்படியொரு இயைபான சூழலில் ஒருவருடைய கவிதை மனம், கை தட்டலை நோக்கித் தடம் புரள சாத்தியங்கள் அதிகம் உண்டு. ஆனால் போகன், மீண்டும் மீண்டும் மாதிரி அச்சுக்களில் நகலெடுத்துக் கவிதை செய்யாமல் தொடர்ந்து, முக நூலில், புதிய, நல்ல கவிதைகள் எழுதி வருகிறார். அவரது ஸ்டாம்ப் ஆஃப் குவாலிட்டி விழாத சில கவிதைகளும் வருகின்றன. அவற்றை தொகுப்பில் களைந்துவிடுவார் என்று நம்பலாம். இந்தத் தொகுதியைப் பொறுத்தே அவர் அந்த மாதிரியான தேர்வைச் செய்திருக் கிறார் என்று தோன்றுகிறது. இதில் 112 பக்கங்களுக்கு 67 கவிதைகள் இருக்கின்றன. கொஞ்சம் கறாரான தேர்வுதான்.

போகனின் வாழ்வுலகம் என்பது எனக்குப் பெரிதும் அறிமுக மானதாக இருக்கிறது. அவர் கவிதைகள் என் கண்ணில்ப் பட ஆரம்பிக்கையில் எனக்குத் தெரியாது அவர் நெல்லைக்காரர் என்று. ஊர் அபிமானம் என்ற கோதாவில் சொல்லவில்லை. ஒரு கவிதை இடமும் காலமும் சொற்களும் பொருட்களும் தாண்டியது. அவரது சில கவிதையின் காட்சிகளும் வாசனைகளும் எனக்கு மிக அறிமுக மானவையாக இருந்தன. எப்போதுமே சீக்கிரம் எழுந்துவிடும், (காலையில் எப்படா போத்தி ஓட்டல் திறக்கும், எப்படா முதல் ஆளா ரவா தோசை சாப்பிடலாம் என்று சாகும் வரை ஆசைப் பட்ட), என் அப்பா பொங்கல் தீபாவளி நாட்களில் பின் வாசலில் வெந்நீர் போடுவதெற்கென்றே இருக்கிற பெரிய அடுப்பில் பெரிய செப்பானையில் கரி பிடித்து செம்புப் ப்ானை என்பதே அதன் கைப்பிடியில் மட்டுமே தெரியும் வெந்நீர்ப் போட்டுத் தான் குளித்துவிட்டு மேலும் தண்ணீர்விட்டு வைத்து விடுவார். ஒவ்வொருவராய்க் குளித்துவிட்டு தண்ணீரை நிரப்பிக்கொண்டே இருப்பார்கள். அவரவர் பங்குக்கு அணையாத அடுப்பில் அவ்வப் போது ஓலையையோ விறகையோ திணித்து வைத்துவிட்டும் போவார்கள். தண்ணீர் மழுவாய்க் கொதித்துக் கொண்டிருக்கும். அந்த அதிகாலைக் குளிரில் வெந்நீர் ஒரு கொதி வாசனையுடன் உடல் மேலே வழிவது ஒரு சுகம்.

இந்த வாசனையும் குளிரும் அப்படியே நினைவுக்கு வந்தது, போகனின் இந்த வரியை வாசித்த மறு நொடியில் அல்லது வாசிக்கிற பொழுதிலேயே, அது

சற்றே பதம் மீறிக்
கடுத்து விட்ட
வெந்நீரின் சுகந்தம் எழும்பி
குளிரால் உறைந்த அறையை
இதமாய் அலைகிறது...

என்று நீளும் ஒருகவிதை. வெந்நீருக்கு தென்னை, பனை ஓலை மட்டைகள் எரிப்பதால் புகைதரும் மணம் ஒன்று போக இப்படி மழுவாகக் கொதிக்க வைக்கிறதால் ஒரு மணம் வரும். கவிதை இங்கே நின்றிருந்தால் கிட்டத்தட்ட அது என் கவிதை போலிருக்கும்... ஆனால்

ஒருவன்
தற்கொலை செய்யவிருக்கும் நாள்
இப்படித் தொடங்கக் கூடாது
என்று நினைக்கிறான் அவன்...

என்று முடிகையில்தான் இந்தக் கவிதைகளின் புதுக்குரலைக் கேட்கமுடிகிறது. கடுத்த சுவை, என்பது திர்நெல்வேலியின் அற்புத மான சொல் வழக்குகளில் ஒன்று.

இரண்டு நிலப்பரப்புகள் காணப்படுகின்றன இவரது கவிதை களில். ஒன்று திருநெல்வேலி, இன்னொன்று குழித்துறை. மீண்டும் இவற்றை நான் நிலப்பரப்பாகவே பார்க்கிறேன். ஏனென்றால் இரண்டாவதை நான் பார்த்ததே இல்லை. முன் நிலத்தில் வேர் விட்ட மரம் பின்னதில் கிளைவிட்டு பூச்சொரிந்து கனி மொய்த்துக் கிடக்கிறது. வேப்பங்கனிகள் என்று கூடச் சொல்லலாம். ஏனெனில் ஒரு நேர்ப் பேச்சில் அவர் சொன்னார், ஒருதோழி சொன்னதாக, “உங்கள் கவிதைகளில் உங்கள் முன்னோடி ஒருவரின் கோணல் தெரிகிறது” என்று சொன்னதாக. தோழி யாரென்று அவர் சொல்ல வில்லை அதனால் நானும் அந்த முன்னோடி யாரென்று சொல்லப் போவதில்லை. இந்த நிலப்பரப்பு மாறுதல் என்பது அவரது வாழ்க்கை முறையை மாற்றி மொழி வெளிப்பாட்டின் தயக்கங் களையெல்லாம் உதற வைக்கக்கூடிய ஒரு திடத்தைத் தந்திருக் கிறதோ என்னவோ... என்று நினைக்கத் தோன்றுகிறது.

உதாரணமாக தசைச் சங்கிலி என்றொரு நீளக் கவிதை (அளவுக்கதிகமான நீளமும் கூட) கிட்டத்தட்ட ஒரு ஆட்டொ ரைட்டிங் போலான ஒரு கவிதை. அதைக் கவிதை என்று சொல்ல முடியாது, ஒரு வகையான ஸ்ட்ரே தாட்ஸ், (தொட்டி மீன் போல, மூளையில் அங்குமிங்கும் அலையும் வார்த்தைகள் – கொஞ்சம் கோணலாய்ச் சொன்னால் தெரு நாய் போல நோக்கமில்லாமல் மூளையில் அலையும் வார்த்தைகள்) அதில் வருமொரு வரியில், கன்னியாஸ்திரீயா, கண்ணிய ஸ்த்ரீயா என்று தெரியவில்லை. ‘கன்னியாஸ்திரீயின் கர மைதுன டைரி’ என்றே நான் வாசிக்கிறேன். ஏனெனில் அதுவே போகனின் முத்திரை வரிகளாக ரசிக்கிறது. அதைக் கவிதையாக்குவது ‘தசைச்சங்கிலி’ என்ற அதன் தலைப்பு. பொதுவாக இந்த தொகுப்பில் கவிதைகளுக்கு தலைப்புகள் அதிக மில்லை. நீளமான கவிதைகளுக்குக் கண்டிப்பாக தலைப்பு வைத் திருக்கிறார். ஒரு வேளை அவை கிரீடக்கவிதைகள் என்று நினைக் கிறாரோ என்னவோ. நீளக் கவிதைகள் பெரும்பாலும் வாசிக்கப் படாமலேயே போய்விடும் அபாயமிருக்கிறது. ‘சுழி’ என்கிற நீளக் கவிதையின் சில அற்புத வரிகள் அப்படி அலுப்பு ஏற்படாமல்ப் பார்த்துக் கொள்கிறது. உதாரணத்திற்கு,

தாமிரபரணி ஆற்றில்... மழை வெள்ளத்தில் மிதந்து வருகின்ற

> கண்களை அசையாமல்
> வானத்துக்குக் காட்டிக்கொண்டு போகும் மாடு...

என்று வருகிற காட்சி பகீரென்று நான் பார்த்த ஆற்று வெள்ளத்தை நினைவுக்கு கொண்டுவருகிறது.

இதே போல்,

இன்னமும் இருட்டு என்ற தலைப்பிட்ட கவிதையில்

> சுனை நீரில் நாகம் போலே
> சத்தமின்றி
> தெருக்களில் நழுவி
> ஆற்றுக்குப் போனேன்...

என்கிற வரிகளைப் படிக்கையில் ஆஹா இதைப் பார்த்திருந்தும் எழுதாம விட்டுவிட்டோமே என்று நினைக்கத் தொடங்கியது. இதேபோல் எலியின் கண்களை, "தனது எண்ணெய்த் துளைக் கண்களால் என்னைப் பார்த்தது..." என்கிற போதும் படிமம் சாகவே சாகாது என்று தோன்றியது.

இப்படியெல்லாம் நினைக்க வைத்த கவிதை திடீரென்று நினைக்கவே முடியாத ஒரு உச்சத்தை தொடுகிறது, இந்த உதாரணக் கவிதையில்,

> வெற்றிடத்தை
> நினைவு வைத்துக் கொள்வது.
> சற்றுக் கடினம்
> என அறிகிறேன்
> அதனாலேயே
> இந்தக் குற்றங்களைச் செய்கிறேன்
> தனலட்சுமி அக்காவுக்கு
> அவ்வப்போது
> பிளேடால் தன்னைக் கீறிக்கொள்ளும்
> பழக்கம் இருந்தது
> பின்னொருநாள்
> அவள் கணவன்
> அவள் மார்புகள் மேல்
> சிகரெட்டால் எழுதிய படங்களை
> அவள் எனக்குக் காண்பித்தாள்
> நீ அவரைவிட்டு விடு என்றேன்
> அவள்
> நான் அவரை நேசிக்கிறேன் என்றாள்
> அவர் அப்படி ஒன்றும்

மோசமான ஆளில்லை
வெற்றிடங்களை நிரப்ப
மனிதர்கள் எது எதுவோ செய்கிறார்கள்
என்று எனக்குக்குச் சொன்னது அவள்தான்
பின்னுமொருநாள்
அக்கா தன் மேல்
கிருஷ்ணனின் நிறத்தில் தளும்பும்
கெரஸினை ஊற்றி தன்னை எரித்துக் கொண்டாள்
அவளுக்குள் நிரம்பி வந்த
வெற்றிடத்தையா அவள் எரிக்க முயன்றாள்
வெற்றிடங்களை நிரப்ப
சிலர்
இல்லாமக் கூடப் போகிறார்கள்
நான்
இந்தக் குற்றங்களைச் செய்கிறேன்.

தனலச்சுமி அக்காக்கள், ராமேஸ்வரி அத்தைகள், கறுத்த பெரிய மார்புள்ள யட்சிகள்... எல்லோரும் காமமும் காதலுமாக போகனின் கவிதைகளில் வருகிறார்கள். அவர்களுடன் இவரும் காமத்துடனும் காதலுடனும் கூடவே கவிதையுடனும் வாழ்கிறார்.

மனதில் முளைத்த சிறகுகளின்
வன்மைக்கு
கனவின் திசைகள் போதவில்லை

என்று ஃப்ரான்சிஸ் கிருபா சொல்கிறது போல அற்புதமான திசைகளில் சஞ்சரிக்கிற பல கவிதைகளை போகன் எழுதியிருக்கிறார். எழுதிக் கொண்டிருக்கிறார்.

காமத்தைக் காதலிக்கிற கவிஞராக அவர் தன்னை தன் கவிதைகளில் நிறுவியிருக்கிறாரென்று சொல்லலாம். ஆனால் மார்க்குய்ஸ் தி சேடி பற்றி அதிகமாகக் குறிப்பிட்டாலும் இவருடைய கவிதைகளில் காதலும் காமமும் நிறைந்திருந்தாலும் ஒரு கட்டுப்படுத்தப் பட்ட சேடிஸம் காணக்கிடைக்கிறதை உணரமுடிகிறது.

ஐந்தாம் கிளாஸிருந்து அல்லது பத்து வயதிலிருந்து படிகிற பெண்பிம்பங்கள் அல்லது பெண்ணுடல்கள் பற்றிய மறைக்கப் படாத விவரணை இதில் மனத் தடையின்றி வருகிறது. ஆனால், இதில் வருகிற “அனுமதிக்கப்பட்ட யோனிகளில் கூட....” என்ற வரிகள் அவரைக் கட்டுப்படுத்துகிற விஷயங்களும் இருக்கின்றன என்று உணர்த்துவதாகவே படுகிறது.

காதல் பொய்த்த காமம் அல்லது காமம் உள்ளூறை காதல் என்ற திரிபு மன நிலை தெரிகிற கவிதைகள் பலவற்றை இதில் காண முடிந்தாலும் வாழ்வு என்ற ஒன்று குறித்த தரிசனமுடைய வராகவே இருக்கிறார் கவிஞர். அதற்கான சான்றுகள் தொகுப் பெங்கும் விரவிக்கிடக்கிறது.

சிலசின்ன அழகிய ஹைகு போன்ற கவிதைகள் தொகுப்பின் இறுதியில் வருகின்றன. அவற்றில் சில அழகாகவும் உள்ளன. சில துணுக்குகளும் இல்லாமல் இல்லை.

“உயிருள்ளவை ஒருபோதும் கச்சிதமானவையோ கறாரான வையோ அல்ல. அவை பிசிறுகளால் நிறைந்தவை. நவ மனிதனின் மிகப் பெரிய துயரமே அவனால் இந்தக் கச்சிதமின்மையை தாங்கிக் கொள்ள முடியாததுதான். ஆகவேதான் அவன் கலையிலும் இலக் கியத்திலும் கச்சிதத்தை உருவாக்கிக்கொண்டே செல்கிறான்.” இவையும் போகன் சங்கரின் வரிகளே. பொருட்படுத்தத் தக்க கச்சிதமான வரிகளைப் படைத்த ஒருவருக்கு இப்படிச் சொல்ல உரிமையிருக்கிறது.

. If one has a talent, one is also its victim; one lives under the vampirism of one’s talent.” என்று நீட்ஷே சொல்வதுபோல் போகன் தன் கவிதைகளின் பலி கடா. அவர் நமக்குப் படைக்கப் பட்டிருக் கிறார். என் வாழ்த்துக்கள்

பாராட்ட நினைக்கிறவர்கள் பாராட்டுங்கள். நம்மில் பாவம் செய்யவில்லை என்று நினைக்கிறவர்கள் கல்லெறியுங்கள்.

26
நான் போகின்ற பாதையெல்லாம் உன் பூ முகம் கூடவரும்....

பிற்காலத்தில் அடிக்கடிச் செல்ல, பார்க்கப்போகிற இடங்களுக்கு ஒரு முன்னோட்டமாக சிறு வயதிலேயே சென்று வந்தோமா என்று சில சமயம் தோன்றுவதுண்டு. அந்த நினைவுகள் அவ்வளவு பசுமையாக மனதில் தங்கி விடுவதுமுண்டு. அக்காவுக்கு தலைப் பொங்கல்ப் படி கொடுப்பதற்காக தென்காசிக்கு அப்பா அழைத்தபோது வர விரும்பவில்லை நான். பொங்கல் லீவு விட்டாச்சு தெருவில் விளையாட்டுகள் கொண்டாட்டமாக இருந்தன. பெரிய விளக்கு வெண்கலப் பானைகள் என்று சீர்களை அப்பா நிறையக் கடன்பட்டு வாங்கி வைத்திருந்தார். அக்காக்களின் கல்யாணங்களே 'கடன்வாங்கிக் கல்யாணங்கள்' தான். அப்பாவின் நண்பர்கள் அவரை அதற்காகக் கிண்டல் பண்ணுவார்கள், "அண்ணாச்சி உங்களை வச்சுத்தான் ரெட்டியார் 'கடன் வாங்கிக் கல்யாணம்'ன்னு படம் எடுத்திருக் காரு போலிருக்கு," என்று. அப்பாவுக்கு அந்தக் காலத்திய சினிமாக் காரர்களை நன்றாகவே தெரியும். சீர்கள் போக அக்கா ஒரு குடை வாங்கி வரும்படி எழுதியிருந்தாள்.

திருநெல்வேலி வடக்கு ரதவீதியில் அப்போது ஒரு தொப்பிக் கடை உண்டு. ஜவுளி வியாபாரிகள் மகமைக்

கட்டிடத்தில், மணி மாளிகை ‘ஆயத்த அணிகல அங்காடி’க்கு எதிரில் இருந்தது. ஒரு இஸ்லாமிய பாய் நடத்தி வந்தார். அங்கே குல்லாக்கள் போக, போலீஸ் இன்ஸ்பெக்டர் தொப்பி, வேட்டைக் காரர் தொப்பி உட்பட விதவிதமான தொப்பிகளும் உண்டு. தொப்பி அணியும் நாகரிகம் மறைந்து கொண்டிருந்த நேரம். நான் இரண்டாம் வகுப்பு படிக்கும் போது எனக்கு ஒரு தொப்பி வாங்கித் தந்தார் அப்பா. அதைப் போட்டுக்கொண்டு இம்பீரியல் ஸ்டுடி யோவில் ஒரு படம் எடுத்தார்கள். நான் இரண்டு கைகளையும் பின்னால்கட்டிக் கொண்டு போஸ் கொடுத்திருந்தேன். படம் ப்ரிண்ட் போட்டு வரும்போது முழங்கைகளுக்குக் கீழ் கைகளிரண்டும் இல்லவே இல்லாததுபோல இருந்தது. அம்மாவுக்கு ஏக வருத்தம். அதை ஃப்ரேம் போடக்கூடாது என்று முரண்டு பிடித்தாள். எனக்குத் தெரிந்து இது ஒன்றில்தான் அவள் முரண்டு ஜெயித்தது. ஆங்கிலேய ஆதிக்க காலத்தில் அந்தக் கடைக்கு வெகுவான கவனம் இருந்தது என்று சொல்வார்கள். அங்கே குடையும் கிடைக்கும், இதுதான் விஷயம். குடை வாங்க அப்பாவுடன் நானும் போனேன்

குடையின் கைப்பிடியில், சாவித்ரி, பத்மினி, வைஜயந்தி போன்ற நடிகைகள். நேரு, காந்தி போன்ற தலைவர்கள் படங்கள் பதிந்து வருவது அப்போதைய ஃபேஷன். 1960இல் இதிலெல்லாம் திராவிட இயக்கம் பரவியிருக்கவில்லை போலும். நான் காந்தி படம் போட்ட குடை தேர்வு செய்தேன். எனக்கு அதை நானே வைத்துக்கொள்ள வேண்டும் என்று ஆசை. அப்பாவிடம் சொன்னேன். “நீ தென்காசிக்கு வர்ரேன்னா வச்சுக்கோ..” என்றார். சரியென்று மறுநாள் கிளம்பிவிட்டேன். இப்போது யோசித்தால் புரிகிறது, என்னைப்போல, அப்பாவுக்கும் உறவுக்காரர்கள் வீடென்றால் இருப்புக் கொள்ளாது, கால் தரிக்காது. உடனே கிளம்பி விடுவார். ஆனால் அன்று ஏதோ தங்கிவிட்டு மாலையில் போக வேண்டிய சூழல். அதனால் காலைச் சாப்பாடு முடிந்து என்னையும் அழைத்துக்கொண்டு அப்படியே வெளியே கிளம்பினார். நான், விடாமல் குடையைக் கையிலிடுக்கிக் கொண்டே கூட நடந்தேன். தென்காசி ரயில்வே ஸ்டேஷனுக்குப் போய் அலுவலகத்தில் யாரு டனோ பேசிக் கொண்டிருந்தார். “நீ டன்னல்... அதாம்வே குகை பாத்திருக்கியா” என்றார் என்னிடம் அந்த நண்பர். இல்லை யென்றதும், “அண்ணாச்சி அப்படியே ஆரியங்காவு வரை போய்ட்டு வாங்களேன் ட்ரெய்ன்ல.... ஒரு டனல் காட்டலாம் மைனருக்கு” என்றார். திரும்பும் ட்ரெயினை உத்தேசிச்சு அவரே அங்கே ‘சந்திர விலாஸ்’ ஸ்டாலில் ஒரு தயிர் சாதப் பொட்டலம் வாங்கித் தந்தார்.

கரி எஞ்சினில் ரயில் போகும் திசையில் உட்கார விட மாட்டார் அப்பா, கண்ணில் கரித் துகள் விழுந்து விடுமென்று. ஆனால் அன்று உட்கார்ந்து கொள், புகை அதிகமாகும்போது கண்ணை மூடிக்கொள் என்றார். புகை அதிகமாகும்போது ஒரு வித வாசனையே சொல்லிவிடும். அது சிறிய தூரம்தான். ஆனாலும் பசிய பாறை களுக்கிடையே ரயில் ஊர்வது மகிழ்ச்சியாய் இருந்தது. இதை யெல்லாம் யாராவது நண்பர்களிடம் உண்மையும் கற்பனையுமாய் சொல்லவேண்டும் என்று வழக்கம்போல் தோன்றியது. ஏற்கெனவே ரயில் டிக்கெட்டை வாங்கி வைத்துக் கொண்டிருந்தேன். திடீரென்று ரயிலில் விளக்குகளைப் போட்டார்கள், தொடர்ந்து விசில் சத்த மாக ஒலித்தது. நான் சிரித்துக்கொண்டே காதைப் பொத்தினேன். “யானை அல்லது ஏதாவது மிருகங்கள், உள்ளே இருந்தால் விலகிக் கொள்ளும், அப்படியும் விலகவில்லை என்றால் வெண்ணீர், அதான், ஸ்டீமைத் திறந்து விடுவாங்க,” என்றார் பக்கத்திலிருந்த ஒருவர்.. அப்பா, “டேய் ட(ன்)னல் வரப் போகுதுடா” என்றார். திடீரென்று இருள் சூழ்ந்தது. ரயிலுக்குள் மஞ்சள் விளக்குகள் அதிகப் பளீரென்று எரிந்தது. அப்போதுதான் வெளிச்சத்திலேயே விளக்குகள் போட்டதன் காரணம் புரிந்தது. அது சின்ன குகை தான். இரண்டு அல்லது மூன்று நிமிடத்தில் கடந்துவிட்டது. குகை முடிந்ததும் ஸ்டேஷன் வந்துவிட்டது. இறங்கி ஊருக்குள் நடந் தோம். ஊர் என்ன, நாலைந்து குடிசைகள் ஒரு டீக்கடை. கொஞ்சம் தள்ளி அய்யப்பன் கோயில். அது அய்யப்பன் கோயில் என்று அப்போது தெரியாது. டீக்கடையினுள் போய் உட்கார்ந்து தயிர் சாதத்தைச் சாப்பிடலாமா என்று கேட்டு வந்தேன். அங்கே இருந்த ஒரு பெண்ணும் என் வயதொத்த சிறுவனும் சம்மதித்தார்கள். பெண் முண்டும் ஜம்பரும், கொஞ்சம் வெட்கமும் அணிந்திருந் தாள். அதே வெட்கத்துடன் சாப்பிட்டு முடித்ததும் ஒரு உண்டி யலைச் சிறுவனிடம் கொடுத்து கோயில் காரியமோ என்னவோ சொல்லிக் காசு கேட்டாள். அப்பா எட்டணா (ஐம்பது காசு) போட்டார். அதற்கே கண்கள் அப்படி சந்தோஷமாய் விரிந்தன. பத்து வயதில் பார்த்த அந்த சந்தோஷ வெட்கத்தை அதே புரித லுடன் இப்போதும் உணரமுடிகிறது. இப்போ பஸ் வரும் அதில் போகலாம். ரயிலுக்கு நேரம் நிறைய இருக்கிறது என்று சொன்னாள்.

கோயிலுக்கு எதிரே பஸ்ஸுக்கு காத்திருந்தோம். அன்று கோயில் திறந்திருக்கவில்லை அதனால் போகவுமில்லை. கேரளா அரசு பஸ் வந்தது. ஏறியதும் அப்படியொரு வேகமும் லாவக முமாய்ப் போனது. எனக்கு ஆச்சரியம். ஆய் ஊய் என்று அப்பா விடம் கத்திக் கொண்டு வந்தேன். நம்ம ஊரு டி.வி.எஸ் பஸ் *15*

மைல் வேகத்தில் போனாலே அதிசயம். அந்த டிக்கெட்டையும் வாங்கி பத்திரப் படுத்திக் கொண்டேன். ஆனால் 54 வருஷத்துக்கு முன்னால் பார்த்த அதே சிகப்பும் மஞ்சளுமான கலர், அதே பச்சை சீட், அதே சிடு சிடு கண்டக்டர்கள்..... மாறவே இல்லை. அதற்குப் பிறகு அந்த வழியே திருவனந்தபுரத்திலிருந்து வந்தது, 13 வருடங்கள் கழித்து. நாகர் கோயில் சென்று சுந்தர ராமசாமியைச் சந்தித்துவிட்டு, கசடதபற பதிப்பாசிரியரான மஹாகணபதி என்கிற 'பதி'யுடன், திருவனந்தபுரம் சென்றேன்.

சுந்தர ராமசாமியுடனான முதல் சந்திப்பு அதுதான், நாகர் கோவிலில் அவரைப் பார்த்துவிட்டு, மார்த்தாண்டம் தக்கலை வழியாக. திருவனந்தபுரம் போனோம். அன்று கேரளாவில் ஏதோ திடீர் ஹர்த்தால். எனக்குப் பயம் எங்கே திருவனந்தபுரம் வாய்ப்பு நழுவிவிடுமோ என்று. "இங்கே இடவப்பாதி மழை பெய்யாமலிருந் தாலும் இருக்கும் ஹர்த்தாலும், ஸ்ட்ரைக்கும் நடக்காமலிருக்காது." என்று மஹாகணபதியின் நண்பர் காரோட்டிக் கொண்டே சொன்னார். அவரது காரில்தான் போனோம். கேரளா எல்லைக்குள் சென்றதும் ஒரு டூட்டோரியல் கல்லூரி மாணவர்கள் பத்துப் பேர் போல காரைத் தட்டி, "பதுக்க போ, பதுக்க போ" என்று பய முறுத்திக் கொண்டிருந்தார்கள். "சரி, ஏதோ இந்த மட்டுக்கும் காரையாவது விடறாங்களே"என்று நினைத்துக் கொண்டேன். நெய்யாற்றின் கரையில் கார் ஊர்ந்து ஊர்ந்து போனது. வழியில் ஒரு தியேட்டரில் மலையாள எழுத்துகளுடன் 'காரைக்கால் அம்மையார்' பட போஸ்டர் ஒட்டியிருந்தார்கள். நான் பார்த்துச் சொன்னேன், "இது காரைக்கால் அம்மையார்' போஸ்டர்தானே," என்று. "இங்க இந்தப் பக்கம் பாரும் சோம்ஸ், எத்தனை அம்மை யார்கள் நிக்காங்கன்னு..., எங்க வந்து எதைப் பாக்கறீர்.." என்று சிரித்தார் மஹா கணபதி. பஸ்கள் ஓடாததால், ஸ்டாப்பில் ஏகக் கூட்டமாய் பெண்கள். "சிந்து நதிக் கரைக்கு படகில் அழைத்துப் போக வேண்டிய சேர நன்னாட்டிளம் பெண்கள்".

'அந்தப்பக்கம்' கண்கள் நிலைக் குத்தி நின்றன. காரோட்டி நண்பர்,' நீங்க திருநெவேலிதான ஸ்தலம்ன்னு சொன்னாப்ல, நீங்க போகும்போது அந்த ரூட்ல, செங்கோட்டை வழியாப் போங்கோ..., எல்லா சீனரீஸும் பார்க்கலாம்.." என்றார். சுந்தர ராமசாமியும் சொல்லியிருந்தார், "அது ரொம்ப அழகான பயணமாயிருக்கும்," என்று. கையில் இருப்பது ஐந்தே ஐந்து ரூபாய். எவ்வளவு பஸ் கட்டணம் ஆகுமோ தெரியலையே... என்று நினைத்துக் கொண் டேன். மஹாகணபதி நான் பார்த்துக் கொள்கிறேன் வாரும் என்று

சொல்லித்தான் இருந்தார். தென்காசி வரை போனால்க் கூட போதும். அதற்குப் பின் அங்கே அக்கா வீட்டில் வாங்கிக் கொள் ளலாம், திருநெல்வேலி போக. கொஞ்சம் என்ன ஏது என்று நச்சரிப் பாள். ஆனால் அதற்கெல்லாம் தேவையிருக்கவில்லை. பதி, பத்து ரூபாய் தந்தார், திருவனந்தபுரத்தில் இறங்கியதும். கொஞ்சம் கேட்டுக் கேட்டு வாங்கினேன். "என்ன அவ்வளவு பயப்படுறீர், அப்படில்லாம் விட்ருவனா," என்றார்.

மறுநாள் காலையில் எழுந்ததும் கிளம்பிவிட்டேன். இரண்டு பேரும் ஒரு டீ சாப்பிட்டிருந்தோம். செங்கோட்டைக்கு ஐந்து ரூபாய் கட்டணம் என்று விசாரித்ததும், பஸ் நிலையத்திலிருந்த ஓட்டலில் ஏதோ சாப்பிடலாமே என்று தோன்றியது. அங்கே ஊழியர்களுக்குள் ஒரே சண்டையாகக் கிடந்தது. அது கூட்டுறவுத் துறையோ அரசோ நடத்துகிற கேண்டீன். உள்ளங்கை அளவு ரெண்டு தோசையை வைத்துவிட்டு, கொஞ்சம் காரமும் தண்ணீரு மாக எதையோ (பிற்காலத்தில் அதன் பெயர் 'சம்மந்தி' என்று தெரிய வந்தது) அதன் மேல் விட்டுவிட்டு, சப்ளையர் மறுபடி சண்டை போடப் போய்விட்டார். வயிற்றுக்கு கண்டும் காணா மலும் அதை விழுங்கிவிட்டு எழுந்து காசு கொடுக்க 'கல்லா' பக்கம் வரவும், சண்டையும் அங்கே நகர்ந்து வந்தது. ஏற்கெனவே காசு தர நின்று சலித்த ஒருவர், "வரூ" என்று என்னையும் அழைத்த படி கிளம்பினார். பஸ் அவசரம், நானும் காசு தராமலே கிளம்பி னேன். இரண்டு ரூபாய் போனஸாக்கும் என்றார் அவர். எனக்குப் பயம், எங்கே பின்னாலேயே வந்து பிடறியைப்பிடித்து விடுவார்களோ என்று.

பஸ், தலைநகரின் சுமாரான நெருக்கடிகளை விட்டு சீக்கிரமே சாலை மரங்களுக்கிடையே விரைய ஆரம்பித்தது. கவ்டியார் பக்கமாக வந்த நினைவு. அது வழியாகச் சென்றுதான் முந்தின நாள் நகுலனைப் பார்த்து வந்தேன். விடியற்காலச் சூரியன் அவ்வளவு சீக்கிரமாக மேற்கு மலையின் மேல்புறத்தினை எட்டுவ தில்லை போலும். குளுமையாக இருந்தது. காலையில் குளித்து, விரிந்து கிடக்கும் தலைமுடியும், லேசான சந்தனக் கீற்றும், கண்ணை உறுத்தாத வர்ணங்களில் சேலையும் அணிந்து பெண்கள் அங்கங்கே நின்று கொண்டும், நடந்து கொண்டும். என்னுடைய நண்பரும் பிரபலமான ஜவுளிக்கடை அதிபருமான ஒருவர் சொல்லுவார். "கேரளா மார்க்கெட்டுக்கான சேலைகளின் வர்ணங்கள் பிரத் யேகமாக உருவாக்கப்படுபவை, அவை பொதுவாக இந்தியாவில் வேறெங்கும் விற்பனையாவதில்லை" என்று. பிற்காலத்தில் ஒரு

முறை அழகான செண்பகப்பூக் கலரில், 'பொடீ'க்கரையுடன் ஒரு சேலையை அவரது கடையில் தெரிவு செய்தபோது, "இது கேரளா விலிருந்து எங்கள் கடைக்கு வருபவர்களுக்காக கொள்முதல் செய்தவை, அண்ணாச்சிக்கு பிடித்ததில் ஆச்சரியமில்லை," என்று விளையாட்டாகச் சொன்னார்.

நெடுமங்காடு பஸ் நிலையத்தில் நுழைந்து வெளிவந்தபோது பஸ் நிரம்பி வழிந்தது. அதுவரை வெளியே மலைச் சரிவுகளிலும் உயர உயரமான மரங்களிலும் இள வெயிலும் நிழலும் விரித்திருந்த பொன் பச்சையில் கொள்ளை போயிருந்த மனது பஸ்ஸிற்குள் நெருக்கி நிற்கும், 'ஒரு நதியைப் பார்ப்பதுபோல், ஒரு பூவைப் பார்ப்பதுபோல் என்னையும் பார்க்கிறாய் அவ்வளவுதானே என்கிற மாதிரி' எந்த அலட்டலுமில்லாத பெண் முகங்களில் லயித்தது. இந்த பிம்பமும் பதிவும் அதற்குப்பின் பலமுறை இதே தடத்தில் சென்ற போதும் தொடர்ந்து மாறாமலிருந்தது. ஆட்கள் இறங்கும் போதெல்லாம் அவர்கள் இறங்குமிடத்தில் காடுதான் இருந்தது. ஏதோ பள்ளங்களுக்குள் ஒன்றிரண்டு வீடுகள் தெரிந்தன. ஒரு பஸ் நிறுத்தம் அல்லது ஊர் என்பது அதிகம் போனால் பத்து குடிசைகளுடன் மட்டுமே இருந்தது. குளத்துப் புழை, தென்மலை, ஆரியங்காவு, கோட்டைவாசல் என்று தமிழ் நாடு நெருங்கி மேற்கு மலைச்சரிவு மறைய மறைய வெக்கை ஆரம்பித்தது. இரண்டு கையகலத் தோசை எப்போதோ செரித்துப் போய், கண்கள் தின்ற பச்சையத்தால் மறந்திருந்த பசி மெல்லத் தலை காட்டியது. ஆனாலும் செங்கோட்டையில், திருநெல்வேலிக்கு பஸ் ரெடியாக நின்றதால், சாப்பிடாமலே எறிவிட்டேன். மதியம் மூன்று மணிவாக்கில் வீட்டிற்கு வந்து சாப்பிட்டேன். அன்றைக்குத் தெரியாது நான் ஆண்டு தோறும் 33 வருடங்கள் அந்தப் பாதை வழியாகப் போய் வரப்போகிறேன் என்று.

ஆரியங்காவு கணவாய் வழியாக வீசும் தென்மேற்குப் பருவக் காற்றுதான் குற்றாலத்துக்கு சாரலையும் சீஸனையும் கொண்டு வருகிறது. கயத்தாறு வரை இந்தக் காற்று ஒரு குறிப்பிட்ட கோணத்தில், திசையில் வீசும் என்பார்கள். "கயத்தாத்துக் காத்தை கடன் வாங்கி வீசுனமாதிரி.."ன்னு சொலவடை சொல்லுவார்கள். ஆரியங்காவுக்கு முன் கேரள எல்லை ஆரம்பிக்கும் இடத்தின் பெயர் கோட்டை வாசல். அங்கே கருப்பசாமி கோயில் ஒன்று இருக்கிறது. ஆண்டு தோறும் நாங்கள் சபரிமலைக்குப் போகிற போது அங்கே போய் ஒரு தேங்காய் விடலை போட்டு சூடன் ஏற்றி விட்டுப்போவோம். சூடனை ஏற்ற முடியாதபடி காற்று

வீசும். ஆரியங்காவிலிருந்து தென்மலை போனதும் திருவனந்த புரத்திற்கும் புனலூர் வழியே சபரிமலைக்கும் பாதைகள் பிரியும். ஆரியங்காவில் கேரள அரசின் போக்குவரத்துத் துறை செக்போஸ்ட் ஒன்று உண்டு. ஒரு நண்பர் விளையாட்டாகச் சொன்னார், "யோவ் ஐயப்பன் கோயிலைவிட உண்டியல் வருமானம் கொழிப்பது இந்த செக்போஸ்டிலதான்யா…" என்று. வருடா வருடம் சபரிமலை சீஸனில் இதைக் கடக்கிற லட்சக்கணக்கான வேற்று மாநில வண்டிகள் இங்கே அளக்கும் 'படி' கணக்கில் அடங்காதது. இதைக் கேட்டதும் எனக்கு பத்து வயதில், டீக்கடை சேச்சிக்கு உண்டியல் போட்ட ஞாபகம் வந்தது.

சபரிமலைப் பாதையின் அழகும் தனிதான். அதுவும் லாஹா எஸ்டேட் பலாப்பள்ளி, நிலாக்கல் தாண்டியதும் மேற்கு மலை பூண்டிருக்கும் அழகு அபாரமாயிருக்கும். கேரள அரசு பஸ்களில் இந்தப் பாதையில் ஏறுவது கூடுதல் த்ரில்லும் மகிழ்ச்சியும் தரக் கூடியது. மலைக்குப் போகும் போதெல்லாம். பாதையில் அழகான குடில்கள் தள்ளித் தள்ளியே இருக்கும். ஒவ்வொரு குடிசைக்கும் கிணறு, அதற்குமேல், இலைகள் விழுந்து அழுகாமலிருக்க வலைகள்… கொடியில் காயும் ரப்பர் ஷீட்டுகள், ஒரு மரத்தைச் சுற்றி அடையப்பட்ட வைக்கோல், என்று அமைதியும் தனிமையும் வாவாவென்று அழைக்கும். ஆனால் தமிழ்நாட்டைப் போல பூக்களும் கிடையாது, விதவிதமான மாலைகள் கட்டுவதும் கிடையாது.. அங்கே வேறு விதமான பூக்கள். செடியெங்கும் முகம் முகமாய்ப் பூத்திருக்கும் செம்பருத்திப் பூக்கள். அவை குட்டிப் பெண்களாக வழிதோறும் நின்று சாமிகள் செல்லும் பஸ்கள் கடக்கும் போதெல்லாம் கை நீட்டி "சாமி பூ தாராமோ" என்று கேட்கும் அழகே தனி. முதன் முறையாக நான் பார்த்த இந்தப் பூ முகங்களில் ஒன்றின் ஜாடை, யாரை வேண்டி அந்தக் கோயிலுக்கு வந்து ஏமாந்து கொண்டிருக்கிறேனோ, அந்த முகத்தை ஞாபகப்படுத்தியது 32 வருடமும் போகிறபோதெல்லாம், அந்தப் பூமுகம் நினைவில் தவறாமல் வந்தது. அப்போதெல்லாம் கண்ணதாசனின் பாட லொன்று பஸ்ஸின் சரண கோஷங்களை மீறி நினைவில் கேலியான சிரிப்புக்கிடையே கூடவே கேட்கும், "நான் போகின்ற பாதை யெல்லாம் உன் பூ முகம்கூட வரும்…."

❖❖❖

27

திரு. தொண்டனின் தேர்தல் புராணம்

சந்திப்போம் சந்திப்போம் '67இல் சந்திப்போம் என்று மாவட்ட மகாநாடுகள் தோறும் முழங்கி வந்த 1967வந்து விட்டது. பிப்ரவரி 21இல் தேர்தல். வேட்பாளர்கள் அறிவிக்கப்பட்டாயிற்று. திருநெல்வேலிக்குப் புது முகமான இளைஞர். அங்கங்கே தேர்தல் அலுவலகங்கள் திறக்கப் பட்டன. திருநெல்வேலி டவுனில், காந்திமதி அம்மன் கோயிலுக்கு எதிர்த்தாற் போல் சி.த.கோ. இ.பெருமாள் பிள்ளை ஜவுளிக்கடை நொடித்துப் போய், துணிகள் எதுவும் அடுக்கப் பெறாமல் வெறும் அட்டங்கள், எலும்புக்கூடு போல் காட்சியளிக்கக் கொஞ்ச நாள் வெறுமனே திறந்து மட்டும் இருந்தது. அப்புறம் அதை யாரோ விலைக்கு வாங்கிவிட்டார்கள். அதில் புதிய கடை வைக்க பலருக்கும் யோசனை, அதனால் அடைத்துக் கிடந்தது. அதை தி.மு.க தேர்தல் அலுவலகம் வைக்க வாடகைக்குக் கேட்டதும் கொடுத்துவிட்டார்கள். அடைத்தே கிடந்த கடை, ஆட்கள் வரவும் போகவுமாக 'கல கல' வென்று மாறிவிட்டது. கடை நீளத்திற்கும் அதன் முன்னால் ஐந்தடி அகலத்திற்கு, 'வேனல்ப் பந்தல்' போலப் போட்டு, ஓரமாக குளத்திலிருந்து கரம்பையைப் பாளம் பாளமாகப் புல்லுடன் வெட்டிக்கொண்டு வந்து பாத்தி கட்டியது போல் அடுக்கி, அதற்குள் ஆற்று மணல் அடித்து, பெரிய மண்பானையில் தண்ணீர் பிடித்துவைத்து... அந்த இடமே பிப்ரவரி மாத முன் கோடையில், ஏதோ பாலைவனச் சோலை போல

இருந்தது. கரம்பை வெட்டி வந்தது, மணல் அள்ளி வந்து கொட்டியது, எல்லாமே தினசரி காய்கறி மார்க்கெட் அண்ணாச்சி களும் தம்பிகளும்தான். மார்க்கெட்டில் இலை வியாபாரம் பார்க்கும், இ.நம்பி அண்ணாச்சிதான் நகரச் செயலாளர். மார்க்கெட்டில் ஒரு தொண்டர் படையே இருந்தது. இவ்வளவுக்கும் அவரும் சீட் கேட்டிருந்தார், கிடைக்கவில்லை.

அன்று ஞாயிற்றுக் கிழமை, கல்லூரி கிடையாது, இருந்தாலும் போகப் போவதில்லை. கல்லூரிப் பக்கம் போய் ஒரு வாரத்திற்கு மேலாகியிருந்தது. எம்.ஜி.ஆர். சுடப்பட்டு, பொங்கல் விடுமுறை வந்து, தேர்தல் மும்முரமாகிவிட்டது. 'வோட் லிஸ்ட்' வந்திருந்தது. அதை வாக்காளர் பட்டியல் என்று நாங்கள்தான் சொல்ல ஆரம்பித் திருந்தோம். இன்னும் முழுதாக அந்த வார்த்தை பழகாததால், நாங்களே கொஞ்சம் தயக்கமாகவே சொல்லுவோம். சாதாரணப் பேச்சில் 'ஓட் லிஸ்ட்' தான் அன்றையப் புழக்கம். காங்கிரஸ் விளம்பரங்களில், காங்கிரஸ் 'அபேட்சக'ராகிய மகாராஜபிள்ளைக்கு இரட்டைக்காளை சின்னத்தில் 'ஓட்' செய்யுங்கள் என்றுதான் இருக்கும். இங்கே, "உதயசூரியன் சின்னத்தில் வாக்களிப்பீர்". அதிகாரபூர்வமான கட்சி விளம்பரச் சுவரொட்டிகள் வரும் வரை, ஒன்றிரண்டு தெருக்களில் திமுகவினர் "ஏ.எல்.சுப்பிரமணிய பிள்ளைக்கு, வாக்களியுங்கள்" என்று தட்டி போர்டு எழுதி வைத்திருந் தார்கள். அப்புறம் அதை நீக்கும்படிச் சொல்லிவிட்டார்கள். "தம்பி, நீங்க 11வது வார்டுதானே, உங்க வார்டு வோட் லிஸ்டை வாங் கிட்டுப் போயிருதீங்களா", என்று கேட்டார் நம்பி அண்ணாச்சி.. உங்களைப் பார்க்கத்தானே வந்திருக்கேன் என்று நினைத்துக் கொண்டேன். எம்.ஜி.ஆர் குண்டடி பட்டு கழுத்தில் பிளாஸ்டர் போட்டிருக்கும் சுவரொட்டிகள் நகரெங்கும் ஒட்டப்பட்டு இரண்டு மூன்று நாட்களாகியும் அதன் பரபரப்பு அடங்கவில்லை. எங்கள் தெருவில் 'பார்வையான' இடத்தில் ஒட்டவில்லை. என் தனிச் சேகரிப்பிற்கும் தேவையாய் இருந்தது. அதனால் அந்தப் போஸ்டர் வாங்கப் போயிருந்தேன். அதற்குப் பெரிய 'ரேஷன்' அப்போது.

வாக்காளர் பட்டியல் வாங்கிய கையோடு ரகசியமாக போஸ்டர் கேட்டேன். அவர், "இப்ப உனக்கு குடுத்தேன்னா பெரிய ஆவலாதியாயிருண்டே... குடுத்து விடுதேன்," என்றார். என் முகம் வாடுவதைப் பார்த்து, "இல்லேன்னா நீ நைட்ல வா... நாம்லா தாரேன்..." என்றார். ஆனால் இரண்டு மூன்று நாட்கள் கழித்து அதிகப் படியான போஸ்டர்கள் வந்தப்புறம் தந்தார், அதற்குள்

நான் ஜங்ஷன் நண்பர்களிடம் வாங்கி வந்துவிட்டேன். வாக்காளர் பட்டியலைப் பிரதி எடுப்பது அப்போது பெரிய வேலை. குயர் குயராக வெள்ளைத்தாள் வாங்கி கோடு போட்டு, (கோடு போட்ட தாள் வாங்கினால் விலை குயருக்கு 10 பைசா அதிகம்) கார்பன் வைத்துப் பிரதிகள் எடுக்க வேண்டும். பால் பாயிண்ட் பேனாவும் கொஞ்சம் அபூர்வம். அதனால் 'காப்பியிங் பென்சில்' வைத்து எழுத வேண்டும். அதை தண்ணீரில் முக்கி எழுதினால் அழகான வைலட் நிறத்தில் எழுதும். ஆனால் தாள் நனைந்துவிடும். காப்பியிங் பென்சில் என்றால் இப்போது தெரியுமோ என்னவோ. அதில் எழுதினால் ரப்பர் வைத்து அழிக்க முடியாது. வாக்களர் பட்டியல் பிரதி எடுத்ததும் வீடு வீடாகப் போய் குறிப்பிட்ட வாக்களர்கள் இருக்கிறார்களா, அவர்கள் வேறு எங்கும் வீடு மாறிவிட்டார்களா என்றெல்லாம் குறிப்பெடுப்போம். எந்த வீட்டின் அடுக்களை வரையும் போய் விடுவேன்.

ஒவ்வொரு தெருவிலும், வார்டிலும் இதே வேலை நடக்கும். காங்கிரஸ் கட்சிக்கு தொண்டனே கிடையாது. எங்கள் தெருவில் இரண்டு பேர் இருந்தார்கள். அவர்களுக்கு தினமும் ஐந்து ரூபாய் சம்பளமும், போத்தி ஓட்டலில் டிஃபன் சாப்பிட்டுக்கொள்ள கணக்கும் உண்டு. எங்களைப் பார்த்தாலே தலை கவிழ்ந்தபடி போவார்கள். ஒருவர், 'மண்டல காங்கிரஸ் கமிட்டியின் காரிய தரிசி' மகன். ஒருவர் குருவிக்குளம் பள்ளியில் ஆசிரியர் பயிற்சி முடித்துவிட்டு வேலையில்லாமல் இருந்தார். இரண்டு பேருமே ஒருநாள், நல்ல உச்சி வெயில், என்னிடம், "எங்களைத் தப்பாக நினைக்கவேண்டாம்." என்று பேசிக் கொண்டிருந்தார்கள். "வாரும் வேய், ஒரு பழ சர்பத் சாப்பிடுவோம்..." என்று அழைத்தார்கள். கோழிக்கோடு பழம்போட்டு, 'ஜில்விலாஸ்' நன்னாரி எசன்ஸ் விட்டு, பழ சர்பத் அப்போது ஃபேமஸ், ஆனாலும் நான் மறுத்துவிட்டேன். அதை இங்கே எங்களுக்குள் பகிர்ந்து கொண்டபோது "ஏலெ, சர்பத்தெல்லாம் வேண்டாம், நைசா ரெண்டு பால்பாயிண்ட் பேனா 'லாத்தி'த் தரச் சொல்லுலே..." என்றார்கள். அப்போது ரீஃபில் கூட சுலபமாகக் கிடைக்காது. இரண்டுக்கு மூன்றாகக் கொண்டு வந்து தந்தார்கள். "ஏல, ரெட்டைக் காளைப் பேனா சோக்கா உழுதுலெ..." என்று கிண்டலும் கேலியுமாக, பிரதியெடுக்கும் வேலை வேகமாக நடந்தது.

அது முடிந்தால் பூத் ஸ்லிப் எழுதும் வேலை, டோர் ஸ்லிப் ஒட்டுவது. இது போக ஒன்றிரண்டு தட்டி போர்டுகள் எப்போதும் தயாராக இருக்கும். மூங்கிலைச் சீவி பின்னிய 'பிரப்பம் பாய்'களை

சட்டத்தில் அடைத்துச் செய்தவை தட்டி போர்டுகள். அவசரமான நேரங்களில் தகவல்கள், அறிக்கைகள் பொதுக்கூட்ட அறிவிப்புகள் எழுதி ஒட்ட உதவியாய் இருக்கும். மண் உலை மூடிகளில் வர்ணப் பொடிகளைக் கரைத்து, வச்சிரம் காய்ச்சிக் கலந்து வைத்திருப் போம். சுவர் விளம்பரங்களை நாங்களே எழுதிவிடுவோம். உதய சூரியன் வரைவது எளிது. (பின்னால் இரட்டை இலையை அதை விட எளிதாக வரைந்தோம்.) ஆனால் 'இரட்டைக்காளை' வரைய கடினம். 'பசுங்கிளி' என்று ஒருவர், சைன் போர்டு ஓவியர்.. அவர் தான் வரைவார். அவர் தி.மு.க கரை வேட்டிக் கட்டிக் கொண்டு தான் அதையும் வரைவார். எனக்கு அணுக்கமானவர். அவர் வீட்டிற் கெல்லாம் போயிருக்கிறேன். மாடியிலிருந்து கடைகளின் பெயர்ப் பலகை எழுதுவதைப் பார்த்துக்கொண்டே இருப்பேன். அம்பர் கலரையும் நீலத்தையும் சேர்த்து கருப்புக் கலர் தயாரிக்க அவர்தான் சொல்லித் தந்தார். தனிக் கருப்புப் பொடி தண்ணீரில் மிதக்கும், சீக்கிரம் கரையாது.

எங்கள் தெருவில் காங்கிரஸ்ஸிற்கு 'இரட்டைக் காளை' வரைந்த கையோடு நாங்கள் சுவர் விளம்பரம் எழுதுவதை மேல்ப் பார்த்து யோசனைகள் சொல்லிக்கொடுத்தார். வாசகம் எழுதுவதற்கு முன் நாங்கள் ஸ்கேலை வைத்து கோடுகள் போட்டு அதற்கிடையில் எழுதிக் கொண்டிருந்தோம். "இது வேலைக்காகுமா தம்பி, விடிய விடிய எழுதினாலும் ஒரு சொவர் கூட எழுதமுடியாதே.." என்று சொல்லிவிட்டு நீளமான பம்பரக் கயிறை லேசாக வர்ணத்தில் நனைத்து இரண்டு முனைகளையும், இரண்டு பேரைச் சுவரை யொட்டிக் கயிற்றைப்பிடித்துக் கொள்ளச் சொல்லிவிட்டு லேசாகக் கிள்ளுவது போலப் பிடித்து இழுத்துவிட்டார். அழகான கோடு விழுந்தது சுவரில். "இப்ப எழுதுங்க, வாசகம் அச்சடிச்ச மாதிரி வருமே..." என்றார். "தம்பிகளா, இது எதுக்கு கஷ்டப்படுதிய", என்னைக் காண்பித்து, "நாளைக்கு தம்பிய அனுப்புங்க, அழகா தகரத்துல ஸ்டென்சில் வெட்டித் தாரேன்.. வச்சுகிட்டு ரெண்டு தடவை மேலருந்து கீழா ப்ரஷ்ஷை வச்சு இழுத்தா வேலை சுளுவா முடிஞ்சுருமே..." என்று சொல்லிவிட்டு மறு நாள், நான் பார்க்கவே "உங்கள் சின்னம் உதயசூரியன்.. தேர்தல் நாள் 21–2–1967" என்று தகரத்தில், எழுத்தும் படமும் வெட்டிக் கொடுத்தார். ஜாக்கிரதை யாக அவர் வெட்டும் போதுதான் ஏன் அந்த மாதிரி விளம்பரங் களில் எழுத்துகளின் குறுக்கே வெள்ளைக் கோடுகள் வருகின்றன என்று புரிந்தது. குழந்தைகளுக்கு ப்ராஜெக்ட் ஒன்று செய்து தரும் போது, இந்தப் பட்டறிவு எனக்கு உதவியாக இருந்தது. (உழைப் புக்கு, என்ன ஒரு காலம் கடந்த பயன்..!)

தெருவுக்குத் தெரு கூட்டங்கள் நடத்துவார்கள். ஒரு கூட்டம் நடத்த பேச்சாளருக்கு ஐம்பதிலிருந்து நூறு, மைக் செட், மேடை (அதுகூட நாலைந்து வீடுகளில் நல்ல கட்டில்களாக வாங்கி, ஒப்பேத்தி விடலாம்.) ஒரே ஒரு மாலை அல்லது துண்டு, இருநூறு ரூபாய்க்குள் முடித்துவிடலாம். ஆனால் அதைச் சேகரிக்கவே சிரமம். நாமொரு தெருவில் போய் பணம் பிரிக்கப்போனால் அவர்கள் பதிலுக்கு ஒரு நாற்பது பக்க நோட்டை நீட்டுவார்கள். “நாங்களும் கூட்டம் போடறோம்ல்லா, ‘நன்னிலம் நடராசன்’ வாராரு. நீங்க யாரைக் கூப்பிடறீங்க, போலீஸ் கண்ணனையா....” என்பார்கள். ஆனால் எப்படியும் ஏதாவது காசு பெயரும். இதெல்லாம் மொய் எழுதுவது மாதிரித்தான். யாராவது ஐந்து ரூபாய் தந்தால் அவர்தான் கொடைவள்ளல். அப்புறம் கூட்டம் நடக்கும்போதே, துண்டு ஏந்தி வசூல் செய்வோம். அதில் முப்பது நாற்பது கிடைக்கும். கண்டிப்பாக வேர்க்கடலை விற்கும் தோழர் ஒருவர், காசு சேராவிட்டாலும் ஒரு உழக்கு கடலைப் பொட்டலம் தருவார். புட்டாரத்தி அம்மன் கோயில் முன்பாக தமிழரசி கூட்டம் நடந்தது. அவரது பேச்சின் ஹைலைட் தியாகி அரங்கனாதன் தீக்குளித்து இறந்ததை விவரிப்பதுதான். அதை, பேச்சின் கடைசியில்தான் சொல்லுவார்.

நாங்கள் போனபோது நேரமாகிவிட்டது. மேடைக்கருகே தெருவில் இடமே இல்லை. தெரு அடைத்து தரையில் உட்கார்ந் திருந்தார்கள். சாதாரண நாளில் அங்கே மாடுகளும், வண்டியும் ஒரே நெருக்கடியும் அசிங்கமுமாக இருக்கும். நாங்கள் கோயில் மேலே ஏறிவிட்டோம். ஒருத்தன் ஏறினால்ப் போதும் அவன் கையைக் காலைப்பிடித்து எல்லோரும் ஏறிவிடுவோம். கொஞ்ச நேரம் கழித்துத்தான் மூத்திர வாசனை ஆளையே கிறங்க வைத்தது. கோயிலுக்குப் பக்கத்தில் இருக்கும் ஒரு முடுக்குதான் அந்த ஏரியா விலுள்ள எல்லோருக்குமே ‘ஜலதாரை’ போலிருக்கிறது. அதோடு மேடைக்கும் எங்களுக்கும் இடையே ஒரு தெரு விளக்கு. அதன் குண்டு பல்பைத் தாண்டி மேடையில் உள்ளவர்களைப் பார்க்க முடியாமல் கண் கூசிற்று. யாரோ போஸ்டில் ஏறி பல்பைக் கழற்ற அது கையைச் சுட தொபீலென்று கீழே விழுந்தது. போலீஸ் சத்தம் போட்டு கீழே இறங்கச் சொன்னார்கள். அதில் ஒரு ஏட்டு நயம் காங்கிரஸ்காரர். ஆனால் அவர் கொஞ்சம் உணர ஆரம்பித்திருந் தார். “நாளைக்கு இந்த முடிவானுவ ஆட்சிக்கு வந்தாலும் வந்துரு வானுவோ...” என்று சொன்னதாகச் சொல்வார்கள். பேச்சு முடியப் போகும் தருணம்... மணி பத்து ஆகிவிட்டது... என்று பேச்சை

முடிக்கச் சொன்னது போலீஸ். மைக் செட்டையும் விளக்கு களையும் அணைத்துவிடவே பேச்சாளர், எல்லோரையும் அருகே அழைத்து நிற்கச் சொல்லி மைக் இல்லாமலே பேசினார். கூட்டம் முடிந்ததும் மைக்கைப் பிடுங்கிய எஸ்.ஐ ச் சுற்றிக் கொண்டார்கள் சிலர். நாங்கள் கிளம்பிவிட்டோம். எங்களுக்கு தெளிவாகச் சொல்லப் பட்டிருந்தது, "நீங்க எல்லோரும் படிச்சு வேலை சோலின்னு போகப் போறவங்க, ஏதாவது ரிக்கார்டு ஆகாம காரியம் பார்க் கணும்,' என்று. ஆனால் அதையெல்லாம் கேட்கிற வயசுமில்லை, பயமுமில்லை அப்போது.

எங்களுக்கு விருதுநகருக்குப் போய் இரண்டு நாளாவது தேர்தல் பணி செய்யவேண்டும் என்று ஆசை துடித்தது. புறப்பட்டும் விட்டோம். 35 மைல்களுக்கு மேற்பட்ட ஊர்களுக்கு ரயில்தான் அப்போதெல்லாம். மத்தியானம்,திருநெல்வேலி எக்ஸ்பிரஸ்ஸில் கிளம்புவதாக யோசனை. ஆனால், காலைப் பத்திரிகையில் தேர்தல் பணி செய்து வந்த மாணவர்கள் மொட்டை மாடியில் இருந்து தூக்கத்தில் உருண்டு விழுந்து காயமடைந்ததாகச் செய்தி வந்திருந்தது. இதைப் பார்த்ததும் எங்களைப் போக விடவில்லை. இதில் ஏதும் அரசியலிருக்கலாம் என்று நினைத்தார்களோ என்னவோ. ஆனால் அங்கிருந்து வந்து என்னுடன் கல்லூரியில் படித்து விடுதி யில் தங்கியிருந்த ஆயிரங்காத்தான் சொன்னான், இந்த நிகழ்ச்சி குறித்து மக்கள் மத்தியில் சந்தேகம் இருப்பதாகவும், தாய்மார்கள் மத்தியில் இது கொதிப்பை ஏற்படுத்தி இருப்பதாகவும். மாணவர்கள் எல்லோரும், ஆளுக்கொரு மூட்டைப்பூச்சி மருந்து பாட்டிலோடு அலைவதாகவும், வீட்டில் அம்மாக்களிடம், சீனிவாசன் ஜெயிக் கலைன்னா, நாங்க மருந்தைக் குடிச்சுருவோம்ன்னு சொல்லிக் கொண்டிருப்பதாகவும் சொன்னான். வெளியூர் மாணவரென்றால் நிச்சயம் ஆபத்து காத்திருப்பதாகச் சொன்னான். இதை பின்னால் உணர்ந்தோம். காமராஜர் போட்டியிட்ட நகர்கோயில் எம்.பி இடைத் தேர்தலுக்குப் போகும்போது, எங்களை ஆராம்புளி தாண்டி காரில் போக விடவில்லை. 'MDT' என்ற திருநெல்வேலி பதிவு எண்ணைப் பார்த்ததும் ஒரு கும்பல் ஜீப்பில் வந்து மறித்து, "ஒழுங்கா ஊர் போய்ச் சேருங்கலே.." என்று திருப்பி அனுப்பிவிட்டார்கள்.

நாங்கள் விருதை புறப்பட்டவர்கள், ஸ்ரீவைகுண்டம் போய்ப் பார்த்துவிட்டு திருச்செந்தூர் போய்விட்டோம். போகும்போது ஒரு வேடிக்கை, அது அரசு பஸ். அப்போது அது ஒன்றுதான் அரசு பஸ். மற்றதெல்லாம் தனியார் மயம். தனியார் பஸ்ஸில் ஒரு சீட் கூட ஸ்டாண்டிங் அனுமதிக்கமாட்டர்கள். இதில் நாங்கள் மூன்று பேர் உட்கார்ந்திருந்த இருக்கையருகே இரண்டு பெண்கள் ஒரு

குழந்தையுடன் வந்து நின்றார்கள். நாங்கள் எழுந்து இடம் கொடுத்தோம். அவர்களுக்கு ரொம்ப சந்தோஷம். நன்றி என்று வாய் திறந்து சொல்லவும் கூச்சம். அவர்களது சந்தோஷத் தடுமாற்றத்தைப் பார்த்த எங்களில் ஒருவன், "நீங்க ஒண்ணும் சொல்லவேண்டாம் அம்மா, உங்க ஊர்ல உதயசூரியனுக்கு ஓட்டுப் போடுங்கம்மா..." என்றான். "நீங்க சொல்லணுமா அதை.." என்றார்கள். அதையே அசை போட்டுக்கொண்டு வந்ததில் திருச்செந்தூர் சீக்கிரமாக வந்து விட்டது போலிருந்தது. கோயிலுக்குப் போய்விட்டு வந்து விட்டோம்.

மறுநாள் கண்ணதாசன் கூட்டம், காங்கிரஸ்ஸை ஆதரித்து. பிரம்மாண்டமான ஏற்பாடுகள் செய்திருந்தார்கள். வழக்கமாக காங்கிரஸ் கூட்டங்களுக்கு ஆட்களே இருக்காது. அன்று நல்ல கூட்டம். கண்ணதாசன் பேச்சை யாருமே கேட்டதில்லை. ஆவலுடன் நாங்களும் நின்றிருந்தோம். கண்ணதாசன் வரத் தாமதமானது. அவருக்கு 'பேசப்பட்ட வசதி'களைச் செய்து தரவில்லை என்று கோபத்தில் இருப்பதாக 'காங்கிரஸ் ஏட்டு' சொல்லிக் கொண்டிருந்தார். காங்கிரஸ் 'அபேட்சகரே' போய் சமாதானம் செய்து கூட்டி வந்தாராம். வந்தவரும் நன்றாகப் பேசவில்லை. எங்களுக்கு பெரிய ஏமாற்றம். அதைவிட காங்கிரஸ்காரர்களுக்கு மிகப்பெரிய ஏமாற்றம். "என்னய்யா கவிஞர் இப்படிப் பேசறாரு, கிடைக்கிற ஓட்டையும் கெடுத்திருவாரு போல இருக்கே..." என்று அங்கலாய்த்தார்கள்.

தேர்தலுக்கு முன் தினம், தெருவின் தேர்தல் அலுவலகத்திற்கு வந்த வேட்பாளர், ஒரு ஒரு ரூபாய்க் கட்டை எடுத்தார். பிதுக்கிப் பிதுக்கி எண்ணி பதினைந்து ரூபாய் எடுத்து சிவசங்கரனிடம், டீ சாப்பிட வைத்துக்கொள்ளும்படி நீட்டினார். அவன்தான் எங்களுக்கு லீடர் மாதிரி. "அண்ணாச்சி, இதையெல்லாம் எதிர் பார்த்து நாங்க வேலை பார்க்கலை... கட்சிதான் பெரிசு..." என்று மறுத்துவிட்டான். அவன் ஒரு தனியார் கல்லூரியில் பேராசிரியாக பணிபுரிந்து ஓய்வு பெற்றான். நான் வங்கி, ஒருவன் விவசாயம், ஒருவன் நூற்பாலை... ஒருவன் பாத்திரக்கடை முதலாளி என்று திசைக்கொன்றாகப் போய்விட்டோம். எங்களில் யாரும் அரசு வேலையில் சேரவே இல்லை. அரசியல் வாதிகளிடம் போய் நிற்கவுமில்லை. தொண்டனாகவே தொடர்ந்தது எங்கள் வாழ்க்கை.

ஒரு வழியாக எங்கள் வேட்பாளர் 16255 வாக்குகள் வித்தியாசத்தில் வெற்றி பெற்றார். காலையிலிருந்து ஓட்டு எண்ணும் தாலுகா ஆபீஸ் முன் கால் கடுக்கக் காத்திருந்து, மாலை ஆறு மணி வாக்கில் வாக்கு எண்ணிக்கை முடிந்து வரும்போது சாக்பீஸால் தெருவின்

தரைகளில் எல்லாம் எழுதிக்கொண்டே வந்தோம். ஏ.எல்.எஸ் 16255 வாக்கு வித்தியாசத்தில் வெற்றி. இன்னும் பசுமையாய் நினைவிருக்கிறது, இந்த எண்கள். இது மட்டுமா...!

அன்று இரவு 10 மணி கடைசி வானொலிச் செய்திக்காக பஜாரில் கூடியிருந்தோம். அதற்குள்ளாகவே பெரும்பாலான முடிவுகள் தெரியத் தொடங்கிவிட்டன. வானொலி அறிவித்தது, "நீங்கள் ஆவலுடன் எதிர்பார்த்த பரங்கிமலைத் தொகுதி தேர்தல் முடிவு தெரிய வந்திருக்கிறது.... "ஹே...." என்று ஆர்ப்பாட்டம் ஆனால் அதை மட்டும் சொல்லிவிட்டு வேறு தொகுதி நிலவரம் பற்றி அறிவிப்புகள் வெளியாகின. லாலா மணி "ஏல வாத்தியார் தோத்துருவாரோ... காமராஜரே தோத்து, ரீகவுண்ட்டிங் நடக்காம்..." என்றான். உள்ளூர ஒரு பயம் தோன்றினாலும், போடா அவராவது தோற்கிறதாவது," என்றேன். செய்தி முடியப்போகிற 10.13ஐ ஒட்டி, மறுபடியும் அதே அறிவிப்பு., "நீங்கள் ஆவலுடன் எதிர்பார்த்த பரங்கிமலைத் தொகுதி தேர்தல் முடிவு தெரிய வந்திருக்கிறது... பரங்கிமலைத் தொகுதியில் தி.மு.க வேட்பாளர் எம்.ஜி.ராமச்சந்திரன், தன்னை எதிர்த்துப் போட்டியிட்ட காங்கிரஸ் வேட்பாளர் டி.எல்.ரகுபதியைக் காட்டிலும்... 27674 வாக்குகள்..... அதிகம் பெற்று வெற்றி பெற்றுள்ளார்... மறுபடியும் பஜார் எங்கும் டீக்கடைகள் முன்னால் "ஹே..." என்று ஆரவாரம். இருங்கப்பா என்று அடக்கவும், வானொலி, "திரு எம்.ஜி.ஆர் பெற்ற வாக்குகள் 54,106, என்று அறிவித்தது. அதுதான் 1967ல் ஒரு எம்.எல்.ஏ பெற்ற அதிக பட்ச வாக்குகள். தொடர்ந்து திரு ரகுபதி பெற்ற வாக்குகள், 26432 என்று அறிவித்ததைக் கேட்க யாருக்கும் காதுகளே இல்லை. அதை எங்களைப் போன்ற சிலரே கேட்டிருக்கமுடியும்.

28
ஆமாம்: எப்போதும் ரசிகன் ஹேப்பி அண்ணாச்சி

1931இல் காளிதாஸ் படத்துடன் ஆரம்பிக்கிற தமிழ் பேசும் பட வரலாற்றில், 'ஸ்ரீ வள்ளி திருமணம்' (1933) என்பதுதான் சற்றே தமிழ்ப் பெயராக இருக்கிறது. பெரும்பாலும் படத்தின் பெயர்கள் வடமொழிப் புராணங்கள் சார்ந்தோ, அதன் கதாபாத்திரங்கள் சார்ந்தோ தான் இருந்திருக்கிறது. தசாவதாரம், சக்குபாய், சீதா கல்யாணம், சதி சுலோசனா, சங்கீத லவகுசா, திரௌபதி வஸ்திரா பரணம், பாமாவிஜயம் (பழையபடம்)... என்று தான் இருந்திருக்கிறது. சமூகப் படங்களுக்குக்கூட 'சதி லீலாவதி' என்றுதான் பெயர் இருந்திருக்கிறது. ராஜா சாண்டோ என்பவர் நடிகர், இயக்கு நராக இருந்தவர். இந்தி, தமிழ் மௌனப்பட காலங்களிலிருந்தே படங்கள் இயக்கியவர். அவர் 'அனாதைப் பெண்' என்று எடுத்த படம்தான் முதல் சுத்தத் தமிழ்ப்பெயராக இருந்திருக்கும்.

1930 – 40களில் முக்கிய நகரங்களில் மட்டுமே திரையரங்குகள்அதாவது டாக்கீஸ்கள் இருந்த நிலையில், கிராமங்களில் திரையரங்கோ டூரிங்குகளோ அவ்வளவாக இல்லாத நிலையில், திரைப் படக்கதைகள் பெரும் பாலும் மேல்தட்டு மக்களின் ரசனை சார்ந்தே அமைக்கப்

பட்டன. மேலும், கூத்து, மேடை நாடகம், திரைப்படம் என்ற பரிணாமத்தின்படி பார்த்தாலும் புராண இதிகாசக் கதைகளே படக்கதையாக அமைந்திருந்ததில் வியப்பில்லை. ஆனாலும் கூட ஆரம்ப சினிமாவின் மொழி, கூத்தின் மொழியாக இல்லை. கூத்து, நாடகங்களின் நீட்சியாக, சினிமாவில் பாடல்களே 75 சதவிகித நீளத்தை ஆக்கிரமித்திருந்தன. சினிமாவின் ஆரம்ப காலத்தில் தயாரிப்பிலும், இயக்கம் மற்றையச் செயல்பாடுகளிலும் மேட்டுக் குடியைச் சார்ந்தவர்களே இயங்கியதால் அதன் மொழி அநேகமாக பிராமண, வெள்ளாள மொழியாகவே இருந்தது. 1937இல் அம்பிகாபதி (பாகவதர் எம்.ஆர்.சந்தான லட்சுமி நடித்தது) இளங்கோவன் இதில்தான் முதன் முதலில் வசனகர்த்தாவாக அறிமுகமாகிறார். "ஷேஸ்பியரின் ரோமியோ ஜூலியத் வசனங்களை." இதில் எடுத் தாளும் யோசனையை பட இயக்குநர், எல்லிஸ். ஆர் டங்கன்." கூறியதாகச் சொல்வார்கள். ரோமியோ ஜூலியட்டின் 'பால்கனி' வசனத்தை இளங்கோவன் தமிழ்ப் படுத்தியிருப்பார்.

ஆலயமணி படம் முதல் நாள், தரை டிக்கெட்டில் அமர்ந்து பார்த்துக் கொண்டிருந்தேன். எஸ்.எஸ்.ராஜேந்திரனை தூங்க வைக்க விஜயகுமாரி ஒரு பாட்டுப் பாடுவார், "தூக்கம் உன் கண்களைத் தழுவட்டுமே, அமைதி உன் நெஞ்சில் நிலவட்டுமே..." என்று. அப்போது பக்கத்திலிருந்த தி.மு.க அண்ணாச்சி (வார்டுச் செயலாளர்) ஒருவர் சொன்னார், "தம்பி பார்த்தியா, கண்ணதாசன் அப்படியே இளங்கோவன் வசனத்தைக் காப்பி அடிச்சுட்டா(ன்)ர் பார்த்தியா.... இது அப்படியே 'இளங்கோவன்' வசனம், தம்பி," என்றார். கண்ணதாசன் அப்போது, தி.மு.கவைவிட்டு விலகி ஈ.வெ.கி. சம்பத்தின் 'தமிழ் தேசியக் கட்சி'யில் சேர்ந்திருந்த சமயம். எனக்கு இளங்கோவனை அப்போது கண்ணகி, ஹரிதாஸ், சக்கரவர்த்தி திருமகள் வசனகர்த்தாவாக மட்டுமே தெரியும். சிறு வயதில் சினிமாக் களுக்கு என்னை அழைத்துச் செல்லும் என் அண்ணன் தி.க.மீனாட்சி சுந்தரம், விரிவாகக் காமிரா, வசனம், இசை பற்றியெல்லாம் சொல்லுவார்.

ஹரிதாஸ் படம் அப்போதெல்லாம் நேரு பிறந்த தினமான 'குழந்தைகள் தின'த்திற்கு இலவசமாகத் திரையிடுவார்கள். அதன் ஆரம்பக் காட்சிகளில், பாகவதர் தன் வீட்டுக்கு டிஆர்.ராஜகுமாரியை அழைத்து வருவார். அவரது மனைவி அப்போது கேட்பார், "என்னது பிராமணாள் வீட்ல தேவடியாக் கச்சேரியா..." என்று. "இல்லை இது ஆண் பிள்ளை.." என்று பாகவதர் ஏமாற்றிவிடுவார். பாதி நடனத்தில் உண்மை தெரிய வர, அவரது மனைவியும் 'புளி மூட்டை'

ராமசாமியும், பேசிக் கொள்வார்கள், “என்னது, இது ஆம்பளத் தேவடியாதானே...”. என்பாள். “அய்யோ இது அசல்த் தேவடியா, பொம்பளைத் தேவடியா' என்பார் ‘புளி மூட்டை'. இது 1944இல் வந்த படம். சிறுவர்களான நாங்கள் அப்போது விழுந்து விழுந்து சிரித்தோம்... எங்களுக்கு பத்து அல்லது பதினோரு வயது இருக்கும். பள்ளிக் கூடங்களில் இடைவேளைகளில்க் கூட ‘கெட்ட வாய்' பேசக்கூடாது. நாங்களாகவே சினிமா பார்க்க ஆரம்பித்த பருவமான 1960, 62 வாக்கில் வந்த புதிய படங்களில் இப்படிப் பச்சையான வசனங்கள் வராது. அதிக பட்சம் ‘ரத்தக் கண்ணீர்' படத்தில் எம்.ஆர் ராதா, “அடிக் காந்தா, தேவடியாள் பெற்றெடுத்த திருமகளே...” என்று ஒரே ஒரு இடத்தில் சொல்லுவார். அது திருவாரூர் தங்கராசு வசனம். 1975இல் வந்த பாலச்சந்தரின் ‘அபூர்வராகங்கள்' படத்தில், தன்மீது, கார் ஒன்று சகதி வாரியிறைத்து விட்டுப் போகிறபோது கமல், இதே வார்த்தையைப் பட்டும் படாமலும் ஆனால் கோபமாக உச்சரித்து, மறுபடி தெளி வாகச் சொல்லி அடி வாங்கிக்கொள்வார். இது ஜனநாயக சென்ஸார். இதுவே ரொம்ப தைரியமான காட்சியாக இருந்தது, ஹரி தாஸை மறந்துவிட்டுப் பார்த்தால். 1977 வாக்கில் வந்த பதினாறு வயதினிலே படத்தில், காந்திமதி, தன் கோழியை யாரோ திருடிவிட்டதாக ‘வையும்' போதுகூட “வெறும் வாயசைப்பும் பின்னணி இசை” யுமாகவே இருக்கும்.

அதிகமான பிராமணச் சொல்லாடல்கள், முதலியார்வாள், பிள்ளைவாள் பட்டங்கள் சொல்லி அழைப்பது எல்லாம்தான் அப்போதைய வசனங்கள். திகம்பர சாமியார் படத்தில், எம்.ஜி.சக்ரபாணி, ஒருவரிடம் சொல்லுவார், “அடெடே நானும் கூட கார்கார்த்தார் பிள்ளைமார் தான்' என்று...” இதெல்லாம் திராவிட இயக்கக் கதாசிரியர்கள் வருகையினால் மாறுகிறது. 1949இல் கே.ஆர் ராமசாமியின், ‘வேலைக்காரி' நாடகத்தைப் பார்த்த இயக்குநர் ஏ.எஸ்.ஏ. சாமி அதைத் திரைப் படமாக்குகிறார். அதே நேரத்தில் என்.எஸ்.கேயும் எஸ்.வி.சகஸ்ரநாமமும், “Mr. Deed Goes to town” என்ற ஆங்கிலப் படத்தைத் தழுவி அண்ணாவிடம் ஒரு திரைக் கதை கேட்கிறார்கள். அவர் எழுதித் தருவதுதான் “நல்லதம்பி” வேலைக்காரி வந்த மூன்று வாரங்களில் நல்லதம்பி வந்ததாம். வேலைக்காரியிலும் ஒரு முதலியாரே பண்ணையாராக வந்தாலும் வசனம் புதுப் பரிமாணத்தை அடைந்துவிடுகிறது. அந்தப் படத்தின் பிரபலமான, ‘சட்டம் ஒரு இருட்டறை, அதில் வக்கீலின் வாதம் ஒரு விளக்கு,” போன்றவைகளுடன், தமிழ்ச் சொல்லாடல்களில் நிரந்தரமாகிவிட்ட ‘எதையும் தாங்கும் இதயம்”, ‘கத்தியைத் தீட்டாதே

புத்தியைத் தீட்டு' ஆகியவை, பிரபலமானவை. காலம் கடந்தும் நிற்கக்கூடிய அல்லது பயன்படக் கூடிய வசனங்கள் அண்ணாவினுடையதுதான். ஏறத்தாழ இதே கால கட்டத்தில் வந்த 'ராஜ குமாரி' படத்திற்கு ஏ.எஸ்.ஏ. சாமி வசனம் எழுதினார். ஆனால் உண்மையில் கலைஞர்தான் வசனமெழுதியதாகச் சொல்வார்கள். பின்னாளில் ராஜகுமாரி படம் பார்க்கையில் வசனம் உதவி கருணாநிதி என்று பார்த்த ஞாபகமும் இருக்கிறது. ஆனால் மூன்று ஆண்டுகளிலேயே அவர் வசனத்தின் உச்சத்தைத் தொட்டுவிட்டார், பராசக்தி படத்தின் மூலமாக. தமிழ் சினிமா என்றாலே வசனம்தான் என்கிற நிலைமை உண்டானது. காட்சிகளைப் பின் தள்ளிவிட்டு வசனமே முன் நின்றது. அதற்கு முன்னாலும் பின்னாலும் அதுதான் நிலைமை வளையாபதி முத்துகிருஷ்ணன், கே.ஆர் ராமசாமி எஸ்.எஸ்.ஆர், என்று வசனங்களை அடுக்கு மொழிகளாகக் கொட்டியவர்கள் வரிசையில் அழகான மாடுலேஷனுடனும் பேசிய சிவாஜி கணேசன் நடிகர் திலகமாகிவிட்டார். கலைஞரின், தாயில்லாப்பிள்ளை, இருவர் உள்ளம் இரண்டும் மாறுபட்டவை. தாயில்லாப் பிள்ளையில் பாலையா பேசுகிற பிராமண 'பாஷை' முதலிலிருந்து இறுதி வரை மாறுபடாமலிருக்கும். ஆனால் இருவர் உள்ளம் படத்தில் ஒரு 'கோர்ட் சீன்' காட்சியில் சிவாஜி "பழைய பாணி" வசனத்தைப் பேசுவார், தியேட்டரே அதிரும். சண்டைக்காட்சிக்கு நிகரான 'கோர்ட் சீன் உற்சாகம்' தமிழ் ரத்தத்தில் ஊறிப்போனது என்று நினைக்கிறேன். குமுதம் படத்திலும் கே.எஸ்.கோபாலகிருஷ்ணன் வெளுத்து வாங்கியிருப்பார், நல்லதீர்ப்பு, நீதிபதி போன்ற படங்கள் எல்லாம் இதற்கு ஏனைய 'சாட்சியங்கள்'.

சக்தி நாடக சபை நடத்திக்கொண்டிருந்த சக்தி டி.கே.கிருஷ்ண சாமி, வீரபாண்டிய கட்டபொம்மனில் சிவாஜிக்கு அருமையான, உரையாடல்களை எழுதினார். பின்னாளில் இவை பட்டி தொட்டியெல்லாம் முழங்கின. கட்டபொம்மு நாயக்கர் அந்தப்புரத்தில் கூட தெலுங்கு பேசவில்லை என்று சிலர் அப்போது விமர்சித்தார்கள். மாறாக கட்டபொம்மன் வந்த மறுநாள் வெளியான 'சிவகங்கைச் சீமை' இன்னும் கொஞ்சம் கலாச்சார வலுவுடனான கதை, உரையாடல், அரங்க, உடை அமைப்புகளைக் கொண்டிருந்தது. கண்ணதாசன் அருமையான உரையாடல்களை எழுதியிருந்தார். என்னைக் கேட்டால், கலைஞர், அண்ணாவைவிட தி.மு.க பிரச்சாரம் கண்ணதாசனாலேயே அதிகம் திரைப்படங்களில் செய்யப்பட்டது என்பேன். தமிழில் வரலாற்றுப் படங்களே கிடையாது. கட்டபொம்மன், ராஜா தேசிங்கு, சிவகங்கைச்சீமை, கப்பலோட்டிய தமிழன். இவற்றில் கட்டபொம்மன், ராஜா தேசிங்கு ஆகியவை

வரலாற்று யதார்த்தத்தைவிட்டு விலகிய மொழியும், கலையமைப்பும் கொண்டது. அதன் மொழி, சரித்திர கால கட்டத்தைத் தெரியாத வர்களான நமக்கு அதை உருவாக்கிக் காட்டவில்லை. ராணி சம்யுக்தா, சித்தூர் ராணி பத்மினி எல்லாமுமே இந்த ரகம்தான். அவை படுதோல்விப்படங்களும் கூட. நான் கற்பனையான சரித்திரக் கதைகளைக் கணக்கெடுக்கவில்லை. நாட்டார் கதை களான மதுரை வீரன், காத்தவராயன் படங்களின் மொழியும் திரையமைப்பும் அப்படித்தான். கப்பலோட்டியதமிழன் நல்ல படம். பாரதியார் பாடல்களை மிகப் பொருத்தமாக உபயோகித் திருந்தார்கள். பாடல்கள் முழுவதுமே பாரதி பாடல்கள். எஸ்.டி சுந்தரம் அவர்களின் அழகான வசனம், அடக்கி வாசிக்கப்பட்டி ருக்கும். (ஜெமினிகனேசனின் மாடசாமி பிள்ளை பாத்திரம் மட்டும் விதி விலக்கு.) பொதுவாகவே இந்த மாதிரிப் படங்களில் நகைச்சுவை நடிகர்கள் ஒரு இயல்பான பேச்சு மொழியில் பேசு வார்கள். இதில் டி.எஸ்.துரைராஜ் அந்த அழகான வெளிப் பாட்டைச் செய்திருப்பார்.

பாரதி பாடல்களையே முழுவதும் பயன் படுத்திய இன்னொரு திரைப்படம் "ஓடி விளையாடு பாப்பா". எஸ்.எஸ்.ஆர், ஜி.சகுந்தலா சரோஜாதேவி ஆகியோர் நடித்த படம். நல்ல கதையமைப்பு கொண்டது. ஒரு எழுத்தாளனைப் பற்றிய படம். உண்மையிலேயே சில இடங்களில் எழுத்தாளனைச் சரியாகவே காட்டியிருப்பார்கள். பாரதிதாசன் பாடல்கள் சில படங்களில் இடம் பெற்றிருந்தாலும் அவரது கதையான "பொன்முடி"யில் அவரது வசனமோ பாடல் களோ இல்லை. பஞ்சவர்ணக்கிளி படத்தில் வந்த தமிழுக்கும் அமுதென்று பேர்... எங்களது 1965, 66 மொழிப்போராட்ட காலங் களில் ஒரு உத்வேகம் தந்ததைக் கண்கூடாகக் கண்டோம். அடுத்து கலங்கரை விளக்கம் படத்தில் 'சங்கே முழங்கு' பாடல். தொடர்ந்து ஜி.என் வேலுமணி படங்களில் பாரதிதாசன் பாடல்கள் வந்தன. அது செண்டிமெண்டிற்காகவோ என்னும் சந்தேகம் எழா மலில்லை.

அலிபாபாவும் நாற்பது திருடர்களும், குலேபகாவலி, பாக்தாத் திருடன் போன்ற இஸ்லாமியப்பின்னணி கொண்ட படங்களில் நகைச்சுவை அல்லது உதிரிப் பாத்திரங்கள் அந்த மொழியைப் பேசினார்களே ஒழிய கதாநாயகனோ நாயகியோ வழக்கமான தூய அடுக்கு மொழியே பேசினார்கள். அலிபாபா படத்தில், கே.சாரங்க பாணி கொஞ்சம் உருது மாதிரியான காமெடி வசனங்கள் பேசுவார். "அலிபாபாஜி வந்தாரு, அத்தனை பேரும் காப்ரா ஆகி ஜலேகா, நாங்க இங்க ஆயெகா..." அலிபாபாவுக்கு வசனம் "மாடர்ன்

தியேட்டர்ஸ் கதை இலாகா". குலேபகாவலியில் ஏ.கருணாநிதியும் சந்திரபாபுவும் கொஞ்சம் இந்தி வார்த்தைகள் பேசுவார்கள். ஐந்து மொழிப் பாடல் கூட உண்டு. (நாடோடி மன்னனில்' திராவிட மொழி'களான, தமிழ், தெலுங்கு, மலையாளம், கன்னடப் பாடல்கள் பாடி முடிசூட்டிய மன்னரை வாழ்த்துவார்கள், "த்ராவிடமாம் அம்ம பெற்ற மக்களல்லோ...") குலேபகாவலியில் சந்திரபாபுவை பாட்டுக்கு இடையில், "எல்லாருக்கும் இடம் கொடுக்கிற அல்லாவே நீயும் ஏமாந்துட்டா போட்டுடுவான் குல்லாவே..." என்று தஞ்சை ராமைய்யாதாஸ் பாட வைத்திருப்பார். ராமைய்யாதாஸ் ஒரு பன்முக ஆளுமை கொண்டவராகவே தெரிகிறார்.

சந்திரபாபு சாப்ளினைப் பின்பற்றியோ என்னவோ, ஒரு வகையான வசனம் அதிகமில்லாத "ஸ்லாப்ஸ்டிக்" காமெடி செய்வார். தங்கவேலு, கலைவாணர் என்.எஸ்.கே தொடர்ச்சியாக, வசனங்கள் மூலமே சிரிப்புக் காட்சிகளை நகர்த்துவார். நாகேஷ் இரண்டும் கலந்து செய்வார். ஸ்ரீதர் பெரும்பாலும் தங்கவேலுவைப் பயன்படுத்தி இருந்தாலும் 'போலீஸ்காரன் மகள்' படத்தில் சந்திர பாபு நாகேஷ் இருவரையும் இணைத்துப் பயன்படுத்தியிருப்பார்.

இஸ்லாமியப் பின்னணி என்று பார்க்கையில் மொகலே ஆஜம் படத்தை தமிழில் அக்பர் என்ற பெயரில் மொழிமாற்றம் செய்திருந் தார்கள். பாடலும் வசனமும், கம்பதாசன். 1967, 68 வாக்கில், இரண்டாம்முறை, கொஞ்சம் தேய்ந்த பிரதியாகப் பார்த்தேன். அவ்வளவு பிரமாதமான மொழி அனுபவமாயிருந்தது. அப்படி யொரு வரலாற்றுப் படம் தமிழில் இல்லவே இல்லை.

இரண்டு ஞான சௌந்தரிகள், ஜெனோவா, மகதலநாட்டு மேரி, அன்னை வேளாங்கண்ணி, போன்ற கிறித்துவப் பின்னணி யுள்ள படங்களில் வரும் விவிலிய மொழியைவிட 'சோ'வின் உண்மையே உன் விலை என்ன படத்தில் கொஞ்சம் விவிலிய மேற்கோள்கள் அதிகம் என்று தோன்றுகிறது. இதற்காகவெல்லாம் நமது வசன கர்த்தாக்கள் மெனக்கெடுவதில்லை. கலைஞர், கண்ணதாசன் பாணி வசனங்களிலிருந்து தமிழ் சினிமாவை மடை மாற்றிய பெருமை ஸ்ரீதரைச் சேரும். ஆனால் அவர் படங்களையும் இப்போது பார்க்கையில், கோபம், அழுகை, போன்ற உணர்வு பூர்வமான கட்டங்களில் பாத்திரங்கள், சுத்தத் தமிழும் குறைந்த பட்ச அடுக்கு மொழியுமே பேசுவது வேடிக்கையாக இருக்கிறது. காதலிக்க நேரமில்லை படத்தில்தான் இதைத் தாண்டுகிறார். ஆனால் வெண்ணிற ஆடை படத்தில்கூட உணர்ச்சி மேலிடும் போது சடா ரென்று இந்த கியருக்கு வந்துவிடுவார். ஸ்ரீதருடனும் ஸ்ரீதரைத்

தவிர்த்தும் பேசப்பட வேண்டியவர், கே.எஸ். கோபாலகிருஷ்ணன். ஆனால் பணமா பாசமாவுக்கு அப்புறம் அவரின் ஃபார்முலா வசனமும், பாத்திரங்களின் உடல்மொழியும் சலிப்பாகிவிட்டது. அவரின் 'என்னதான் முடிவு' மிக நல்ல படம்.

வட்டார மொழியை தமிழ்சினிமாவில் முதலில் கொண்டு வந்தவர் ஏ.பி.நாகராஜன். தமிழரசுக் கழகத்துக்காரரான அவரின் தமிழ் சற்றே வித்தியாசமானது. மக்களைப் பெற்ற மகராசியில் கோவை கவுண்டர் பாஷையை சிவாஜி அற்புதமாகப் பேசியிருப்பார். ஆனால் அவர் ஒருவர்தான் அப்படிப் பேசுவார், பானுமதி கொஞ்சம் முயற்சி பண்ணுவார். மற்றவர்களெல்லாம் வழக்கமான சினிமாத் தமிழ்தான். இந்த inconsistencyயை எப்படி இயக்குநர் ஏற்றுக்கொண்டார் தெரியவில்லை. ரசிகன் எதையும் ஜீரணித்துக் கொள்வான் என்ற தைரியமாக இருக்கும். ஏ.பி.என்னின் பல படங்களில் மனோரமா பலவித வட்டார மொழியைச் சரளமாகக் கையாள்வார். நெல்லை வட்டார மொழியை கே.பாலசந்தர் 'அனுபவி ராஜா அனுபவி' படத்தில் முயற்சிப்பார். ஆனால் முழுமையில்லாமல் இருக்கும். அச்சமில்லை அச்சமில்லை படத்தில் திருநெல்வேலி பாஷை என்பார், ஆனால் திருநெல்வேலியின் எந்த திசையிலும் அப்படிப் பேசுவதே இல்லை. மனோரமா போல விவேக், வட்டார வழக்கு மொழிகளை முழுமையுடன், சரியாகச் செய்கிறார்.

பால(ச்)சந்தர் முதலில் வசனம் எழுதிய தெய்வத்தாய் படத்தில் "ஆங்கிலப் பழமொழி"களைத் தமிழாக்கி வசனம் எழுதியிருப்பார். "blade has two edges" என்பதை மாற்றி தராசுக்கு எப்பவுமே ரெண்டு தட்டு இருக்கறா மாதிரி எல்லாத்துக்கும் காரணம் காரியம்ன்னு ரெண்டு இருக்கும்.... என்பது போல. ஆனால் பெயர்கள் எல்லாம் மாறன், மேகலா என்று தமிழில் வரும். இந்தப் 'பெருமை' எல்லாம் நாயக நாயகிக்கு மட்டும்தான். அவருக்கு வேறு நெருக்கடிகள் இருந்திருக்கும், சுதந்திரம் இருந்திருக்காது. ஆனாலும் அவரே இயக்கிய நீர்க்குமிழி தொடங்கி எல்லாப் படத்திலும் சுந்தரராஜன் நாகேஷ், கமல் ஆகியோரை ஆங்கிலமும் அதற்கு உடனடி மொழி பெயர்ப்பும் பேசவைத்து தொடர்ந்து அதையே சலிக்காமல் செய்தார். I have already come... Sethu நான் ஏற்கெனவே வந்துட்டேன்... சே(த்)து... No two watches agree... எப்பவுமே ரெண்டு கெடிகாரங்கள் ஒத்துப்போறதில்ல... இப்படி.... ஆனா அவர் ஒரு நல்ல இயக்குநர்... But he is a good director.

பாலசந்தரை தவிர்த்து தமிழ் சினிமாவின் அதிக பட்ச ஆங்கிலம் "ஏய் மிஸ்டர், ஹலோ மேடம், கண்ட்ரி ப்ரூட், ஆர் யூ

எஜுகேட்டட், லைஃப் இஸ் ஷார்ட், மேக் இட் ஸ்வீட்," என்பது போலத்தான் இருக்கும். மேல் நாட்டு மருமகள், அன்பேவா, இதயக் கனி படங்களில் ஆங்கிலப் பாடல்கள், இடம்பெறும். 'ரத்த திலகம்' படத்தில் 'ஒத்தெல்லோ' ஓரங்க நாடகம் ஆங்கிலத்திலேயே வரும். அரங்கம் அமைதி மட்டுமே காத்தது. கலாட்டாவுமில்லை கை தட்டலுமில்லை.

வட்டாரமொழி வரிசையில், சென்னைப் பேச்சு வழக்கை, 'சபாஷ்மீனா' படக் காலத்திலிருந்து அதிகமும் நகைச்சுவைப் பாத்திரங்களே செய்து வந்தாலும், ஜெயகாந்தனின் உன்னைப் போல் ஒருவன் படத்தில், பிரபாகரன் (காதலிக்கநேரமில்லை படத்தில் நாகேஷின் கிழட்டு மாமனாராக நடிக்கிற 'இளைஞன், கலைஞன்') காந்திமதி ஆகியோரின் வெளிப்படுத்தல் நன்றாக இருக்கும். படம், என்னைப் பொறுத்து சிறப்பாக அமையவில்லை. இந்தியில் இதே சேரி வாழ்க்கை பற்றி, கே.ஏ.அப்பாஸ் தயாரித்து இயக்கிய "ஷெஹர் அவுர் சப்னா" நன்றாக இருக்கும். நாவலா சிரியர்களைப் பொறுத்து ஜெயகாந்தன் சினிமாவில் கொஞ்சம் சாதனைகள் / முயற்சிகள் செய்திருக்கிறார். மற்றப்படி புதுமைப் பித்தன் முயற்சிகள் 'ராஜமுக்தி' படம் போலவே தோற்றுப்போனது. தமிழ் சினிமாவின் துரதிர்ஷ்டமே. இன்றைக்குச் சூழல் சற்றே மாறி இருக்கிறது. ஜெயமோகன், எஸ்.ராமகிருஷ்ணன் ஆகியோர் கொஞ்சம் ஜெயித்திருக்கிறார்கள்.

தமிழ் சினிமாவின் 'அன்னக்கிளி'காலங்களான 75, 80களின் பாரதி ராஜா, பாக்கியராஜ் காலங்களிலும் வசனங்களின் வழி யாகவே கதை நகர்ந்தது. மகேந்திரனின் நெஞ்சத்தைக் கிள்ளாதே போன்ற படங்களே காட்சிகள் மூலம் கதையை நகர்த்தும் சினிமா மொழியை தமிழில் ஆரம்பித்து வைத்தன. சிங்கீதம் சீனிவாசராவ் வசனமே இல்லாமல் பேசும்படம் என்று ஒரு படம் எடுத்திருப்பார். நன்றாக இருக்கும். ஆனால் காட்சிகள், நமக்கு 50ஆண்டுகள் பழக்க மான ஒரு மொழியை மூளைக்குள் செலுத்திவிடும்.

1980கள் வரைக்குமான ஒரு ஐம்பதாண்டுகளில் தமிழ் சினிமா வில் மொழியின் பயணம், தேக்கம் பற்றி அனேகமாக என் நினைவு களில் இருந்து எடுத்து வைத்திருக்கிறேன். எனக்கென்னவோ சினிமா பல தலைமுறைகளைக் கடந்தும், மொழி மேன்மைக்கு, நாடகங்கள் செய்தது போலக்கூட எந்தப் பங்களிப்பையும் செய்யவில்லை என்றே தோன்றுகிறது. ஆனால் ரசிகன் மகிழ்ச்சியாய் இருப்பதாகவே தெரிகிறது... ஆமாம் எப்போதும் ரசிகன் ஹேப்பி.. அண்ணாச்சி...

❖ ❖ ❖

29

ஏற்கெனவே சொல்லப்பட்ட வில்லிகள்

கண்ணதாசனைப் போல ஒரு படத்தின் 'ஒன் லைனை', 'தங்க முடிச்சை' ஒரு பாடலில் சொல்லிவிட இன்னொருவர் பிறந்துதான் வரவேண்டும்.

"கோட்டையிலே ஒரு ஆலமரம், அதில் கூடு கட்டும் ஒரு மாடப்புறா..." என்று ஆரம்பிக்கிற பாடலில் ஒரு பத்தி.

வெள்ளைப் புறாவின் குடும்பத்திலே வந்து
விழுந்ததம்மா ஒரு கள்ளப் புறா
கள்ளப் புறாவின் செயலாலே இன்று
கலங்குதம்மா ஒரு சின்னப்புறா...

இங்கே கள்ளப் புறாவாக வந்து, அமைதியான நதியிலே அழகாகச் செல்லும் வெள்ளைப் புறாவின் குடும்ப ஓடத்தை வெள்ளமாக வந்து சிதைப்பது... 'முரடன் முத்து' படத்தில் வரும் 'அம்பாத்துரை பர்வதம்' என்கிற வில்லிபாத்திரம். இந்த மாதிரிப் பாத்திரங்களுக்கெல்லாம் சி.கே.சரஸ்வதியைவிட்டால் ஆள் கிடையாது. பாகப்பிரிவினையில் வருகிற அகிலாண்டத்தம்மாளிலிருந்து, (அதற்கும் முன்னாலேயே இருக்கலாம்) அவரைப் பார்த்த முதல் சீனிலேயே படம் பார்க்கும் பெண்கள், "ஏத்தா இந்தக் கரி முடிவா வந்துட்டாளே இன்னம என்ன ஆகுமோ..." என்று நாடியில் கைவைத்து அங்கலாய்க்க ஆரம்பித்து விடுவார்கள். அப்புறம் கதா நாயகியோ, கதாநாயகனின்

தங்கையோ படும் பாடுகளையெல்லாம் பார்த்து வழியும் கண்ணீரைத் துடைப்பதற்காகவே கையை எடுப்பார்கள். வில்லி மேலுள்ள கோபத்தில் இடையில் முறுக்கு கேட்டு நச்சரிக்கும் பிள்ளைகளுக் கெல்லாம், "இரு சனியனே, நீ வேற படுத்தாத.." என்று அர்ச்சனை.

பாசமலர் படத்திற்கு தரை டிக்கெட் முழுவதும் பெண்களுக்குக் கொடுத்த ஒரு ஞாயிற்றுக்கிழமை மாலைக் காட்சி. பத்து, பதினோரு வயதான என்னையும் இன்னொரு சிறுவனையும் பெண்கள் டிக்கெட் வழியே விட்டுவிட்டார்கள். ஆனால் உட்கார இடம் கிடைக்கவில்லை. "போங்கலே அங்கே..." என்று விரட்டி னார்கள் தாய்மார்கள். பார்த்தோம் பெஞ்சு டிக்கெட்டுக்கு ஏறி விழுந்துவிட்டோம். அங்கேயும் கூட்டம் நிரம்பி வழிந்தது. எப்ப டியோ ஒருவர் இடம் கொடுத்தார். இப்படி 'இடம்' கொடுப்ப வர்கள் 'இடம்' கேட்கவும் ஆரம்பிப்பார்கள். படத்தில் பி.எஸ்.ஞானம் வில்லி பாத்திரம். அழுது மூக்கைச் சிந்தும் சனம் எல்லாம் பி.எஸ்.ஞானத்தைக் கரித்துக் கொட்டிக் கொண்டிருக்க, இடம் கொடுத்தவர் சொன்னார். "வே இவ ஆளு என்னமா இருப்பா தெரியுமா... எம்.ஜி.ஆர். கலரு. (சமீபத்தில் ஒரு பழைய படத் தயாரிப்பு நிர்வாகியிடம் பேசிக்கொண்டிருந்தபோது அவரும் சொன்னார், என்ன சார் தமன்னா, அந்தக் கால பி.எஸ்.ஞானம் கலருக்கு ஈடாகுமா," என்று.) என்னமோ வில்லி ரோல்தான் கொடுக் கறாங்க..." என்று. "இல்லையே திருடாதே படத்தில் சரோஜாதேவி யோட அம்மாவா, நல்லவங்களா வருவாங்களே...." என்றேன்." தம்பியா புள்ளை நிறைய படமெல்லாம் பார்ப்பேரு போல இருக்கே..." என்று லேசாகத் தோளைத்தொட்டு இழுத்துக் கொண்டார். ஆஹா வில்லனிடம் மாட்டிக்கொண்டோம் போல்ருக்கே என்று நினைக்கவும்...... தரை டிக்கெட்டில் யாரோ ஒரு பொம்பளை, இன்னொருத்தி செயினை அத்துட்டா என்று களேபாரம் ஆகி படத்தை நிறுத்தி லைட்டைப் போட்டு விட்டார்கள். வில்லனிடமிருந்து தப்பினேன்.

பொதுவாக சிவாஜி படத்தில் வில்லிகள் இப்படித்தான் இருப்பார்கள்.

கண்ணதாசன் பாடிய மாதிரி'

சீதேவி தான் பிறந்த செய்யத் திரு பாற்கடலில்
மூதேவி போல் பிறந்த மாடி வீட்டு ராணிஇவ
முன்னாளில் அவதரித்த ராமாயணக் கூனி...

காலகாலமாய் கூனி ரோல்தான் சி.கே.சரஸ்வதிக்கு. இந்த வகை யான கூனி ரோலுக்கு சி.கே.சரஸ்வதி, பி.எஸ்.ஞானத்தை விட்டால்

சுந்தரி பாய், சீதா லட்சுமி. படிக்காத மேதை, பாக்தாத் திருடன் போல ஒன்றிரண்டு படங்களில், சந்தியா வில்லி பாத்திரம் செய்வார். மனோகரா படத்தில், கண்ணாம்பாவுக்கு எதிராக டி.ஆர்.ராஜ குமாரி ஒரு வில்லி ரோல் பண்ணியிருப்பார். அவரது 'சிநேகமான' புன்னகையிலேயே ஒரு வில்லித்தனம் இருக்கும். இதே ரோலை தங்கமலை ரகசியம் படத்திலும் செய்து இருப்பார். தங்கப்பதுமை படத்தில் கதாநாயகனை மதிமயக்கி 'கற்புக்கரசி' நாயகியிடமிருந்து பிரிக்கும், 'மாதவி' ரோல் அவருக்கு. அந்தப் படமே, கண்ணகி கோவலன் கதையின் 'உல்ட்டா'தான்.

இன்னொரு புறம் எம்.ஜி.ஆர் படங்களில், சிம்பிள் லாஜிக். வில்லன் காதலி வில்லி. அவரே ஒரு தலையாக எம்.ஜி.ஆரைக் காதலித்து,. "ஓ மிஸ்டர் பாலு இங்கே வா மிஸ்டர் கேளு.." என்று சோலோவோ கனவில் டூயட்டோ பாடுவார். இதற்கு பெரும் பாலும் ஆதி காலத்தில் எம்.என்.ராஜம் தான். இல்லையென்றால் ஜி.சகுந்தலா. அபூர்வமாக ராஜ சுலோச்சனா. அந்தக் காலத்தில் சி.ஐ.டி. என்று ஒரு இந்திப் படம் வந்தது. குருதத் படம். தேவ் ஆனந்த் கதாநாயகன். இதில் வஹிதா ரஹ்மான் வில்லி என்பது திறமையான சஸ்பென்ஸ். அந்தப் புதுமைக்காகவே திருநெல்வேலி யில் 'ரெகுலர் ஷோ'வாக ஒரு வாரம் ஓடியது (என் அண்ணன் அடிக்கடி சொல்வார்). பொதுவாக இந்திப் படங்கள்.. சனி, ஞாயிறு குறைந்த கட்டணத்தில் காலைக் காட்சி மட்டும் போடு வார்கள். சி.ஐ.டி படம் மாதிரி தமிழில் குறிப்பிடத்தக்க வகையில் சஸ்பென்ஸ் வில்லி படம் இதற்குப் பத்து வருடம் கழித்தே வந்தது. *1966* ல் பறக்கும் பாவை.

எம்.ஜி.ஆர் நடித்ததில் அவருக்கு ரொம்பப் பிடித்த படம் இது என்று இண்டஸ்ட்ரியில் பேசிக்கொண்டார்கள். (பேட்டி யிலும் சொல்லி இருக்கிறார்). எல்லோரும் எதிர்பார்த்து தோல்வி கண்ட படம். இதில் நம்பியார், மனோகர், அசோகன், ஓ.ஏ.கே.தேவர், எம்.ஜி.ஆர் ஸ்டண்ட் பார்ட்டி 'மொட்டை'ரத்னம், ஜி.சகுந்தலா என்று ஐந்து 'பாரம்பரிய' வில்லன்கள், வில்லி நடித்திருந்தும், 'காதலிக்க நேரமில்லை' காஞ்சனாதான் நிஜமான வில்லி என்பது யாரும் யோசிக்கமுடியாத சஸ்பென்ஸ். அவரது வில்லித்தனத்துக்கு காரணம், கதாநாயகன்மீது கொண்ட அளவற்ற காதல். (அது கனமான காரணமாயில்லை என்று ஏதோ பத்திரிகையில்கூட விமர்சனமெழுதிய நினைவு). இந்த அளவற்ற காதலால் வில்லித் தனம் பண்ணுவது படையப்பாவில் பிரமாதமாக ஓர்க் அவுட் ஆகியது, 'நீலாம்பரி' வடிவில். கூனி வகை வில்லிகளின் தொடர்ச்சி,

காந்திமதி, விஜயலலிதா, என்று வடிவுக்கரசி வரை வந்தது. கடிதங்கள் மூலமாக வாணிஸ்ரீயைக் காதலிக்கும் ஜெய்சங்கரை வில்லத்தனமாக அல்லாமல் 'கதாநாயகத் தனமான வஞ்சனை' செய்து கதாநாயகி யாகவே மணம் முடிப்பார் விஜயகுமாரி, 'டீச்சரம்மா' படத்தில். (கொஞ்சம் வித்தியாசமான நல்ல படம், 'காதல் கோட்டை'க்கு முன்னோடி என்று சொல்லலாம்).

இரட்டை வேடக் கதாநாயகி கதைகளில் ஒருவர் வில்லியாக வந்ததுண்டு. அடிமைப் பெண்ணில் ஒரு ஜெயலலிதாவுக்கு சிறிய வில்லி பாத்திரம். 'நீ' படத்திலும் கிட்டத்தட்ட, வில்லன் கூட்டத்தி லொரு, வில்லியாக வருவார், ஜெயலலிதா. கண்ணன் என் காதலன் படத்திலும் ஜெயலலிதாவுக்கு ஒரு வகையான ஆண்டி ஹீரோயின் ரோல்தான். கால் ஒடிந்துவிட்டதாகச் சொல்லி எம்.ஜி.ஆர் வாணிஸ்ரீ காதலைப் பிரித்து அவர் திருமணம் செய்து கொள்வார். கன்னித்தாய் படத்தில் கே.ஆர். விஜயா கிட்டத்தட்ட வில்லி வேலைகள் பார்ப்பார். ஆனாலும் அவர் இமேஜ் கெடாமல் சாண்டோ சின்னப்பாதேவர் 'பார்த்துக் கொண்டார்'. இந்த வகையில் திருவாங்கூர் சகோதரிகளான லலிதா பத்மினி ராகினி மூவரில் லலிதாவும் ராகினியும் வில்லி ரோல் செய்திருக்கிறார்கள். லலிதாவின் தூக்குத்தூக்கியில் 'கொலையும் செய்வாள் பத்தினி' பாத்திரம் ஒரு உதாரணம். பத்மினி, தன் 'வாலிப'த்தில், கதாநாயகி ரோல் மட்டுமே செய்து 'இமேஜைத் தக்கவைத்துக் கொண்டார்.

இது தவிர கதாநாயகனின் மாமியார் வில்லியாக வந்து கதை நகர்வது, குழந்தையும் தெய்வமும், பூவா தலையா படங்களில். முன்னதில் ஜி.வரலட்சுமி பின்னதில் எஸ்.வரலட்சுமி. எஸ்.வரலட்சுமி கதாநாயகனுக்கு ஏங்கும் வில்லியாக 'சக்கரவர்த்திதிருமகள்' படத் தில் நன்றாக நடித்திருப்பார். "ஏமாற்றம்தானா என் வாழ்விலே..." என்று ஒரு அழகான பாடலை அவரே பாடுவார். அவர் அருமை யான பாடகி. ('இந்தப் பச்சைக் கிளிக்கொரு செவ்வந்திப் பூவில் தொட்டிலைக் கட்டி வைத்தேன்..'. என்று எம்.ஜி.ஆருக்கு அம்மா வாக வந்து தாலாட்டுப் பாடுவார், 'நீதிக்குத் தலைவணங்கு' படத்தில். ரிக்ஷாக்காரனில் பத்மினி எம்.ஜி.ஆருக்கு அக்காவாக வருவார். இது நடிகைகளுக்கு காலம் செய்யும் வில்லத்தனம்,ஸாரி, வில்லித்தனம்.)

இப்போதும் கதை அதேதான், கதைக் களன் மாறிவிட்டது, தாதாக்கள் அரசியல்வாதி டாட்டா சுமோ, குத்துப்பாட்டு, ஐட்டம் டான்ஸ் என்று. இப்போது 'சொர்ணாக்காக்கள்' வில்லியாக உலா

வரும் காலம். "திமிரு' படத்தில்," வாடா என் மாப்ளேய்.." என்று ஷ்ரியா ரெட்டி, ஈஸ்வரியாக மாறி வந்து கதநாயகனை ஒரு தலையாகத் தொடர்ந்து காதலித்து வில்லித்தனம் செய்கிறார். எல்லோரும் சொல்வது மாதிரி உலகில் ஏழே ஏழு திரைக்கதைகள் தான் உண்டு. அதிலும் வில்லிகளின் வகைமை இன்னும் குறைவு. தமிழ் சினிமாவைப் பொறுத்து, வில்லிகளுக்குக் கூனி ஒரு ரோல்மாடல் என்றால், ராமனைக் காதலிக்கும் சூர்ப்பனகைகள் இன்னொரு ரோல் மாடல். ஆக, எல்லோருமே ஏற்கெனவே சொல்லப்பட்ட வில்லிகள்தான்.

30
அப்பாவின் நிழல்

'அன்பகம்' - 21st April 71- TVL-6

அன்புக் கோபாலுக்கு

மீண்டும் பிறந்திருக்கிற உனக்கு என் பிறந்த நாள் வாழ்த்துக்கள். உன்னை நம்பு. முடியாவிட்டால் இறைவனை நம்பு. அப்பாவின் மனோகரமான நம்பிக்கைகள் உன்னிடமிருக்கையில் காத்திரு. இன்னும் காத்திரு.

வட்டம் முடியாமல் போவதில்லை.

வசந்தம் வராமல் போவதில்லை

வாழ்த்துக்களுடன்

கல்யாணி.சி

இது வண்ணதாசன் எழுதிய கடிதம். இதற்கு முந்திய வருடம் இதே தேதியில் நான் சாவைத் தொட்டுத் திரும்பியிருந்தேன். அன்று விடிந்தால், சித்திரை மாத 'சித்திரபுத்திர நயினாரை'த் தொழுகிற, நயினார் நோன்பு. இரவு நெடுநேரம் விழித்திருந்து பி.எஸ்ஸி இறுதியாண்டுத் தேர்வுக்குப் படித்துக் கொண்டிருந்தேன். சில நாட்களாகவே மனதில் இனம் புரியாத பயம். தேர்வின் தேவைக்கு அதிக மாகவே தயார் செய்திருந்தேன். அவற்றையெல்லாம் மீள் வாசிப்புச் செய்ய நேரம் இருக்குமா என்று அரும்ப ஆரம்பித்த பயமா, "அடைய முடியாப் பொருளின்மீது ஆசை தீராது,

அபிமானம் மாறாது...” என்று அபிமானம் வைத்தவள் அன்பை நிராகரித்துவிட்ட திடீர்த்தகவலா, அது இதைப் பற்றிக் கொண்டதா அல்லது இது அதில் வெளிப்படுகிறதா, என்று தெரியவில்லை. மனம் நிலை கொள்ளாமல் இருந்தது. இன்றைய முதிர்ச்சியையும் வாசிப்பையும் வைத்து, இப்பொழுது வேண்டுமானால் சொல்லலாம், “உருவமற்ற காதல்த் தோல்வி, பருண்மையான ‘தேர்வுக் காய்ச்சல்’ என்ற பயமாய் வெளிப்பட்டிருக்கலாம்,” என்று.

எது எப்படியோ அன்றைய நாளை நினைத்தால் இன்றும் அதே பயப்பந்து வயிற்றுக்குள் உருள்கிறது. கிட்டத்தட்ட இரவு பன்னிரெண்டு மணி வரை படித்திருப்பேன். கண்கள் அசதியில் சுழன்றது, நான்கு மணிக்கு அலாரம் வைத்துவிட்டுப் படுத்தேன். மாடியில் பெரிய ஹாலில் அநேகமாக எல்லோரும் ஒன்றாகவே படுப்போம். எனக்கு ஏனோ அப்பா பக்கத்தில் படுக்கலாம் என்று தோன்றியது. அவர் அருகே போதுமான இடமில்லை. குறுக்கு வாக்கில், அவர் காலருகே படுத்தேன். தூக்கம் வரவில்லை. ஒரு இருபது வயதுக் குழந்தையாக அப்பாவின் மெலிந்த காலைப் பிடித்துக்கொண்டே தூங்க முயற்சித்து எப்படியோ தூங்கிப் போனேன். சமீபமாய் அவர் அருகே படுக்கவில்லை. சிறுவயதில் அப்பா அருகேதான் படுப்பேன். மடித்த இரண்டு கைகளும் பாதி விரிப்பிலும், விரல்கள் மட்டும் மார்பில் பதிந்திருக்கும் படியும் உறங்குவார்.

இறந்து போனவர்களை எவ்வளவு விரைவாக முடியுமோ, அவ்வளவு விரைவாக கைகளை உடலோடு ‘ட’ போல மடித்து மார்போடு வைத்துக்கட்டி விடுவார்கள். அப்போதுதான், மயானத்துக்கு சுமந்து செல்லவும் சிதையில் வைக்கவும், இடைஞ்சலாக இருக்காது. எனக்குப் பிரியமான ஒரு அக்கா அகால மரணம் அடைந்த போது, தெருவையே அன்பால் கட்டிப்போட்டிருந்த அவள் உடலைச் சுற்றி நெருக்கமாகக் கூடி அழுது கொண்டிருந்தார்கள் பெண்கள் எல்லோரும். இந்த மாதிரிக் கையறுநிலையான சூழலில், சிலர் கொஞ்சம் திடமாக இருப்பார்கள், அப்படியொரு சித்தப்பா (அவரே கலங்கிப் போயிருந்தார்), எல்லோரையும் சத்தம் போட்டு விலக்கி அவரும் அழுதுகொண்டே, அக்கா உடல் அருகே போனார். அதற்குள் கைகள் விரைத்துப் போயிருந்தது. முழங்கை மூட்டுக்குள் சடசடவென ஓசை எழும்ப, மூங்கிலை முறிப்பதுபோல் என் உதவியுடன், அக்காவின் கைகளை மடித்துக் கட்டினார். எனக்குத் திக்கென்றிருந்தது. அந்தத் ‘திக்’ உணர்வு நீங்க எனக்கு சில நாட்க ளாயிற்று. அந்தத் துயரோடு அன்று இரவு ஒரு கவிதை எழுதினேன்.

சிலுவையின் நீள அகலங்கள்

செத்துப் போனாள்
ஒப்பாரிச் சொந்தத்தை
சத்தமிட்டு விலக்கி
அவசரமாய்
பிணக் கையை
மடித்துக் கட்டினான்
சவப்பெட்டிக்கு அவளால்
சங்கடம் வரக் கூடாதென்று.

சில வருடங்களுக்கு முன் ஒருநாள் லேசாக, விழிப்புத் தட்டும் நேரங்களில் ஒன்றைத் திடீரென உணர்ந்தேன், நானும் அச்சசல் அப்பா மாதிரியே உறங்குகிறேன். அந்த அக்கா இறந்த பின், தூங்கும் அப்பாவைப் பார்க்கும்போதெல்லாம் எனக்குத் தோன்றும், ஒரு குரூர நகைச்சுவைபோல அப்பா தூக்கத்தில் செத்துப்போனால் கைகளை மடித்துக்கட்ட சங்கடப்பட வேண்டியிருக்காது என்று.

"வெறூம் மோசம்ப்பா இவன், எப்படி இருக்கான் பாரேன், கொஞ்சங்கூட அழுகையே வரலப்பா... இவனைப் பக்கத்தில கூப்பிட்டு வச்சு பேசுதாங்க சித்தப்பா, எல்லாரும் அழுதாங்க, இவன் கல்லுளி மங்கனா நிக்காம்ப்பா..." ஊரிலிருந்து வந்திருந்த பெரியப்பா மகன் அண்ணனும்,மாமா மகனும் என்னை நடுவில் விட்டுக் கொண்டு ஏசினார்கள். மத்தியான வேளை, நாங்கள் எல்லோரும் எங்கள் வீட்டுத் தோட்டத்தில் நின்று கொண்டிருந்தோம். எனக்கு, "எல்லோரும் வந்திருக்கிறார்கள், ஜோக்காக விளையாடலாம் என்று நினைத்துக் கொண்டிருந்தவனுக்கு, இப்படி ஏசுகிறார்களே என்று அழுகை வந்தது. "அப்பா..." என்று அழ ஆரம்பித்தேன், சத்தமாக. யாரோ வேகமாக வந்து, "ஏல அழாதடா உங்க அப்பாவுக்கு ஒன்னும் ஆகாது, உன் அழுகையைக் கேட்டு அவரு அழுதாருடா.." என்றார்கள். பக்கத்து வீட்டுச் சித்தப்பாவாய் இருக்கவேண்டும், லேசாக நினை விருக்கிறது.

காலையில் அப்பாவுக்குத் திடீர் ரத்தக் கொதிப்பு. தாழ் வாரத்தில் ஈசிச் சேரில் அமர்ந்து ஏதோ வீட்டுக்கணக்கு வழக்கு களை எழுதிக் கொண்டிருந்தவர் திடீரென்று முற்றத்திலிருந்த சிறிய, மழைத்தண்ணீர் ஓடும், மடையில் ரத்தமாக வாந்தி எடுத்திருக்கிறார். வீடே பதறிவிட்டது. முருங்கை இலையைச் சாறு பிழிந்து கொடுக்க, இஞ்சி தட்டிக்கொடுக்க என்று தலை குப்புறக்கிடந்தது வீடு. ஒன்றாம் அல்லது இரண்டாம் வகுப்பில் படித்துக் கொண்டி ருந்தேன். பள்ளிக் கூடத்திற்கு ஆள் தேடி வந்தது. குடும்ப டாக்டர்,

'கோவிந்தய்யர் மகன் சுப்ரமணியன் டாக்டர்' வந்துவிட்டுப் போகிறார். அவரை இப்படி நீளமாகத்தான் பேர் சொல்லிக் கூப்பிடுவார்கள் ஊரில். அவர் எனக்கு எதிராக வீட்டினுள்ளிருந்து வெளியே வந்தார். "டேய்", என்று கன்னத்தில் செல்லமாகத் தட்டிவிட்டுப் போனார். உள்ளே வந்து பார்த்தால் இப்படி ஆளாளுக்குப் பதறிக் கொண்டிருக்கிறார்கள். தார்சால் முழுக்க பக்கத்து வீட்டுக்காரர்கள் நிறைந்திருந்தார்கள். நான் எதையும் விபரீதமாகவோ, பதற்றமாகவோ உணர்ந்த நினைவு இல்லை. ஒன்றும் புரியாமல் விழித்த நினைவு மில்லை. அப்பா நன்றாக வியர்த்திருந்தார். பக்கத்திலேயே மருத்துவர்கள் கை கழுவ வைத்திருக்கும் பெரிய வெள்ளை எனாமல் பேஸினும், எனாமல் பெட் பேனும் இருந்தது. வீட்டில் எல்லா உபகரணங்களும் உண்டு. உயரத்தில் சுவரில் மாட்டி,சோப்புக் கரைசலால் 'இனிமா' கொடுக்க உதவும் 'கேன்', 'பெட் பேன்', நோயாளிகள் சிறுநீர் கழிக்கும் 'கம்மோடு' எல்லாம் உண்டு. மதியத்திற்குள் உறவினர்கள் குவிந்துவிட்டனர்.

கொஞ்சநேரத்தில் ஒரு கார் வந்தது. அநேகமாக திரவிய நாடார் காராகத்தான் இருக்கவேண்டும். அப்போது அவர்தான் வாடகைக்கு தனது காரை ஓட்டி வருவார். தனியே டாக்ஸி எல்லாம் ஊரிலேயே கிடையாது. அவரது மகள் 'பொன்னுத்தாய்' என்று நினைவு, என் வகுப்பில்தான் படித்தாள். 'பெரியாஸ் பத்திரிக்கு காரில் அழைத்துப்போனார்கள். பெரியாஸ்பத்திரி அப்போது பாளை நூற்றாண்டு மண்டபத்தில் இயங்கிக் கொண்டிருந்தது. துணைக்குக் கிளம்பிய அம்மாவை, தென்காசிப் பெரியம்மா,' நீ இரு நான் போறேன், நீ அழத்தான் லாயக்கு, அத்தானை நல்லபடியா கொண்டாந்து சேக்கறது எம் பொறுப்பு..." என்று, கொடியில் கிடந்த சேலையை எடுத்து மடித்து வைத்துக்கொண்டபடியே காரில் ஏறிக் கொண்டாள். அம்மா, "ஆவுடையக்கா.." என்று அழுதபடியே தூணில்ச் சாய்ந்தாள். போகும்போது, பெரியம்மா என்னைக் காட்டியபடி தன் மகனிடம், "இந்த பாரு சங்கரு, இவனை அழ வைக்காம இருக்கணும்... ரெண்டு நாளில் வந்துருவோம்.." என்றாள். அம்மாவைப் பார்த்து எனக்கு அழுகை வந்தது. சங்கர் அண்ணன், "செரிலெ ரொம்ப அழாத.." என்றான். கொஞ்ச நேரம் முன்பு திட்டியதே அவன்தான். அந்தப் பெரியம்மா நல்ல தைரியமானவள். எனக்கு டான்சில்ஸ் ஆப்பரேஷன் பண்ணிய போதுகூட அவள் தான் மூன்று நாள் ஹைகிரவுண்ட் ஆஸ்பத்திரியில் வந்து துணைக் கிருந்தாள். அப்படி உபகாரம் செய்கிற ஆத்மாக்களெல்லாம் இனி பிறப்பார்களா என்பதே சந்தேகம்தான்.

ஆனால் அப்பா திரும்ப வர பத்து நாட்கள் வரை ஆனது. பெரியம்மா ஊருக்குப் புறப்பட்டபோது, அம்மா, “எக்கா போய்ட்டு ஒருவாரம் சென்னு (சென்று) வா...” என்றாள். பெரியம்மா என்னைப் பார்த்து,” வே மைனரு, உன்னைப் பத்தித்தான் உங்க அப்பாவுக்கு கவலை, ஏழாங்கடைசில பொறந்துட்டு,கொஞ்சம் நல்லாப் படிக்க, வைக்க'ன்னு இருக்கான், அவனுக்கு ஒன்னுமே வைக்காமப் போறேனுன்னு ஒரே கவலை, நல்லாப் படி.. உங்கப் பாவ இன்னம சிகரெட்டெல்லாம் குடிக்கவிடாத, என்னலே” என்று ஒரு நாலணாவை முந்தியிலிருந்து எடுத்துத் தந்தாள். நான் வாங்கி னேன். அம்மா “ஏல, குடுத்துரு” என்றாள். “அப்போ இன்னா இந்த சேலையை எல்லாம் வச்சுக்கோ” என்று அம்மா அவளுக்கு தந்திருந்த புதிய சேலைகளையெல்லாம் பைக்குள்ளிருந்து எடுத் தாள். அம்மா பதறிப்போனாள். “சரி சரி வச்சுகல” என்றாள், அம்மா என்னிடம். எனக்குச் சந்தோஷமாக இருந்தது, அக்கா அந்த நாலணாவை வாங்கி, “பத்திரமா வச்சுருக்கேன், பொருட் காட்சி வரும்போது ஏதாவது வாங்குவோம்...” என்று பிடுங்கிக் கொள்ளும் வரை. நான் பார்க்க அப்பா சிகரெட் பிடித்ததில்லை. ஆனால் வீட்டில் பலவிதமான ‘சிகரெட் டின்’கள் உண்டு. எல்லாமே Gold Flake cigarette tins. இரண்டாம் உலகயுத்தம் நடந்த போது டின் டின் ஆக சிகரெட்டுகளை வாங்கி ‘சேமித்து’ வைத்திருந் தாராம். 20 சிகரெட் வைக்கும் கைக்கு அடக்கமான வித விதமான ‘கேஸ்’கள் உண்டு. நான் இன்னும் ஒன்றைப் பத்திரமாக வைத் திருக்கிறேன்.

அப்பா சொன்னது போலவே, நான் வளரும்போது சொத்துகள் அநேகமாகக் காலி ஆகிவிட்டன. வீட்டில் எல்லோ ருக்குமே அந்த வருத்தம் உண்டு., “இப்படிக் காலி பண்ணுமா...” என்று. ஆனால் நான் ஒருநாளும் அப்படி வருந்தியதே இல்லை. நான் என்னுடைய பல கட்டுரைகளில் குறிப்பிட்டது போல அப்பா என்னைத் தன்னுடைய குட்டி சிநேகிதனாகவே நினைத்துக் கொண்டிருப்பார் என்று நினைக்கிறேன். அவர் தனது சினேகிதர் களுடன் வெளியே செல்லும்போது கூட சமயா சமயங்களில் என்னையும் உடன் வர அனுமதிப்பார். அம்மாவின் அப்பா இறந்து போனதும், அவளது கிராமத்தில் உள்ள அம்மாவின் சொத்துக்கள் எல்லாம் அப்பாவின் மேற்பார்வைக்கு வந்தன. பெரிய பனங்காடு அதிலொன்று. அதுவரை அதை மேற்பார்த்து வந்த சம்சாரியை மாற்றி புதிதாக ஒருவரிடம் ஒப்படைத்தார் அப்பா. புதிய சம்சாரி யின் அழைப்பின் பேரில் அப்பா காட்டைப் பார்க்க வருவதாகச்

சொன்னார். அப்பாவின் சில நண்பர்களும் "யோவ், பதினி சாப்பிட்டு நாளாச்சுய்யா, ஒரு புரோகிராம் போடும் நாங்களும் வாரோம்," என்றார்கள். கொஞ்சம் சொன்னால்ப் போதும் அப்பாவுக்கு. மௌனமாய்த் தலையாட்டி விடுவார். ஏற்பாடுகளைப் பிரமாத மாகப் பண்ணுவார்.

வருடா வருடம் குற்றாலத்திற்கு நண்பர்களுடன் கொண்டாட் டமாய்க் கிளம்பி விடுவார்களாம். ஒருமாதம் கேம்ப். கூடவே சமையலுக்கு தவசுப்பிள்ளையை அழைத்துக் கொண்டு போய் வீடு எடுத்துத் தங்குவார்களாம். நான் பார்க்க அதெல்லாம் நின்று போயிருந்தது. நண்பர்களைப் பொறுத்து அவர் நிறையச் செய்ப வராய் இருந்திருக்கவேண்டும். அப்பாவுக்கு பதினாறு வயதிலேயே திருமணமாகிவிட்டது. தாத்தா, அப்பாவின் அப்பா, ஒரு அழகான உயில்எழுதி வைத்திருக்கிறார். தாத்தா தமிழ், ஆங்கிலப் புலமை மிக்கவர். உயிலை சமீபமாகத்தான் படித்தேன். எல்லா சொத்து களும் கரைந்துபோன பின், இல்லாத சொத்துக்கான உயிலைப் படித்தால் என்ன படிக்காவிட்டால் என்ன என்று அதைப் படிக்க வேயில்லை. திடீரென்று ஒரு அலுப்பான பொழுதில் எடுத்துப் புரட்டினேன். வீட்டிலேயே இருக்கும் பழைய புத்தகங்களைப் படிப்பதும் இப்படித்தான் திடீரென்று வாய்க்கும். நாரணதுரைக் கண்ணன் என்கிற 'ஜீவா' எழுதிய 'உயிரோசை' நாவலை இப்படித் தான் படிக்க வாய்த்தது. அற்புதமான நாவல். உயிலில் பழமொழி யென்ன, குறள் மேற்கோள்கள் என்ன, ஆஹா என்ன ஒரு நடை, என்ன ஒரு வியக்தி, என உயில், பிரமாதமாக இருந்தது. ஒன்று புரிந்தது, இந்த வெற்று உயில்தான் சொத்து என்று.

அவரது உயிலின் அற்புதமான சொல்லாடலுக்காக அதை ஒரு சிறிய புத்தகமாகப் போடலாம். தாத்தா ஓய்வுபெற்ற பத்திரப் பதிவாளர், அதை "பத்திரப் பதிவில் 'விடு காசு' பெற்றவர்" என்று குறிப்பிடுகிறார். அவரது நண்பர் தபால் துறையில் பணி ஓய்வு பெற்றவர். அதை "தபாற் சாலையின் முற் பணிப்பயன் பெறுபவர்" என்று குறிக்கிறார். தன் சொந்தப் பொறுப்பில் கடன் பெற்று பி.ஏ படித்ததாகவும் அந்தக் கடனைத் தானே அடைத்துவிட்ட தாகவும் எழுதியிருக்கிறார் உயிலில். என் அப்பாவின் 16 வது வயதில், தாத்தா உயில் எழுத வேண்டியதன் அவசியம் குறித்து எழுதியிருப் பதைப் படித்ததும் என் அப்பாவை நினைத்து எனக்குச் சிரிப்பு வந்தது. தாத்தா எழுதுகிறார், "என் பையன் அகால புத்திரனாய் வயதுக்குத் தகுந்தபடி சூட்டிக்கமில்லாதவனாய் எல்லோரையும் ஒன்றாய் வைத்து பாதுகாத்து வரும் பான்மை இப்பொழுது

அவனிடம் வாய்க்கப்பெறாத முற்கோபியாய், 'பாலில் வளர்ந்தவனாய்', வரவுக்கு மிஞ்சி செலவழிக்கும் வள்ளற்றன்மை உள்ளவனாய் காணப்படுகிற படியாலுந்தான் உயில் எழுதும் அவசியம் உண்டாயிற்று...." என்று குறிப்பிடுகிறார்.

பனங்காட்டுக்கு நான் வரட்டுமா என்றபோது மௌனமாய்ச் சரி என்றார். அப்பாவின் நண்பர்களுக்கு அதில் அவ்வளவு விருப்பமில்லாதது போலத் தெரிந்தது. "யோவ் அவன் எதுக்குய்யா பனங்காட்டுக்குள்ள," என்றார்கள். அப்பா அவர்களிடம் ஒன்றுமே சொல்லவில்லை, என் கையை மட்டும் பிடித்துக்கொண்டு நடக்கத் தொடங்கினார். நானும் கொஞ்சநேரம் அப்படியே நடந்தேன். அப்புறம் கையை விட்டுவிட்டு வளைந்து வளைந்து போகும் வண்டிப் பாதையில் முந்திச் செல்வதும் காத்திருப்பதுமாகச் சென்றுகொண்டிருந்தேன். வண்டிகள் ஓடி ஓடி, வண்டித்தட மண் பட்டுப் போல இருந்தது. பட்டுப் புழுதியில் கால் மூழ்குவது வேடிக்கையாய் இருந்தது. காலில் பூட்ஸ் போட்டிருப்பது போல் தூசி படிவது மகிழ்ச்சியாய் இருந்தது. ஆளுக்கொரு ஒரு அழகான ஓலைப் பட்டை வளைந்து கொடுத்தார் நாராயண நாடார். ஒரு பனஞ் சில்லாட்டையை, வலை மாதிரிப் பிடித்துக்கொண்டு அதன் மேல் கலயத்திலிருந்த பதனீரை விட்டார். தூசி தும்பு, ஒன்றிரண்டு ஈ, வண்டுகள் எல்லாம் சில்லாட்டையில் தங்கிவிட்டன. பதினியில் இளம் நுங்குகளை பிதுக்கிப்போட்டார். ஒரு பட்டை குடித்ததுமே வயிறு நிரம்பிவிட்டது.

நாடாரின் மகன் என் வயதுதான் இருக்கும். எங்களை வேடிக்கை பார்த்துக் கொண்டிருந்தான். அவ்வப்போது அருகில் இருந்த குடிசையிலிருந்து அவன் அப்பா சொல்லுவதை எடுத்து வந்து தந்து கொண்டிருந்தான். என்னை அவனுடன் சென்று விளையாடுகிறீர்களா என்று நாடார் கேட்டார். சரி என்று அவனுடன் சென்றேன். மண்ணைத் தோண்டி, புதைத்து வைத்திருந்த நுங்குக் காய்களில் ஒன்றிரண்டைத் தேடி எடுத்தான். அவற்றில் பனங் கிழக்கு முளைவிடாததை எடுத்து வெட்டினான். வெளேரென்ற நிறத்தில் பஞ்சுபோல இருந்தது. வாயினால் மண்ணை ஊதி "இந்தாரும் தின்னும் என்று கொடுத்தான். அவ்வளவு இனிப்புடன் கொஞ்சம் கடினமான பஞ்சுமிட்டாய் தின்பதுபோல் நன்றாக இருந்தது. இது என்னது என்றேன்." இதா... இது தெரியாதா இதுக்குப் பேரு 'தவணு' என்றான். ஆனால் இதையும் நிறையத் திங்க முடியவில்லை. பக்கத்திலிருந்த குடிசைக்குள் போனோம். தரையில் கருப்பட்டிகள் காய்ந்து கொண்டிருந்தன. ஒன்றை எடுத்து

பிட்டுத் தந்தான். நன்றாகத்தான் இருந்தது. ஆனால் வாய் பூராவும் இனிப்பு. "ஏடேய் எதாவது காராச்சேவு இருக்கா..." என்றேன். அதெல்லாம் டவுன்லேல்லா கிடைக்கும்.." என்று சிரித்தான். அதற்குள் "ஏல அங்கன கிடந்து ரெண்டு பனையருவாள எடுத்துட்டு ஓடியால, ஓடியா..." என்று சத்தம் கேட்டது. இவனும் இரண்டு அருவாள்களை எடுத்துக்கொண்டு, என்னையும் இழுத்துக் கொண்டு வெளியே ஓடிவந்தான்.

அருவாளை வாங்கிய கையோடு "ஓடுல, ஓடிப்போய் மேக்க சித்தப்பனுக நிப்பானுக கூட்டிட்டு ஓடியா..." என்று பரபரத்தார் நாடார். நான் அப்பா அருகே போய் நின்று கொண்டேன்.லேசாக இருட்ட ஆரம்பித்திருந்தது. அப்பாவோ, அவர் நண்பர்களோ பரபரப்பாய் இல்லை. அப்பா, ஏதாவது மரநாயா இருக்கும்," என்றார். "இல்லைய்யா ஏதோ மனுஷங்க சத்தம் மாதிரித்தான் கேட்டுது, அவனுகளாத்தான் இருக்கும் ஐய்யா... நீங்க குத்தகை மாத்திக் குடுத்தது அவனுகளுக்குப் புடிக்கலை, ஏதாவது பண்ண லாம்ன்னு வந்திருக்கானுவளோ என்னமோ..." என்று சொல்லிய படி முழுக் காட்டையும் தலையைத் திருப்பித் திருப்பி நாடார் பார்த்துக் கொண்டிருந்தார். அவர் மகனுடன் இரண்டு பேர் வந்தார்கள், "ஏல கூட வாரியளா ஐயாக்களைக் கொண்டு போய் விட்டுட்டு வந்திருவோம்..." என்றார் நாடார். "அதெல்லாம் வேண்டாம் நாங்க போயிருவோம், வேணுன்னா ஒரு அருவாளை என் கையில் குடு ஒரு 'இனவல்'க்கு வச்சிக்கிடுதோம்," என்றார் ஒரு சிநேகிதர். இப்பொழுது நினைத்தால் சிரிப்பாக வருகிறது. இருக்கிறதிலேயே ஒல்லியான ஆள் அவர்தான். அப்பா ஒன்றுமே சொல்லவில்லை. சொல்லமாட்டார். அதுதான் நான் பார்த்த அப்பா. "ஊரை எட்டுறதக்குள்ள நல்லா இருட்டிரும், வாங்கலே போவோம்." என்று கிளம்பினார்கள். "ஒரு தூக்கில 'கூ(ழ்)ப் பதினி' எடுத்துக் கொண்டாலே.." என்று மகனிடம் சொல்லிவிட்டு முன்னால் நடக்க ஆரம்பித்தார். நாங்கள் நடுவிலும் பின்னால் அவரது தம்பி களும், மகனும். நாடார் என்னைத் தூக்கிக்கொண்டார். எனக்கு கொஞ்சம் வெட்கமாக இருந்தது. இறக்கிவிடச் சொன்னேன். "அவன் வந்துருவான், விட்ருங்க நாடாரே..." என்று அப்பா சொன்னார். "ஆமா அவன் எம்ட்டன்ல்லா", என்றார் ஒல்லி நண்பர். நாடார் இறக்கிவிட்டார். ஊர் நெருங்கும்போது சுத்தமாக இருட்டி விட்டது. "ஊருக்குள்ளிருந்து.... மனிதன் மாறிவிட்டான்..." என்று பாட்டு ஒலித்தது, காற்றில்.

நாங்கள் நண்பர்கள் எல்லாம் தெருவில் நாடகம் போடுவதற்கு முயற்சித்த போது சின்னக் குழந்தை போல எங்கள் கூடவே வந்து,

நன்கொடை வசூல் செய்து கொடுத்தார், மைக் செட், சீன் செட்டிங்ஸ் ஆட்களிடமெல்லாம் பொறுப்பெடுத்துக் கொண்டு அப்பா ஏற்பாடு செய்தார். தெருவில் என் சக பாடிகளுக்கெல்லாம் பெரிய சந்தோஷம். இதை வைத்து நானும்கொஞ்ச நாள் காலரைத் தூக்கிவிட்டுக் கொண்டு அலைந்தேன், தெரு நண்பர்கள் மத்தியில். இதைவிட வேடிக்கை, நான் பி.எஸ்சி இறுதி வருடம் படித்துக் கொண்டிருந்தபோது பக்கத்துத் தெருவில் இருந்த உறவினர் பையன் ஒருவர் வந்து பேசிக்கொண்டிருந்தார். அவருக்கு அப்பா சமீபத்தில் இறந்து போயிருந்தார். அவரது வேலை இவருக்கு கிடைத்து, ஹைவேஸ் துறையில் வேலை பார்த்து வந்தார். என்னைவிட ஒரு வயது மூத்தவராயிருக்கும். அவரது ஆஃபீஸ் பக்கத்தில் உள்ள இன்னொரு உறவினர் பெண்ணை திருமணம் செய்துகொள்ள ஆசைப்பட்டு அப்பாவிடம் வந்து "நீங்கள் பேசி திருமணம் முடித்து வையுங்கள்"... என்று கேட்டுக் கொண்டிருந்தார். இன்னும் எனக்கு ஆச்சரியம்தான் எப்படி ஒரு இளைஞனால் இப்படிக் கேட்க முடிந்தது. பக்கத்து வீட்டுச் சித்தப்பா அவருக்கு நெருங்கிய உறவு. அவரை விடுத்து அப்பாவிடம் ஏன் கேட்கத் தோன்றியது என்று. ஆனால் அந்தப் பெண்ணின் அப்பா சம்மதிக்கவில்லை. அதையும் "தம்பி, கேட்டேன், அவ்வளவு விருப்பமில்லை, நீங்களே போய் கேளுங்க... ஒரு வேளை சம்மதிக்கலாம்.." என்று மனம் கோணாத படிக்குச் சொல்லி அனுப்பினார். என் தெரு நண்பர்களுக்கு இது தெரிந்து, "ஏல உங்க ஐயாவையே உங்க ஆளோட அப்பாட்டையும் கேக்கச் சொல்லிருவோமாலே, அவரையும் உங்கப்பாவுக்கு நல்ல பழக்கமாம்லெ" என்று கிண்டல் செய்து கொண்டிருந்தார்கள். அப்படி நடந்தாலும் நடக்குமோ என்று, அந்த வயதுக்குரிய, நைப்பாசை ஒன்று வராமலில்லை.

ஆனால் நிலைமையும் தலையெழுத்தும் அப்படி இல்லை. நயினார் நோன்பன்று காலைக் கட்டியபடித் தூங்கிக் கொண்டிருந்த என்னை எப்படி விலக்கினார் தெரியவில்லை, எழுந்து ஆற்றுக்குப் போய்விட்டார். என்னை சேக்காளிகள் எழுப்பியபோது மணி ஆறுக்கு மேலிருக்கும். "ஏல ஆத்துக்குப் போவமா... என்றார்கள்..." அப்பா அதற்குள் ஆற்றுக்குப்போய் குளித்து குறுக்குத்துறை முருகனைக் கும்பிட்டு, சட்டை அணியாத, சந்தனம் மட்டுமே பூசிய மார்போடு எதிரே சைக்கிளில் வந்தார். சைக்கிளை நான் வாங்கிக்கொண்டு, பல்ப்பொடி துண்டுடன் புறப்பட்டேன். "ஏல உங்க அப்பாதான் முருகரையே எழுப்புவாரு போல இருக்கு, ஒரு

நாளைக்கு வள்ளியும் தெய்வானையும் வாரியலால சாத்தப் போறாளுக பாரு, நாலு மணிக்கே ஆத்துக்குப் போயிருதாரு... முன்னால எல்லாம் போத்தி ஓட்டலை அஞ்சரை மணிக்குத் திறந்து ரவாதோசை சாப்பிடாமப் போகமாட்டாரே...” என்று கிண்ட லடித்துக்கொண்டே வந்தார்கள். எனக்குக் கண்ணெரிச்சல் ஒரு புறம், பயம் ஒரு புறம். பேசாம வீட்லயே குளிச்சிருந்தா ஒருமணி நேரம் படிப்பு வீணாகியிருக்காதே என்று நினைத்துக் கொண்டிருந் தேன். ஆனால் உண்மையும் அதுதான். அப்பாதான் முதல் ஆளாகப் போய் கோயில் பாராக்காரர், கோயில் சுத்தம் செய்யும் ஒரு ஆச்சி எல்லோரையும் எழுப்புவார். மொத்தக் குடும்பமும் சொத்தை யெல்லாம் பொழுதன்னைக்கும் போத்தி ஓட்டலில் தின்னே தீத் தாச்சு என்று நிறையக் குடும்பங்களை ஊரில் குறிப்பிடுவார்கள். அதில் இரணடாவது இடம் எங்கள் வீட்டுக்குத்தான்.

அன்று எனக்கு கோயில் போகக்கூட மனமில்லை. மற்ற நண்பர்கள்தான் போய் வந்தார்கள். “ஏல, ஏம்ல ஒரு மாதிரியா இருக்கே... கிண்டல் பண்ணினதை நெனச்சு வருத்தப் படுதியா” என்றார்கள். மௌனமாகத் தலையாட்டினேன், “இல்லை” என்று. அதற்கப்புறம் யாரும் அதிகம் பேசவிலலை, அமைதி கால்களில் பாய்ந்து சைக்கிள் வேகமெடுத்தது. அன்றையக் காலை நெடுநேரம் நீடிக்கவில்லை. ஒன்பது மணி வாக்கில் தூக்க மாத்திரைகள் வயிற்றுக்குள் ஏற்படுத்திய ஒரு ‘குபீர்’ உணர்வைத் தொடர்ந்த தூக்கம்... மூன்று நாள் கழித்து, நீள, நீள, நீளமான கனவுகள் கலைந்து விழிப்புக் கண்டது, “சாந்திநிகேதனின் ஆலமரங்கள்...” என்றொரு படிம வரியுடன்.

இந்த வரியையெல்லாம்விட கண்கள் முதலில் சந்தித்தது வழக்கமான அமைதியுடன் சோகமும் வரி எழுதியிருக்கும் அப்பாவின் முகத்தைத்தான். கிட்டத்தட்ட 15 வருடத்திற்குமுன் அந்த முகம் ‘ரத்தக் கொதிப்பிலும் மாரடைப்பிலும்’ போயிருந்தால்... இன்று அதற்கு இந்த புத்திர சோகம் இருந்திருக்காதே என்று தோன்றியது. அதற்கப்புறமும் அந்த முகத்தில் அப்படியொன்றும் நான் ஒரு போதும் மகிழ்ச்சியைக் கொண்டு வந்துவிடவில்லை. அப்பாவுக்கு என்மீது அபாரமான நம்பிக்கைகள். மொத்த அழிவையும் நான் தடுத்து நிறுத்தி விடுவேன் என்று நினைத்திருப்பார்.

அவரின் மனோகரமான நம்பிக்கைகள் எதையும் நான் நிறை வேற்றவில்லை. அவரும் அதற்கப்புறம் ஐந்து வருடங்களே இருந்தார்.

அதிலும் ஒரு வருடம் போல படுக்கையில். ஆயிற்று அவர் மறைந்து போய் 38 வருடங்கள். எப்போதும் அவர் நடக்கும்போது வேட்டியின் இரு நுனிகளையும் இரண்டு கைகளிலும் பற்றியவாறே நடப்பார். அந்தக் கால மங்கிய தெருவிளக்கின் ஒளியில், அவரருகே நான் நடந்து வரும்போது எங்களுக்கு முன்னால் நீண்டு விழும் நிழலை, அது சுருங்கிச் சுருங்கி காலடிக்குள் பதுங்கி, தெரு விளக்கைத் தாண்டியதும் பின்னால் நீளுவதைப் பார்ப்பது ஒரு தீராத விளையாட்டு எனக்கு. நானும் அவர் போலவே வேட்டியின் இரு நுனிகளையும் கையில் பிடித்தபடியே நடக்கிறேன். இதையும் திடீரெனக் கண்டுபிடித்தேன், பூமியில் விழும் என் நிழலைப் பார்த்தால் அவர் நடப்பது போலவே இருக்கிறது.

    அப்பா சாகும்போது
    தன்னோடு எடுத்துப்
    போகவில்லை
    போலிருக்கிறது
    தன் நிழலை

❖ ❖ ❖